ഗ്രീൻ ബുക്സ്

ഡബ്ബർ മിഠായി

സജ്ന അബ്ദുള്ള

സാമൂഹ്യപ്രവർത്തക, ബ്ലോഗർ,
വോയ്സ് ഓവർ ആർട്ടിസ്റ്റ്.
കൊടുങ്ങല്ലൂർ സ്വദേശികളായ
അഡ്വ. അലിക്കുഞ്ഞിന്റെയും
കൊച്ചുഖദീജയുടെയും മകൾ.
വിദ്യാഭ്യാസം: കോട്ടയം മൗണ്ട് കാർമൽ
സ്കൂൾ, നാട്ടകം ഗവൺമെന്റ് കോളേജ്,
തൃശ്ശൂർ വിമല കോളേജ്.
പ്രഥമ കൃതി: 'സജ്നയുടെ കഥകൾ'.
ആനുകാലികങ്ങളിൽ കഥകളും
യാത്രാവിവരണങ്ങളും എഴുതാറുണ്ട്.
മൂന്ന് പതിറ്റാണ്ടിലേറെയായി ഭർത്താവ് അബ്ദുല്ലയോടും
മകൾ നസ്റീനോടുമൊപ്പം ദുബായിൽ താമസം.
ഇ-മെയിൽ : sajanaabdulla@gmail.com

ഓർമ്മ

ഡബ്ബ്വറ് മിഠായി

സജ്‌ന അബ്ദുള്ള

ഗ്രീൻബുക്സ്

green books private limited
gb building, civil lane road, ayyanthole,
thrissur- 680 003, kerala, ph: +91 487-2381066, 2381039
website: www.greenbooksindia.com
e-mail: info@greenbooksindia.com

malayalam
dubberu mittayi
memoirs
by
sajna abdulla

published september 2022

cover image & illustrations : anjali p.k.
cover design : dileep rgb

printed in india
vattoly nirmala hiprint pvt ltd, thrissur

branches:
thrissur 0487-2422515
thiruvananthapuram 0471-2335301
calicut 0495 4854662

isbn : 978-93-93596-97-0

GBPL/1248/2022

സമർപ്പണം

ഓർമ്മയായി മാറിയ
എന്റെ ഓർമ്മകളുടെ ഉറവിടമായ
ഉമ്മാക്കും വാപ്പാക്കും

ഉള്ളടക്കം

ഓർമ്മച്ചെപ്പ് തുറക്കുമ്പോൾ

ഓർമ്മകൾ ആണല്ലോ നമുക്ക് മുന്നോട്ടുള്ള ജീവിതത്തിന് എന്നും പ്രചോദനം നൽകുന്നത്. എന്റെ ബാല്യകാല സ്മരണകളിൽ മുക്കാൽ പങ്കും എന്റെ വാപ്പ ജോലി ചെയ്തിരുന്ന റബ്ബർ ബോർഡിനെ ചുറ്റിപ്പറ്റിയാണ്. പലരും നാട്ടുമ്പുറ ജീവിതത്തിലെ സമൃദ്ധികളെക്കുറിച്ച് പറഞ്ഞു കേൾക്കുമ്പോൾ റബ്ബറിന്റെ നാടായ കോട്ടയത്തും സാംസ്കാരിക തലസ്ഥാനമായ തൃശ്ശൂരും വിവാഹം കഴിച്ചയച്ച സപ്തഭാഷാ സംഗമഭൂമിയായ കാസർഗോഡും വിവാഹ ശേഷം സുവർണ്ണ നഗരിയായ ദുബായിലും എല്ലാം ജീവിച്ച എനിക്ക്, നാട്ടുമ്പുറ ജീവിതം ലഭിച്ചില്ലല്ലോ എന്ന് വല്ലാത്ത ഒരു നഷ്ടബോധം തോന്നുമായിരുന്നു.

എന്നാൽ എന്റെ ഈ ഓർമ്മക്കുറിപ്പുകൾ എഴുതിത്തുടങ്ങിയപ്പോഴാണ്, മറ്റു പലർക്കും ഒപ്പമോ അതിനേക്കാൾ ഏറെയോ മധുരതരമായ അനുഭവങ്ങളിലൂടെയാണ് എന്റെ ജീവിതം കടന്നുപോയത് എന്ന് തിരിച്ചറിവ് എനിക്കുണ്ടായത്.

മനസ്സാം നദി പുറകോട്ട് ഒഴുകിയപ്പോഴാണ് ഓർമ്മകളുടെ മാധുര്യം ഞാൻ ശരിക്കും നുണഞ്ഞത്.

ഇതൊക്കെ വായിച്ച് സന്തോഷിക്കാനും എന്നെ അനുഗ്രഹിക്കാനും എന്റെ ശക്തി ദുർഗങ്ങൾ ആയിരുന്ന ഉമ്മയും വാപ്പയും ജീവിച്ചിരിപ്പില്ലല്ലോ എന്നത് എന്നും എന്റെ മനസ്സിന്റെ നൊമ്പരമായി അവശേഷിക്കും.

എന്റെ എല്ലാ ഇഷ്ടങ്ങൾക്കും കിറുക്കുകൾക്കും എന്നും കൂട്ടിരുന്ന് എന്റെ സ്വപ്നങ്ങൾ സഫലമാക്കിയ ഭർത്താവ് അബ്ദുള്ള, കുഞ്ഞനിയത്തിയുടെ എഴുത്തുകൾക്ക്, ഓർമ്മകൾ പങ്കുവെച്ചും പ്രോത്സാഹനങ്ങളും വിമർശനങ്ങളും

നൽകിയും ചേർത്തുനിർത്തിയ എന്റെ കൂടപ്പിറപ്പുകൾ ആയ ഇത്ത ബീന, ഇക്ക അബ്ദുള്ള ഇദ്രീസ്, കുഞ്ഞിത്ത സക്കീന, കുഞ്ഞിക്ക ഇബ്രാഹിം ബാബു, ഉമ്മാടെ ആഗ്രഹങ്ങളൊക്കെ സാധിച്ചു തരാൻ ഞങ്ങൾ ഇല്ലേ... എന്ന് പറഞ്ഞ് ധൈര്യം തരുന്ന മകൾ നസ്റീൻ, മരുമകൻ അർഫാസ്, ഉമ്മു എഴുത്തുകാരി ആണെന്ന് അഭിമാനത്തോടെ പറയുന്ന പേരക്കുട്ടികൾ മെഹ്റീൻ, സയാൻ... ഇവരാണ് എന്റെ ജീവിതത്തിലെ ഏറ്റവും വലിയ സ്വത്ത്.

പുതിയ സിനിമയുടെ തിരക്കിനിടയിലും എന്റെ ഈ ഓർമ്മക്കുറിപ്പുകൾക്ക് അവതാരിക എഴുതിത്തന്ന പ്രശസ്ത സിനിമാ സംവിധായകൻ അനിൽ രാധാകൃഷ്ണമേനോൻ, ഈ ബുക്കിന്റെ കവർ ഇമേജ് എന്റെ മനസ്സറിഞ്ഞു ചെയ്ത നാത്തൂൻ സീനത്ത്, അതിന് കൂടുതൽ മിഴിവേകാൻ സഹായിച്ച അഞ്ജലി, അഭിനവ് ദാസ്. പി, ഹിഷാം സാബിഖ്, മിഠായിലെ മധുരം പോലെ ഇടയ്ക്കിടെ നുണഞ്ഞിറങ്ങുന്ന എന്റെ ഓർമ്മക്കുറിപ്പുകൾക്ക് പറ്റിയ പേര് നിർദ്ദേശിച്ച സ്വപ്ന നവാസ്, ഞാൻ എഴുതിയ ഓരോ കുറിപ്പുകളും ക്ഷമയോടെ വായിച്ച് വീണ്ടും എഴുതാൻ എന്നെ പ്രോത്സാഹിപ്പിച്ച മഞ്ജു ശ്രീകുമാർ, എന്റെ ഈ ഓർമ്മകൾക്ക് അക്ഷരത്താളുകളിൽ ജീവൻ നൽകിയ ഗ്രീൻ ബുക്സ് സാരഥികൾ.... എല്ലാവരോടുമുള്ള സ്നേഹം വാക്കുകൾക്ക് അതീതമാണ്. എല്ലാം ഒരു നന്ദിയിൽ മാത്രം ഒതുങ്ങുന്നതല്ല എങ്കിലും ഞാൻ പറയുന്നു നന്ദി...നന്ദി...നന്ദി...

സ്മരണതൻ പൂവണി താഴ്വരയിലൂടെ ഒരു അപ്പൂപ്പൻ താടി പോലെ സ്വയം അലിഞ്ഞു പറക്കുവാൻ എന്തു രസമാണ്. നിങ്ങൾക്കും അവയെല്ലാം ആസ്വദിക്കാൻ കഴിയും എന്ന പ്രതീക്ഷയോടെ എന്റെ ഓർമ്മകളുടെ കവാടം നിങ്ങൾക്ക് മുൻപിൽ ഞാൻ തുറക്കുകയാണ്.

സ്നേഹത്തോടെ

സജ്ന അബ്ദുള്ള

അവതാരിക

നല്ലൊരു ആത്മകഥ വായിച്ച സന്തോഷത്തിലാണ് ഞാൻ പേന കൈയിൽ എടുക്കുന്നത്. ഞാൻ അതിശയപ്പെടുന്നത് ആഖ്യാതാവിന്റെ ഓർമ്മ ശക്തിയെയാണ്. എങ്ങനെയാണ് ഇത്രയും നീണ്ട കാലയളവിൽ ഉള്ള നിത്യേനെ നടന്ന സംഭാഷണങ്ങൾ അടക്കമുള്ള കാര്യങ്ങൾ ഒരു ഓർമ്മക്കുറിപ്പ് ആയി പകർത്തിയത്? ഭൂതകാല അനുഭവങ്ങളെ രേഖീയമായി അടയാളപ്പെടുത്തിയതാണ് ആത്മകഥകൾ. സത്യത്തിൽ നമ്മുടെ ഗൃഹാതുരത്വം പലപ്പോഴും നമുക്ക് അനുഭവപ്പെടുക നമ്മുടെ കുട്ടിക്കാലത്തെക്കുറിച്ച് ഓർക്കുമ്പോഴാണ്. അത് മനോഹരമായി അവതരിപ്പിക്കാൻ കഴിയുക എന്നത് വലിയൊരു കാര്യമാണ്. അതിന് സ്വന്തമായ ഒരു ഭാഷയും ഉണ്ടാകണം.

സംഘർഷഭരിതമായ വർത്തമാന കാലങ്ങളിൽ സമരത്തിൽ ഏർപ്പെടാനും അവയെ പ്രതിരോധിക്കാനും ആഖ്യാതാവിന്റെ ഓർമ്മകൾ മാറി തീരാറുണ്ട്. വിദ്യാസമ്പന്നയും കലാകാരിയും എഴുത്തുകാരിയുമൊക്കെയായി അറബി നാട്ടിൽ ഇരുന്നു കൊണ്ട് സ്വന്തം ജന്മനാടിനെ മാറോടു ചേർത്ത് ഗൃഹാതുരത്വം തുളുമ്പുന്ന ആത്മകഥ പുസ്തകതാളിലേക്ക് പകർത്തിയ ശ്രീമതി സജ്നാ അബ്ദുള്ളയ്ക്ക് എന്റെ ഹൃദയം നിറഞ്ഞ ആശംസകൾ അറിയിക്കുന്നു. അവരുടെ ഏക മകളായ നസ്രീനും മരുമകനായ അർഫാസും എന്റെ പ്രിയ സുഹൃത്തുക്കളായതുകൊണ്ട് ഈ ആത്മകഥയ്ക്ക് അവതാരിക എഴുതാൻ സാധിച്ചതിലുള്ള സന്തോഷം ഇവിടെ പങ്കുവെക്കട്ടെ. എല്ലാ ഭാവുകങ്ങളും നേർന്നു കൊണ്ട് നിർത്തട്ടെ.

അനിൽ രാധാകൃഷ്ണ മേനോൻ
(ഫിലിം ഡയറക്ടർ)

ഭാരതമെന്നാൽ പാരിൻ നടുവിൽ കേവലമൊരുപിടി മണ്ണല്ലാ...

'**പ**ച്ചവർണ്ണ പതംഗേ അമ്പിലുയരട്ടെ
നീലവാനിൽ മന്ദംമന്ദമായുയരട്ടെ...'

ഒരു കൊച്ചുകുട്ടി പട്ടം പറത്തുന്നതും 'പൊട്ടിപ്പോയ്... അയ്യയ്യോ...' പിന്നീടത് പൊട്ടിപ്പോയ സങ്കടവും, 'കിട്ടിപ്പോയ്.... ആഹാ ഹാ...' എന്ന് അതു തിരിച്ചുകിട്ടുമ്പോൾ ഉള്ള സന്തോഷവുമെല്ലാം, ഏഴു വയസ്സുകാരിയായ ഞാനങ്ങനെ ലയിച്ചാടി ഫലിപ്പിക്കുകയായിരുന്നു.

സ്റ്റേജിൽ ഡാൻസ് കളിക്കുന്നതിനിടയ്ക്ക്, കാണാനിരിക്കുന്ന നിറഞ്ഞ ജനക്കൂട്ടത്തിലേക്ക് ഒന്നു പാളിനോക്കിയപ്പോൾ, എന്റെ കാലുകൾ തളരുന്നതുപോലെ തോന്നി. വിശിഷ്ടാതിഥിയായ റബ്ബർ ബോർഡ് ചെയർമാൻ ശ്രീ. സ്വാമിനാഥൻ ഐ.എ.എസ് അടക്കം ഉയർന്ന ഉദ്യോഗസ്ഥരെല്ലാം മുൻനിരയിൽതന്നെ നിരന്നിരുന്ന് എന്റെ ഡാൻസ് വീക്ഷിക്കുന്നുണ്ടായിരുന്നു. കൂട്ടത്തിൽ എന്റെ വാപ്പാടെ മുഖംകൂടി കണ്ടതോടെ ഉള്ള ധൈര്യവും ചോർന്നുപോയി. ഒരുവിധം എന്റെ ഡാൻസ് കഴിഞ്ഞ് ഞാൻ സ്റ്റേജിൽനിന്ന് താഴേക്കിറങ്ങി.

അപ്പോഴേക്കും, 'ഭൂമിദേവി പുഷ്പിണിയായി...' എന്ന പാട്ടിന് ഗ്രൂപ്പ് ഡാൻസ് കളിക്കാനുള്ളവർ, വർണപ്പകിട്ടാർന്ന വേഷവിധാന ങ്ങളോടെയും ആടയാഭരണങ്ങളോടെയും അവരുടെ പരിപാടിക്കായി സ്റ്റേജിലേക്ക് കയറുന്നുണ്ടായിരുന്നു. ഞാനല്പം കുശുമ്പോടെയാണ് അവരെ നോക്കിയത്. എന്നെപ്പോലെ ഒറ്റയ്ക്കു നിന്ന് ഡാൻസ് ചെയ്ത് വിയർക്കണ്ടല്ലോ അവർക്ക്. മാത്രമല്ല, ഒരേതരത്തിലുള്ള അവരുടെ വേഷവിധാനങ്ങൾ കാണാനും ഒരു പ്രത്യേക ചന്തമുണ്ടായിരുന്നു.

എന്റെ വാപ്പ ജോലിചെയ്തിരുന്ന കോട്ടയത്തെ റബ്ബർ റിസർച്ച് ഇൻസ്റ്റിറ്റ്യൂട്ടിൽ സ്വാതന്ത്ര്യദിനത്തിന്റെ ഇരുപത്തിയഞ്ചാം വാർഷി കാഘോഷത്തിലാണ് ഞാൻ ഈ നൃത്തം ചെയ്തത്.

വേഷം മാറാനായി ഗ്രീൻ റൂമിലേക്ക് എത്തിയപ്പോൾ ഉമ്മ ചോദിച്ചു, ''നീയെന്താ കുറച്ചുകൂടി ഉത്സാഹത്തിൽ ഓടിനടന്ന് മെയ്‌വഴക്കത്തോടെ ഡാൻസ് ചെയ്യാതിരുന്നത്...?''

സ്കൂളിൽ പഠിച്ചിരുന്ന കാലത്ത്, എല്ലാവർഷവും ഡാൻസിനും കവിതാപാരായണത്തിനും സമ്മാനം വാങ്ങിച്ചിരുന്ന ഉമ്മാക്ക്, എന്റെ ഉത്സാഹം കുറഞ്ഞ ഡാൻസിൽ തീരെ തൃപ്തി തോന്നാതിരുന്നത് സ്വാഭാവികം.

ഇത്രയും വലിയൊരു ജനക്കൂട്ടത്തിനു മുന്നിൽ, കൈയും കാലും വിറച്ചിട്ടും ബോധം കെടാതെ ഡാൻസ് മുഴുവനാക്കിയതുതന്നെ വലിയ കാര്യം എന്ന ഒരു മട്ടായിരുന്നു എനിക്ക്.

വലിയൊരു കടമ്പ കടന്നുകിട്ടി എന്ന ആശ്വാസത്തിൽ ഞാൻ വേഗം വേഷമൊക്കെ മാറി, ഓടിപ്പോയി ബാക്കിയുള്ള പരിപാടികൾ കാണാനായി സദസ്സിൽ ഇരുന്നു.

'ജയ ജയ ജയ ജന്മഭൂമി
ജയ ജയ ജയ ജയ ഭാരത ഭൂമി...'

സ്റ്റേജിൽ അപ്പോൾ ഭാരതമാതാവിന്റെ ടാബ്ലോ തകർക്കുന്നുണ്ടായിരുന്നു. ഭാരതമാതാവായി ലക്ഷ്മിച്ചേച്ചി, തോഴിമാരായി എന്റെ ഇത്ത ബീനയും പാർവതിച്ചേച്ചിയും. പാട്ടുപാടുന്നത് എന്റെ വലിയ ഇക്ക അബ്ദുള്ളയും കുഞ്ഞിത്ത സക്കീനയും കുഞ്ഞിക്ക ബാബുവും ആയിരുന്നു. അക്കൂട്ടത്തിൽ ഞാൻ ഒരാൾമാത്രം ആ പരിപാടിയിൽ ഇല്ലല്ലോ എന്നൊരു വിഷമം തോന്നി. പക്ഷേ, പീക്കിരിയായ എനിക്ക് ആ പാട്ടിന്റെ ഒരു വരിപോലും ചൊല്ലാൻ ആവില്ല എന്നത് വേറെ കാര്യം.

ഞങ്ങൾ താമസിച്ചിരുന്നത് റബ്ബർ ബോർഡ് സ്റ്റാഫ് ക്വാർട്ടേഴ്സിൽ ആയിരുന്നു. വക്കീലായ വാപ്പ അന്നവിടുത്തെ ലോ ഓഫീസറാണ്.

ക്വാർട്ടേഴ്സിലെ താമസക്കാർ എല്ലാവരും കൂടെ, സ്വാതന്ത്ര്യ ദിനത്തിന്റെ സിൽവർ ജൂബിലി ആഘോഷത്തിനായി അരയും തലയും മുറുക്കി ഇറങ്ങി. ഓഫീസും സ്കൂളും കഴിഞ്ഞുള്ള സമയങ്ങളിൽ രാത്രി വളരെ വൈകിവരെ, ഡാൻസും നാടകവും പാട്ടും ടാബ്ലോയും വില്ലടിച്ചാൻ പാട്ടും. എല്ലാം പ്രാക്ടീസ് ചെയ്യുമായിരുന്നു. ആ സമയങ്ങളിൽ നല്ല ചൂട് കട്ടൻചായയും കപ്പ പുഴുങ്ങിയതും മിക്സ്ചറുമെല്ലാം കൊണ്ടുവന്ന് പലരും പ്രാക്ടീസ് ചെയ്തിരുന്ന എളിയ കലാകാരന്മാരെ പ്രോത്സാഹിപ്പിച്ചുകൊണ്ടിരുന്നു. ഇന്നത്തെപ്പോലെ സൗകര്യങ്ങളൊന്നും ഇല്ലാതിരുന്ന ആ കാലത്ത് കലാപരിപാടികൾക്കു

വേണ്ടിയിരുന്ന വേഷവിധാനങ്ങൾ എല്ലാം സ്വന്തം വീട്ടിൽനിന്നുതന്നെ എങ്ങനെയെങ്കിലും ശരിയാക്കി എടുക്കുമായിരുന്നു.

ഉമ്മാടെ നല്ല പട്ടുസാരികൾ കൈത്തുന്നൽകൊണ്ട് ചെറുതാക്കിയാണ് ഞങ്ങൾക്ക് ഡാൻസിനു വേണ്ട പാവാട ശരിയാക്കിയത്. ഏറ്റവും ചെലവുകുറഞ്ഞ രീതിയിൽ വേഷവിധാനങ്ങളൊക്കെ മനോഹരമായിത്തന്നെ ഉമ്മയും കൂട്ടുകാരികളായ ഇന്ദുകുമാരി ടീച്ചർ, ഗിരിജാന്റി, വത്സലാന്റി, തങ്കമ്മാന്റി എല്ലാവരും കൂടെ ഒരുക്കി.

ആ പരിപാടി വിജയകരമാക്കാൻ വേണ്ടി ഒരേ ലക്ഷ്യവും മനസ്സുമായി നടന്നിരുന്ന ആ ദിനങ്ങൾ എത്ര മനോഹരമായിരുന്നു.

ആ ചെറിയ പ്രായത്തിൽ നടന്ന ഈ സംഭവങ്ങളൊക്കെ ഇപ്പോഴും ഇത്ര മിഴിവോടെ എന്റെ മനസ്സിൽ നിലനിൽക്കണമെങ്കിൽ, അത് എന്നിൽ ഉണ്ടാക്കിയ സ്വാധീനം എത്ര വലുതായിരുന്നു എന്ന് ഊഹിക്കാമല്ലോ.

രാജശേഖരനങ്കിളും സോമനങ്കിളും തകർത്തഭിനയിച്ച, ഒരു ചായക്കട പശ്ചാത്തലമാക്കിയുള്ള 'ഉണ്ടംപൊരിയിലൊരാണി' എന്ന ഹാസ്യനാടകത്തിലെ പല ഡയലോഗുകളും വർഷം ഇത്ര കഴിഞ്ഞിട്ടും എനിക്ക് കാണാപ്പാഠമാണ്.

ചായക്കടയിൽ വന്ന ഒരാൾ സപ്ലയറോട്,

"ചിക്കൻ ഇല്ലേ...?"

"ചെക്കൻ ആയി ഞാൻ മാത്രമേ ഉള്ളൂ."

"മട്ടൻ ഇല്ലേ...?"

"മറ്റവൻ പുറത്തുപോയി..."

എന്ന സോമനങ്കിളിന്റെ മറുപടി ഓർക്കുമ്പോൾ, ഇന്നും ചുണ്ടിൽ ചിരി ഊറിവരുന്നു.

സെയ്താലിയുടെ ചായക്കടയിൽ ചായ കുടിക്കാനായി അയാളുടെ മാഷ് എത്തുന്നു. സപ്ലയറോട് മാഷിനെ പുകഴ്ത്തിക്കൊണ്ട് സെയ്താലി പറയുന്നു,

"ഈ മാഷ് കുറേ കവിതകൾ എഴുതിയിട്ടുണ്ട്. മാഷിന് എന്താ ഭാവം എന്ന് അറിയുമോ?"

"ഭാവമല്ല സെയ്താലി, ഭാവന..." എന്ന് മാഷ് തിരുത്തിക്കൊടുക്കുന്നു.

സെയ്താലിയായി അഭിനയിച്ച രാജശേഖരൻ അങ്കിളിന്റെ മുഖത്തെ ചമ്മിയ ചിരി കണ്ടു, കാര്യം മുഴുവൻ മനസ്സിലായില്ലെങ്കിലും കുട്ടികൾ ആർത്തുചിരിച്ചു.

ഞങ്ങൾ കുട്ടികൾ, നാടകത്തിന്റെ ബാലപാഠങ്ങൾ അവരുടെ ആ അഭിനയത്തിൽനിന്ന് പഠിക്കുകയായിരുന്നു.

എല്ലാവർഷവും സ്വാതന്ത്ര്യദിനത്തിനും റിപ്പബ്ലിക് ഡേയ്ക്കും റബ്ബർ ബോർഡിൽ രാവിലെ എട്ടു മണിക്ക് ഫ്ളാഗ് ഹോയ്സ്റ്റിങ് ഉണ്ടാകും. ചെയർമാൻ അടക്കമുള്ള ഉദ്യോഗസ്ഥരെല്ലാം രാവിലെതന്നെ അതിനെത്തുകയും ചെയ്യും. ഒരു ചരട് വലിക്കുമ്പോൾ പൊങ്ങുന്ന ഫ്ളാഗ്, ഏറ്റവും മുകളിൽ എത്തുമ്പോൾ ഫ്ളാഗിന്റെ അറ്റത്ത് കെട്ടിവച്ചിരിക്കുന്ന പൂവിതളുകൾ കെട്ടഴിഞ്ഞുവീണ് പുഷ്പവൃഷ്ടി നടത്തുന്നത് എന്നും എനിക്ക് വലിയൊരു അത്ഭുതമായിരുന്നു. ഇങ്ങനൊരു സൂത്രപ്പണി ചെയ്യുന്നവരോടുള്ള ആരാധന മനസ്സിൽ കുമിഞ്ഞുകൂടും. ഒരു സിനിമ കാണുന്നതുപോലെ ഞാൻ അതങ്ങനെ നോക്കിനിന്ന് ആസ്വദിക്കും.

അതുകഴിഞ്ഞ് എല്ലാവരും അറ്റൻഷനായി നിന്ന് 'ജനഗണമന...' ആലപിക്കും. ഞാനത് വളരെ ആത്മാർത്ഥമായി ഉറക്കെ, അറ്റൻഷനായി നിന്ന്, ഒട്ടും അനങ്ങാതെ, ആലപിക്കും.

എന്റെ ആത്മാർത്ഥത കണ്ട്, രാഷ്ട്രഗീതാലാപനം കഴിഞ്ഞ്, വിതരണം ചെയ്യുന്ന മിഠായി രണ്ടെണ്ണം കൂടുതൽ കിട്ടിയെങ്കിലോ എന്ന ഒരു പ്രതീക്ഷയും അന്ന് മനസ്സിലുണ്ടായിരുന്നു.

എന്തോ എന്റെ രാജ്യസ്നേഹം അന്നാരും മനസ്സിലാക്കിയില്ല. ഒരു മിഠായിപോലും കൂടുതൽ കിട്ടിയില്ല എന്നൊരു നിരാശ മാത്രമായിരുന്നു മനസ്സിൽ ബാക്കി.

അതിനുശേഷം റസിഡൻസ് റിക്രിയേഷൻ ക്ലബ്ബ് നടത്തുന്ന കസേരകളി, മിഠായി പെറുക്കൽ, വടംവലി, ചാക്കിലുള്ള തവളച്ചാട്ടം, സ്കിപ്പിംഗ്, നാരങ്ങാ സ്പൂൺ അങ്ങനെ വിവിധതരം മത്സരങ്ങൾ ഉണ്ടാവും. ഒന്നുപോലും വിടാതെ എല്ലാത്തിലും കയറി മത്സരിക്കുന്നതുകൊണ്ട് എന്തെങ്കിലും സമ്മാനങ്ങളൊക്കെ ഉറപ്പാണ്. ഞങ്ങളുടെ കൂട്ടുകാരായ ഷാജി, ഷീല, രശ്മി, ഗോകുൽ, മിനിക്കുട്ടി ഇവരൊക്കെ വാശിയോടെ മത്സരങ്ങളിൽ പങ്കെടുക്കുമായിരുന്നു. മിഠായി പെറുക്കൽ മത്സരത്തിൽ പങ്കെടുക്കാനാണ് ഏറ്റവും ആവേശം. കാരണം, ജയിച്ചില്ലെങ്കിലും കുറെ മിഠായി എങ്കിലും തിന്നാൻ കിട്ടുമല്ലോ.

ആ ദിവസം അഞ്ച് മക്കളുള്ള ഞങ്ങളുടെ വീട്ടിലേക്ക് ഒരുപാട് സമ്മാനങ്ങൾ എത്തുമായിരുന്നു. ഗ്ലാസ്, മഗ്, വലിയ പ്ലാസ്റ്റിക് പാത്രങ്ങൾ. ഇവയൊക്കെയായിരുന്നു സമ്മാനങ്ങളായി ലഭിച്ചിരുന്നത്.

ഉമ്മ ഇവയെല്ലാം സന്തോഷത്തോടെ ഗുരുദക്ഷിണയായി സ്വീക രിക്കും. എന്നിട്ട് അടുക്കളയിലെ അലമാരിയിൽ പഞ്ചസാര, അരി, പരിപ്പ്, പയർവർഗങ്ങൾ തുടങ്ങിയ പലവ്യഞ്ജന സാധനങ്ങൾ, വിവിധ വർണങ്ങളിലുള്ള പാത്രങ്ങളിലിട്ടു നിരത്തിവെച്ച്, ഉമ്മ ഞങ്ങൾ മക്കളുടെ കഴിവിനു കിട്ടിയ ഉപകാരപ്രദമായ ട്രോഫികൾ കണ്ടു സായൂജ്യമടയും.

വീട്ടിൽ വരുന്ന അതിഥികൾക്കു മുമ്പിൽ അഭിമാനത്തോടെ അവ പ്രദർശിപ്പിക്കുന്നതും ഉമ്മാക്ക് വലിയ സന്തോഷമുള്ള കാര്യം ആയി രുന്നു.

ജാതിമതഭേദമന്യേയുള്ള അന്നത്തെ കൂട്ടുകൂട്ടുകൾ, സൗഹൃദ ങ്ങൾ, പങ്കുവെക്കലുകൾ, സ്നേഹവായ്പുകൾ... ഇവയെല്ലാം എന്നെ ഞാനാക്കുന്നതിന്റെ ആദ്യചുവടുകൾ ആയിരുന്നു. ■

കുട്ടിക്കുറുമ്പാ, കൊമ്പുള്ള വമ്പാ അമ്പിളിക്കൊമ്പിൽ....

കൊടുങ്ങല്ലൂരിൽ വക്കീലായി പ്രാക്ടീസ് ചെയ്തിരുന്ന വാപ്പ, രാഷ്ട്രീയ ത്തിൽ സജീവമാവുകയും ഒരിക്കൽ ഇലക്ഷനു നിന്ന് പ്രതീക്ഷി ക്കാത്ത വിധം തിരിച്ചടികൾ നേരിടുകയും ചെയ്തതോടെ, സ്ഥിര വരുമാനം ഉള്ള മറ്റൊരു ജോലിയെക്കുറിച്ച് ഗൗരവമായി ചിന്തിക്കാൻ തുടങ്ങി. അങ്ങനെയാണ് കേന്ദ്ര ഗവൺമെന്റ് സ്ഥാപനമായ റബ്ബർ ബോർഡിൽ ജോലിക്കു കയറിയത്. അതോടെ ഉമ്മയും അഞ്ചു മക്കളും കൂടും കുടുക്കയും എടുത്ത് വാപ്പാടെ പുറകെ കോട്ടയത്തേക്ക് ചേക്കേറി. ഞാനന്ന് ഉമ്മാടെ ഒക്കത്തിരിക്കുന്ന കുഞ്ഞുവാവ മാത്ര മായിരുന്നു.

ഉമ്മാടെ ഒക്കത്തിരിക്കുന്ന ഞാൻ എന്ന കുഞ്ഞുവാവയെ ഓർ ത്തിട്ട്, എനിക്കുതന്നെ എന്നോട് ഒരു പുന്നാരം തോന്നുന്നു. അച്ചോടാ! എന്തു രസമാണ് ഉമ്മാടെ പുന്നാരക്കുട്ടിയായി ഇരിക്കുന്നത്.

എന്റെ ഇത്താനെയും അബ്ദുക്കാനെയും ചെറുപ്പത്തിൽ പഠിത്ത കാര്യങ്ങളിൽ ശ്രദ്ധിച്ചിരുന്നത് വാപ്പ തന്നെയായിരുന്നു. അൽപ്പം മുൻകോപക്കാരനായ വാപ്പാടെ അടുത്തിരുന്ന് പഠിക്കുക എന്നു പറഞ്ഞാൽ, വയറ്റിൽ തീ ആണെന്നാണ് അനുഭവസ്ഥർ പറഞ്ഞത്. വഴക്കും അടിയും പിച്ചും ധാരാളമായി ലഭിക്കും.

ആരംഭശൂരത്വം കുറഞ്ഞതുകൊണ്ടാണോ അതോ പതിരിന്മേൽ വളംവെക്കേണ്ട എന്നു വിചാരിച്ചിട്ടാണാവോ ഇളയവരായ ഞങ്ങൾ മൂന്നുപേർ സ്കൂളിൽ എത്തുമ്പോഴേക്കും വാപ്പ മക്കളെ പഠിപ്പിക്കു ന്നതു നിർത്തി. അതിന്റെ ഒരു വ്യത്യാസം ഞങ്ങളുടെ പഠിപ്പിലും ഉണ്ടായിരുന്നു.

ഇത്തയും ഇക്കയും ഭയങ്കര പഠിപ്പിസ്റ്റുകൾ ആയിരുന്നു. ക്ലാസിൽ എപ്പോഴും ഒന്നാമതെത്തുന്ന അവർ വാപ്പാടെയും ഉമ്മാടെയും

അഭിമാനഭാജനങ്ങൾ ആയിരുന്നു. രണ്ടുപേരുടെയും പഠിപ്പിനെയും കഴിവിനെയും കുറിച്ചുമൊക്കെ ബാക്കിയുള്ളവർ പുകഴ്ത്തിപ്പറയുന്നത് കേൾക്കുമ്പോൾ എനിക്കും വലിയ അഭിമാനവും അവരോട് ആരാധനയുമെല്ലാം തോന്നും. അവരെപ്പോലെ ആകണം എന്നൊക്കെ ആഗ്രഹിക്കുമെങ്കിലും പഠിക്കാൻ ഭയങ്കര മടിയായിരുന്നു എനിക്ക്.

ഇത്തയാണ് ലോകത്തിലേറ്റവും വലിയ സുന്ദരിയും ബുദ്ധിമതിയും എന്ന് വിശ്വസിച്ചിരുന്ന ഒരു കാലം. ഇത്താനെ ഞങ്ങൾക്കെല്ലാവർക്കും ബഹുമാനം കലർന്ന ഒരു പേടിയായിരുന്നു. ഇത്ത എല്ലാവരോടും ചിരിച്ച് നന്നായി വർത്തമാനം പറഞ്ഞു പെരുമാറും. വീട്ടുകാര്യങ്ങളിൽ ഉമ്മാനെ സഹായിക്കാനും ഞങ്ങളുടെ സ്കൂളിലെ കാര്യങ്ങൾ ശ്രദ്ധിക്കാനും എല്ലാം ഇത്താക്ക് ഒരു പ്രത്യേക മിടുക്കാണ്.

എന്നെ സ്കൂളിൽ കൊണ്ടുപോയി ചേർത്തത് ഇത്തയാണ്.

അധ്യാപകർക്ക് ഇത്താനെ വലിയ ഇഷ്ടമായിരുന്നു. സ്കൂളിൽ അഡ്മിഷൻ തീർന്നു എന്നു പറഞ്ഞ സമയത്ത്, വെറും പതിമ്മൂന്നുകാരിയായിരുന്ന ഇത്ത, ഹെഡ്മിസ്ട്രസ് ആയിരുന്ന സിസ്റ്റർ ആൻഡ്രുവിനെ സോപ്പിട്ടാണ് എനിക്ക് അഡ്മിഷൻ വാങ്ങിച്ചത്. ബീനയുടെ അനിയത്തിയാണെന്ന് വലിയ ഗമയിലാണ് ടീച്ചർമാരോട് ഞാൻ പറഞ്ഞിരുന്നത്. അവർക്കെല്ലാം ഇത്താനെ അത്ര കാര്യമായിരുന്നു.

വാപ്പ ഇരുത്തി പഠിപ്പിച്ചതിന്റെ ഗുണം മൂത്ത രണ്ടുപേർക്കും ഉണ്ട്. പക്ഷേ ഇളയതുങ്ങൾ എല്ലാം കണക്കാണ്. ഇത്താനെയും ഇക്കാനെയും കണ്ടു പഠിച്ചൂടെ! എന്ന ഉമ്മാടെ താരതമ്യം കേൾക്കുമ്പോൾ, എന്റെ അവരോടുള്ള ആരാധനയും അഭിമാനവുമൊക്കെ ഓടിയൊളിക്കും. ഇതുങ്ങൾ ഞങ്ങൾക്ക് ഒരു പാര ആണല്ലോ. ഇവർക്ക് ഇടയ്ക്കിടയ്ക്ക് ചില പരീക്ഷകളിൽ തോറ്റുകൂടെ. എന്നാൽ മനുഷ്യന് കുറച്ചു സമാധാനം കിട്ടിയേനേ..! എന്നായിരിക്കും പിന്നെ ചിന്ത.

ഞങ്ങൾ കുഞ്ഞിത്ത, സക്കീന എന്ന സെക്കു, കുഞ്ഞിക്ക ഇബ്രാഹിം ബാബു എന്ന ബാബു, പിന്നെ ഞാൻ സജ്ന എന്ന സാനയും ആയിരുന്നു 'പാർട്ണേഴ്സ് ഇൻ ക്രൈം'.

ഞങ്ങൾ മൂന്നുപേരും കൂടെ കാണിച്ചുകൂട്ടാത്ത കുരുത്തക്കേടുകൾ ഇല്ല. ഇക്കാര്യത്തിൽ എന്റെ കുഞ്ഞിത്ത ഒരു സർവകലാശാലയായിരുന്നു. കുഞ്ഞിക്കയും ഞാനും ആ സർവകലാശാലയിൽനിന്ന്

ഡോക്ടറേറ്റ് എടുത്ത പ്രിയ ശിഷ്യരുമായി. ഉമ്മ അലമാരിയിൽ പല ഹാരങ്ങൾ പൂട്ടിവെച്ചാൽ അത് കട്ടെടുക്കാനുള്ള ഒരു പ്രത്യേക വൈഭവം ഞങ്ങൾക്കുണ്ടായിരുന്നു.

ഞങ്ങളുടെ നല്ലനടപ്പ് അറിയാവുന്ന ഉമ്മ, ഞങ്ങളോടുള്ള വിശ്വാസ ക്കൂടുതൽ കൊണ്ട്, പലഹാരങ്ങൾ മാത്രമല്ല, പഞ്ചസാരയും ശർ ക്കരയും ഹോർലിക്സുംവരെ അലമാരയിൽ പൂട്ടിവെക്കും.

"ചന്തുവിനെ തോൽപ്പിക്കാൻ ആവില്ല മക്കളേ, അല്ല ഉമ്മാ" എന്ന മട്ടിലുള്ള വാനരപ്പടയായ ഞങ്ങളോടാണോ ഉമ്മാടെ കളി? പൂട്ടിവെച്ച അലമാരിയുടെ മുകളിലുള്ള രണ്ട് വലിപ്പുകൾ എടുത്താൽ സുഖമായി താഴെ തട്ടിൽവെച്ച സാധനങ്ങൾ കൈയിട്ട് എടുക്കാം. ആർക്കും സംശയം തോന്നാത്ത വിധത്തിൽ ഞങ്ങൾ 'കട്ട് തീറ്റ ഓപ്പറേഷൻ' നിർബാധം നടത്തിക്കൊണ്ടിരുന്നു.

'പലനാൾ കള്ളൻ ഒരുനാൾ പിടിക്കപ്പെടും' എന്നതുപോലെ കുറച്ചുനാൾ കഴിഞ്ഞപ്പോൾ ഉമ്മാക്ക് കള്ളത്തരം പിടികിട്ടി. ഉമ്മ പലഹാരങ്ങളൊക്കെ മാറ്റിവെക്കാൻ തുടങ്ങി. 'ബ്രഹ്മാവിനാണോ ആയുസ്സിന് പഞ്ഞം?', ഞങ്ങൾ കള്ളത്തരത്തിന്റെ രീതികൾ മാറ്റി കട്ടുതീറ്റ വീണ്ടും നിർബാധം തുടർന്നു.

ഒരു ദിവസം ഞങ്ങളുടെ നേതാവായ കുഞ്ഞിത്ത മിക്സ്ചർ ഇട്ടുവെച്ച കുപ്പിയും ഒരു പേപ്പറും കൈയിലെടുത്ത് ഞങ്ങളോട് 'ഫോളോ മീ' എന്നു പറഞ്ഞ് വീടിന്റെ ടെറസിലേക്ക് ഒരു ഓട്ടം. അനുസരണ യുള്ള കുഞ്ഞാടുകളായി ഞാനും കുഞ്ഞിക്കയും പുറകെ ഓടി. വീടിന്റെ ടെറസ്സിലെത്തിയ കുഞ്ഞിത്ത, കൈയിൽ കരുതിയിരുന്ന പേപ്പറിലേക്ക് മിക്സ്ചർ മുഴുവൻ കുടഞ്ഞിട്ടതിനുശേഷം, അതിലെ കപ്പലണ്ടി മുഴുവൻ പെറുക്കിയെടുക്കാൻ തുടങ്ങി. അപ്പോഴാണ് ഞങ്ങൾക്ക് കാര്യം മനസ്സിലായത്. ഉടൻ ഞങ്ങളും വർദ്ധിച്ച ഉത്സാഹ ത്തോടെ കപ്പലണ്ടി പെറുക്കിയെടുത്തു തിന്നാൻ തുടങ്ങി. ബാക്കി മിക്സ്ചർ തിരിച്ചു കുപ്പിയിൽ ഇട്ടതിനുശേഷം ഭദ്രമായി യഥാ സ്ഥാനത്ത് കൊണ്ടുവച്ചു.

"നല്ലോണം കപ്പലണ്ടി ഉള്ളതുകൊണ്ടല്ലേ, നമ്മൾ സാജൻ ബേക്ക റിയിൽനിന്ന് മിക്സ്ചർ വാങ്ങുന്നത്. ഇപ്രാവശ്യം ഇതെന്തുപറ്റി തീരെ കപ്പലണ്ടി ഇല്ലല്ലോ."

"ഞാനും അതുതന്നെ വിചാരിച്ചു. ഇനി നമുക്ക് വേറെ ബേക്ക റിയിൽനിന്നും പലഹാരങ്ങൾ വാങ്ങാം."

ഉമ്മയും വാപ്പയും തമ്മിലുള്ള ഈ സംഭാഷണങ്ങൾ കേട്ട്, അപ്പുറത്തെ മുറിയിലിരുന്ന്, കുരുത്തക്കേടിനു കൈയും കാലും വെച്ച മൂന്നെണ്ണം വായപൊത്തി ചിരിക്കുന്നുണ്ടായിരുന്നു.

ഞങ്ങൾ താമസിച്ചിരുന്ന ക്വാർട്ടേഴ്സിനു പുറകിലായി, പരീക്ഷണാടിസ്ഥാനത്തിൽ തേനീച്ചകളെ വളർത്താനായി റബ്ബർ ബോർഡ് ഓഫീസിൽനിന്ന്, തേനീച്ചക്കൂടുകൾ സ്ഥാപിച്ചിരുന്നു. പച്ചനിറത്തിലുള്ള ആ മരക്കൂടുകൾ ഞങ്ങൾക്ക് ഒരു ആകർഷണകേന്ദ്രം തന്നെയായിരുന്നു.

''കൂടിനടുത്ത് പോയി ഉപദ്രവിച്ചാൽ തേനീച്ചകൾ കുത്തും.'' എന്ന ഉമ്മാടെ താക്കീതാണ് ഞങ്ങളെ അതിനടുത്തു പോകാതിരിക്കാൻ തടഞ്ഞുനിർത്തിയ ലക്ഷ്മണരേഖ.

ഇടയ്ക്കെല്ലാം ഓഫീസിൽനിന്ന് ബന്ധപ്പെട്ട ആളുകൾ വന്ന് ആ കൂടുകൾ മാസ്ക്കും ഗ്ലൗസും ഇട്ട് പരിശോധിക്കുന്നതു കാണാമായിരുന്നു. അതിനുള്ളിൽനിന്ന് അല്പം തേൻ കൈക്കലാക്കണമെന്ന ആഗ്രഹം ഞങ്ങളിൽ കലശലായി. തേനീച്ചക്കൂട്ടിലെ റാണിയെ കാണണം എന്ന ഒരു ആഗ്രഹവും എനിക്ക് ഉണ്ടായിരുന്നു.

ഒരു ദിവസം ഉച്ചകഴിഞ്ഞ് എല്ലാവരും ഉറങ്ങുന്ന നേരം, ഞങ്ങളുടെ ആഗ്രഹം സഫലീകരിക്കാൻ പ്ലാൻ ചെയ്തു. കൂട്ടിന് തങ്കമ്മ ആന്റിയുടെ മകൻ ഷാജിയും ഉണ്ടായിരുന്നു.

''തേനീച്ചക്കൂട്ടിലേക്ക് മണ്ണ് വാരിയിട്ടാൽ അവയ്ക്ക് കണ്ണ് കാണാതാവും'' എന്ന കുഞ്ഞിക്കയുടെ ഐഡിയ കേട്ട്, 'വാട്ട് ആൻ ഐഡിയ സർജി' എന്ന മട്ടിൽ ഞാൻ ആരാധനയോടെ മൂപ്പരെ നോക്കി. ജർമ്മനിയിലെങ്ങാനും ആണ് കുഞ്ഞിക്ക ജനിച്ചിരുന്നെങ്കിൽ ഐൻസ്റ്റീന്റെ പിൻഗാമിയായി അറിയപ്പെടുമായിരുന്നു എന്നുവരെ തോന്നിപ്പോയി എനിക്ക്.

അങ്ങനെ, ഒരു തൂണിൽ നാട്ടിയിരുന്ന തേനീച്ചക്കൂടിനു ചുറ്റും നിന്ന് നാൽവർസംഘം കൂട്ടിലേക്ക് മണ്ണുവാരി എറിയാൻ തുടങ്ങി. തേനീച്ചകൾ പറന്നുപൊങ്ങിയപ്പോൾ, പാവങ്ങൾ കണ്ണുകാണാതെ ഉഴറുകയാണ് എന്നാണ് ഞാൻ വിചാരിച്ചത്. പക്ഷേ അപകടം മനസ്സിലാക്കിയ കുഞ്ഞിത്ത, 'ഓടിക്കോ...' എന്നു പറഞ്ഞ് ഒറ്റ ഓട്ടം കൊടുത്തു.

''തേനീച്ചകൾ ഭൂമിയിൽനിന്ന് അപ്രത്യക്ഷമായാൽ, മനുഷ്യകുലം നാല് വർഷത്തിലധികം ഭൂമിയിൽ നിലനിൽക്കുകയില്ല'' എന്ന ഐൻസ്റ്റീന്റെ വാക്കുകൾ മനസ്സിലാക്കിയതു കൊണ്ടാണാവോ തേനീച്ചകൾ ഞങ്ങളെ അറഞ്ചം പുറഞ്ചം കുത്തി.

തേനീച്ചക്കുത്തേറ്റ് നിലത്തുവീണ ഭാവി ഐൻസ്റ്റീനെ, അവറ്റകളുടെ കുത്തേറ്റ് വീർത്തുവരുന്ന എന്റെ കൺപോളകൾക്കിടയിലൂടെ ഞാൻ ഒരു നോട്ടം കണ്ടു. പിന്നെ, 'എന്റുമ്മാ...' എന്ന് അലറിക്കരഞ്ഞുകൊണ്ട് ഒറ്റ ഓട്ടമായിരുന്നു ഞാൻ.

മര്യാദയ്ക്ക് വീട്ടിൽ ഇരുന്ന ഷാജിയെ വിളിച്ചുകൊണ്ടുപോയി തേനീച്ചക്കുത്തേൽപ്പിച്ചു എന്നുപറഞ്ഞ്, തങ്കമ്മ ആന്റി ഉമ്മാനോട് കുറെ ദേഷ്യപ്പെട്ടു. ആ വിഷമത്തിൽ നാലടി ഉമ്മാടെ കൈയിൽ നിന്ന് കൂടുതൽ കിട്ടി.

അവിടെയും ഞാൻ സേഫ് സോണിൽ ആയിരുന്നു. കാരണം, ഉമ്മാടെ സ്ഥിരം ഡയലോഗ് എന്റെ രക്ഷയ്ക്കെത്തി. ''അവൾ ചെറുതല്ലേ, നിങ്ങളെ കണ്ടല്ലേ അവൾ പഠിക്കുന്നത്?'' എന്നു പറഞ്ഞ് എനിക്കുള്ളതുംകൂടി എന്റെ പാർട്ണേഴ്സിന് നൽകുന്നതു കണ്ട് ഈയുള്ളവൾ ചാരിതാർത്ഥ്യമടഞ്ഞു.

ഇളയവൾ ആയാൽ എന്തെങ്കിലും ഗുണം വേണ്ടേ?

ഞങ്ങൾ താമസിച്ചിരുന്ന വീടിന്റെ തൊട്ടപ്പുറത്ത് വീട്ടിലായിരുന്നു ഭാസ്ക്കരപിള്ള അങ്കിൾ താമസിച്ചിരുന്നത്. അങ്കിളിന്റെ ഭാര്യ രാധ ആന്റി, കോന്നിയിൽ ഒരു സ്കൂളിൽ ടീച്ചറായി ജോലിചെയ്യുകയായിരുന്നു. രാധാന്റി സ്കൂൾലീവുകളിൽ മാത്രമേ ക്വാർട്ടേഴ്സിലേക്കു താമസിക്കാൻ വരാറുണ്ടായിരുന്നുള്ളൂ. അവർക്ക് കുട്ടികൾ ഇല്ലായിരുന്നു. അവിടെയുള്ള അങ്കിൾമാരും ആന്റിമാരും ഞങ്ങൾ കുട്ടികളോട് വളരെ സ്നേഹത്തോടെയാണ് പെരുമാറിയിരുന്നത്.

പക്ഷേ, ഭാസ്കരപിള്ളയങ്കിൾ ഞങ്ങളുടെ മുഖത്തേക്കൊന്നു നോക്കുക പോലുമില്ല. അദ്ദേഹം ഞങ്ങളെ കാണുമ്പോൾ വളരെ ഗൗരവത്തിൽ അങ്ങനെ നടന്നുപോകും. അതിന്റെ ഒരു ചൊരുക്കും ഞങ്ങൾക്കുണ്ടായിരുന്നു.

ഒരു ഞായറാഴ്ച ഉച്ചയ്ക്കുശേഷം ഞങ്ങൾ മുറ്റത്തിരുന്ന് കളിക്കുകയായിരുന്നു. ഭാസ്കരപിള്ളയങ്കിൾ, അദ്ദേഹത്തിന്റെ വീട്ടിൽ ജനലിനരികിലുള്ള കട്ടിലിൽ കിടന്നുറങ്ങുന്നത്, ജനലിലൂടെ എത്തിനോക്കിയ ഞങ്ങൾ കണ്ടു. ഞങ്ങളെ മൈൻഡ് ചെയ്യാത്ത അങ്കിൾ അങ്ങനെ സുഖമായി ഉറങ്ങണ്ട എന്നൊരു അസുരചിന്ത മനസ്സിലുണ്ടായ ഞങ്ങൾ, ഒരു ചെറിയ വടിയെടുത്ത് ഉറങ്ങുന്ന അങ്കിളിന് ഒരു കുത്ത് കൊടുത്തു. ഞെട്ടി എണീറ്റ അങ്കിൾ നോക്കുമ്പോഴേക്കും ഞങ്ങൾ ഓടിക്കളഞ്ഞു.

ഇതു പല ദിവസങ്ങളിൽ ആവർത്തിച്ചു. അവസാനം സഹികെട്ട് അങ്കിൾ വാപ്പാനോട് പരാതി പറഞ്ഞു. ഇനി മേലാൽ അങ്ങനെ ചെയ്യരുത് എന്ന് വാപ്പ ഞങ്ങൾക്ക് താക്കീതും തന്നു.

അന്ന് ആ തെറ്റിന്റെ ആഴം അറിയാത്ത കൊച്ചുകുട്ടികൾ ആയിരുന്നു ഞങ്ങളെങ്കിലും ഇന്ന് അതോർത്ത് വല്ലാത്തൊരു കുറ്റബോധം തോന്നാറുണ്ട്. ഉറക്കത്തിൽ ഒരു ചെറിയ ശബ്ദം കേൾക്കുമ്പോൾ പോലും ഞെട്ടി എണീറ്റ് ദേഷ്യപ്പെടുന്ന എന്റെ സ്വഭാവം കാണുമ്പോൾ എന്റെ കെട്ടിയവനും മകളും ഇടയ്ക്ക് തമാശയ്ക്ക് പറയും ചെറുപ്പത്തിൽ ആ അങ്കിളിനോട് ചെയ്തതിന്റെ ശാപമാണെന്ന്.

ഇന്ന് എന്റെ പേരക്കുട്ടി സയാൻ, ഞാനെത്ര ഭദ്രമായി എടുത്തുവെച്ച സാധനങ്ങൾ കട്ടുതിന്നുന്നത് കാണുമ്പോൾ ഞാൻ ഓർക്കും.

‘‘കൊടുത്താൽ കൊല്ലത്തും കിട്ടും.’’ ■

സരസുവും അലിയും പിന്നെ വിലാസിനിയും

ഞങ്ങളുടെ ചെറുപ്പത്തിൽ വീട്ടുജോലിക്കു സഹായത്തിനായി ആളുകളെ കിട്ടുന്നത് അത്ര ബുദ്ധിമുട്ടുള്ള കാര്യമായിരുന്നില്ല. പണ്ടത്തെ ജന്മി കുടിയാൻ കാലത്ത് അടുക്കളയിലും പറമ്പിലുമൊക്കെ ജോലിക്കാർ സുലഭമായിരുന്നു എന്ന് എന്റെ ഉമ്മ പറഞ്ഞു കേട്ടിട്ടുണ്ട്. ഓരോ കുട്ടി ജനിക്കുമ്പോഴും അതിനെ നോക്കാനായി ഒരു സഹായിയെ നിർത്തും. അങ്ങനെ കുട്ടികളുടെ എണ്ണം കൂടുന്നതനുസരിച്ച് വീട്ടിലെ സഹായികളുടെ എണ്ണവും കൂടും. കുട്ടികൾ വലുതായാലും സഹായികൾ വീട്ടിൽതന്നെ കാണും. ഇതൊന്നും കൂടാതെ അടുക്കളപ്പണിക്കും പുറംപണിക്കുമെല്ലാം വേറെയും സഹായികൾ ഉണ്ടാവും. ചുരുക്കിപ്പറഞ്ഞാൽ വീട്ടിലെ അംഗങ്ങളെക്കാൾ ഇരട്ടി ഉണ്ടാകും ജോലിക്കാരുടെ എണ്ണം.

ഞങ്ങൾ കോട്ടയത്തേക്കു പോന്നപ്പോൾ, ഉമ്മാക്ക് ഈയൊരു സുഭിക്ഷത നഷ്ടപ്പെട്ടതിന്റെ വിഷമം ഉണ്ടായിരുന്നു. എന്നാലും സ്ഥിരമായി കൊടുങ്ങല്ലൂരിൽനിന്നു തന്നെയാണ് സഹായത്തിനായി ഞങ്ങൾ ആളെ കൊണ്ടുവന്നിരുന്നത്.

ആദ്യം കൊണ്ടുവന്നത് സരസുവിനെയാണ്. ഞാനന്ന് ചെറുതായിരുന്നു. അതുകൊണ്ട് സരസുവിനെ എനിക്ക് അത്ര ഓർമ്മയില്ല. ചെറിയ കുട്ടിയായിരുന്ന എന്നെ കുളിപ്പിച്ച്, പൗഡറിട്ട് കണ്ണെഴുതിച്ച് ഉടുപ്പിട്ട് സുന്ദരിയാക്കുന്നതൊക്കെ സരസുവിന് വലിയ ഇഷ്ടമായിരുന്നു. എന്റെ ഓരോ ഉടുപ്പിനും സരസു ഓരോ പേരുകളും ഇട്ടിരുന്നു, സ്ഥലത്തിന്റെയോ സന്ദർഭത്തിന്റെയോ ഉടുപ്പ് തന്ന ആളുടെയോ.

സ്വർണംവെച്ച ഉടുപ്പ്, കാവിലെ ഉത്സവത്തിനു വാങ്ങിച്ച ഉടുപ്പ്, അങ്ങനെ പലതുമായി ബന്ധപ്പെട്ട പേരുകൾ ഓരോ ഉടുപ്പിനും ഉണ്ടാവും സരസുവിന്റെ വകയായി.

ഒരു ദിവസം എന്നെ കുളിപ്പിച്ച് ഉടുപ്പിടീക്കാൻ നേരം സരസു ചോദിച്ചു, ''ഉണ്ണീ, ഉണ്ണിക്ക് തുന്നക്കാരൻ തുന്നിച്ച ഉടുപ്പിട്ടു തരട്ടേ?'' ഇതുകേട്ട് അടുത്തിരുന്ന് പത്രം വായിക്കുകയായിരുന്നു വാപ്പ സരസുവിനോട് ''തുന്നൽക്കാരൻ അല്ലാതെ നിന്റെ അച്ഛനാണോടീ ഉടുപ്പ് തയ്ക്കുന്നത്'' എന്നു ചോദിച്ചു.

വാപ്പാടെ ഈ കളിയാക്കിയുള്ള കമന്റ് കേട്ട് പാവം സരസു നാണിച്ചു തലതാഴ്ത്തി. ഇന്നാണെങ്കിൽ തന്തയ്ക്ക് വിളിച്ചു എന്നു പറഞ്ഞ് ആകെ പ്രശ്നമായേനേ. ഇതൊക്കെ ഉമ്മ ഇടയ്ക്കിടെ പറഞ്ഞുതന്നിരുന്ന ഓർമ്മകളാണ്.

സരസു പോയതിനുശേഷം കൊടുങ്ങല്ലൂരിൽനിന്നും കൊണ്ടുവന്നിരുന്ന മറ്റൊരു ജോലിക്കാരനായിരുന്നു അലി. പതിനാറോ പതിനേഴോ വയസ്സുള്ള ഒരു പയ്യൻ. ഞങ്ങളുടെ ക്വാർട്ടേഴ്സ് സ്ഥിതി ചെയ്യുന്ന കുന്നിൻമുകളിലേക്ക് പത്രം, പാൽ, മീൻ ഇവരൊക്കെയേ സ്ഥിരമായി കുന്നുകയറി വരികയുള്ളൂ. ദൈനംദിന സാധനങ്ങൾ വാങ്ങാൻ കുന്നിനു താഴെയുള്ള കടകളിൽ പോകണം. അതിനു പയ്യന്മാരാണ് നല്ലത് എന്നതാണ് അലിയെ കൊണ്ടുവരാൻ കാരണം.

അന്നൊക്കെ അടുക്കളയിൽ വിറകടുപ്പും അറക്കപ്പൊടി അടുപ്പും ഇലക്ട്രിക് ഹീറ്ററും ആണുണ്ടായിരുന്നത്. മരമില്ലുകളിൽ മരം മുറിക്കുമ്പോൾ വീഴുന്ന ഈർച്ചപ്പൊടിയാണ് അറക്കപ്പൊടി. ഇത് വിൽക്കുന്നയാൾ, രണ്ടോമൂന്നോ ആഴ്ച കൂടുമ്പോൾ കാളവണ്ടിയിൽ അറക്കപ്പൊടിയുമായി വരും. മൂന്നാല് ചാക്ക് അറക്കപ്പൊടി വാങ്ങിച്ചാൽ, അടുത്ത പ്രാവശ്യം അയാൾ വരുന്നതുവരേക്കും അടുപ്പ് കത്തിക്കാൻ അതു മതിയാകും.

പക്ഷേ, മഴക്കാലത്ത് ഈ അറക്കപ്പൊടി ചാക്കിൽ കെട്ടിവച്ചാൽ ചീത്തയായിപ്പോകും എന്നതിനാൽ ഞങ്ങളുടെ ബിൽഡിംഗിന്റെ കോണിച്ചുവട്ടിലെ ഒരു മൂലയിൽ അത് കുടഞ്ഞിട്ടിരിക്കും. ഒരു ദിവസം ഉമ്മ അറക്കപ്പൊടി എടുക്കാൻ ചെന്നപ്പോൾ, ഒരു പാമ്പ് നല്ല സുഖമായി ചൂടുപറ്റി അറക്കപ്പൊടിയിൽ അങ്ങനെ കിടക്കുന്നു. ചുറ്റും റബ്ബർക്കാട് ആയതുകൊണ്ട് പാമ്പുകൾ ധാരാളമായി അവിടെയുണ്ട്. അതിൽപിന്നെ ഉമ്മ വളരെ ശ്രദ്ധാപൂർവ്വമേ അറക്കപ്പൊടി എടുക്കാൻ പോവാറുള്ളൂ. പിന്നെയും പല പ്രാവശ്യം അങ്ങനെ പാമ്പിനെ കണ്ടിട്ടുണ്ടെങ്കിലും നമ്മളുടെ കാൽപെരുമാറ്റം കേൾക്കുമ്പോൾ അവ താനേ ഇഴഞ്ഞുപോകുമായിരുന്നു.

അറക്കപ്പൊടി അടുപ്പിൽ നിറയ്ക്കുന്നത് ശ്രദ്ധിച്ചുവേണം. മുകൾ ഭാഗം തുറന്ന, ഏറ്റവും താഴത്തു സൈഡിൽ മാത്രം വട്ടത്തിൽ ഒരു

തുളയുള്ള ലോഹ ബക്കറ്റ് ആണ് ഈ അടുപ്പ്. അറക്കപ്പൊടി നിറയ്ക്കുമ്പോൾ ഒരു ഉരുണ്ട വടി താഴത്തെ തുളയിലും മറ്റൊരു വടി മുകളിൽ തുറന്ന ഭാഗത്തിന്റെ ഒത്ത നടുക്കായും പിടിക്കും. രണ്ട് വടിയും കൂടെ കൂട്ടിമുട്ടി 'എൽ' ഷേപ്പിൽ ആയിരിക്കും. ഈ വടികൾക്ക് ചുറ്റുമായി അറക്കപ്പൊടി നല്ല ടൈറ്റായി കുത്തിനിറയ്ക്കും. ഇല്ലെങ്കിൽ വടി മാറ്റുമ്പോൾ അറക്കപ്പൊടി എല്ലാംകൂടെ അതിനകത്ത് ഇടിഞ്ഞുവീഴും.

ഇതു നിറച്ചതിനുശേഷം രണ്ട് വടിയും മാറ്റുമ്പോൾ, എൽ ഷേപ്പിലുള്ള കുഴി രൂപാന്തരപ്പെടും. താഴത്തെ ഓട്ടയിൽ തീ കത്തിക്കാൻ ഉള്ള കമ്പുവയ്ക്കും. നടുക്കുള്ള ഓട്ടയിലൂടെ തീ മുകളിലേക്ക് എത്തും. അവിടെ പാചകത്തിനുള്ള പാത്രം വയ്ക്കും.

ഉമ്മയും അലിയും കൂടി ഈ അടുപ്പിൽ, അറക്കപ്പൊടി നിറയ്ക്കുന്നത് ഞാൻ കൗതുകത്തോടെ നോക്കിയിരിക്കും.

വിറകടുപ്പിലേക്കു വേണ്ട ചുള്ളിക്കമ്പുകൾ ശേഖരിക്കാനായി അലി റബ്ബർക്കാട്ടിലേക്കു പോകുമ്പോൾ, ഞങ്ങളെല്ലാം കൂടെപ്പോകും. അലിയെ സഹായിക്കാനാണ് ഉമ്മ ഞങ്ങളെ പറഞ്ഞുവിടുന്നത്. പക്ഷേ, കളി തന്നെയാണ് ഞങ്ങളുടെ ഉദ്ദേശ്യം. റബ്ബർ മരങ്ങൾ പല തട്ടുകളിലായാണ് നട്ടിരിക്കുന്നത്. അതൊക്കെ ചാടി ഇറങ്ങുന്നത് ഞങ്ങൾക്കു വലിയ രസമായിരുന്നു. ചില തട്ടുകൾ നല്ല ഉയരത്തിലായിരിക്കും. നാലു വയസ്സുകാരിയായ ഞാനത് ചാടിച്ചാടി ഇറങ്ങുന്നതു കാണുമ്പോൾ, എന്റെ സഹോദരങ്ങൾ പറയും, 'ഇവളെന്താണ് അടയ്ക്ക ഉരുളുന്നതുപോലെ ഉരുണ്ടുപോകുന്നത്' എന്ന്. ഈ ചാട്ടത്തിനിടയിൽ പലപ്രാവശ്യം കാലൊക്കെ ഉരഞ്ഞുപൊട്ടും. ഉടൻ, അവിടെ ധാരാളമായി വളരുന്ന കുറച്ച് കമ്മ്യൂണിസ്റ്റ് പച്ചയുടെ ഇലയെടുത്ത് പിഴിഞ്ഞ്, മുറിവിലേക്ക് അതിന്റെ നീരൊഴിക്കും. എന്തൊരു നീറ്റൽ ആണെന്നോ... പക്ഷേ, മുറിവെല്ലാം പെട്ടെന്ന് ഭേദമാകും.

റബ്ബർക്കാട്ടിലൂടെ നടക്കുമ്പോൾ ചെത്തിക്കായ, കൊട്ടങ്ങ എന്നു വേണ്ട കണ്ണിൽ കാണുന്ന കായയൊക്കെ പറിച്ചുതിന്നും. റബ്ബർക്കായ വിഷമാണ് എന്ന് മുന്നറിയിപ്പ് ഉള്ളതുകൊണ്ട് അതുമാത്രം തിന്നിട്ടില്ല. റബ്ബർമരത്തിലെ, പാൽ വീഴാൻ വെച്ചിരുന്ന ചിരട്ട എടുത്തു കമഴ്ത്തിക്കളയുക, റബ്ബർപാൽ ഊറിവരുന്നത് ഉണങ്ങിയത് വലിച്ചെടുത്ത് പന്തുണ്ടാക്കുക. അങ്ങനെ അന്നൊക്കെ ചെയ്തുകൂട്ടിയ വികൃതികൾക്കു കണക്കില്ല.

പൊതുവെ ഭക്ഷണം കഴിക്കാൻ മടിച്ചിയായ എന്നെ തീറ്റിക്കാൻ ഉമ്മ ചില ഉപായങ്ങൾ പ്രയോഗിക്കും. അതിലൊന്ന് അലിയുമായുള്ള

തീറ്റമത്സരമാണ്. അടുക്കളയിൽ ഇരുന്ന് അലി ഭക്ഷണം കഴിക്കുന്ന സമയത്ത് എന്നെയും അവിടെ കൊണ്ടിരുത്തും.

അലി തിന്നുന്ന ഒരുരുള ചോറുപോലും എനിക്ക് തിന്നാൻ ആവില്ല എന്നത് വേറെ കാര്യം. എന്നാലും അഹങ്കാരത്തിന് ഒട്ടും കുറവില്ലാത്ത ഞാൻ മത്സരത്തിന് ഒരുങ്ങും. ഉമ്മയാണെങ്കിലോ എന്നെ പ്രോത്സാഹിപ്പിക്കാനായി പറയും, ''അലിയുടെ മസിൽ കണ്ടോ. അതുപോലെയുള്ള മസിൽ വേണമെങ്കിൽ വേഗം ഭക്ഷണം കഴിച്ചോ.''

ഞാൻ എന്റെ പരമാവധി സ്പീഡിൽ ഭക്ഷണം കഴിക്കാൻ ശ്രമിക്കും. മത്സരത്തിൽ തോൽക്കും എന്ന് തോന്നിത്തുടങ്ങിയാൽ, ഞാൻ അലിയുടെ കൈ പിടിച്ചുവെക്കും. പിന്നീട് ഞാൻ കഴിച്ചു കഴിഞ്ഞതിനു ശേഷമേ അവന്റെ കൈ വിടുകയുള്ളൂ. അങ്ങനെ ഞാൻ മത്സരത്തിൽ ജയിച്ചതായി പ്രഖ്യാപിക്കും. ഉമ്മ ഉദ്ദേശ്യം സാധിച്ച സന്തോഷത്തിൽ അലിക്ക് കുറച്ചുകൂടെ ചോറ് ഇട്ടുകൊടുക്കും. ഉമ്മാടെ ഈ സൂത്രം മനസ്സിലാക്കാത്ത ഞാനാണെങ്കിലോ മസിലനെ തോൽപ്പിച്ച സന്തോഷത്തിൽ ഞെളിഞ്ഞുനടക്കും.

എന്റെ ആങ്ങളമാരും അലിയുടെ മസിലിന്റെ ആരാധകരായിരുന്നു. ആരാധന മൂത്ത് കുഞ്ഞിക്ക ഒരിക്കൽ ഒരു പേപ്പറിൽ മസിലും പെരുപ്പിച്ചുനിൽക്കുന്ന അലിയെ വരച്ചു.

വളരെ നല്ല ഒരു വായനക്കാരനായ വാപ്പ, വീട്ടിൽ ഒരു മലയാള പത്രവും ഒരു ഇംഗ്ലീഷ് പത്രവും എപ്പോഴും വരുത്തും. ആ പത്രങ്ങളൊക്കെ വാപ്പാടെ മുറിയിലാണ് വെക്കാറുള്ളത്. എന്റെ വാപ്പ വളരെ അടുക്കും ചിട്ടയും ഉള്ള ആളാണ്. പത്രം വായിച്ചുകഴിഞ്ഞാൽ നന്നായി മടക്കി അതാത് സ്ഥാനങ്ങളിൽതന്നെ വെക്കണം. വീട് അലങ്കോലമായി ഇടുന്നതു വാപ്പാക്ക് തീരെ ഇഷ്ടമല്ല. ആ പേരിൽ ഞങ്ങൾക്കും ഉമ്മാക്കുമെല്ലാം ഇടയ്ക്ക് നല്ല വഴക്കുകൾ കിട്ടാറുണ്ട്.

വാപ്പ രാവിലെ പത്തു മണിക്ക് ഓഫീസിലേക്ക് പോയിക്കഴിഞ്ഞാൽ, ലഞ്ച് ബ്രേക്ക് സമയത്ത്, ഉച്ചയ്ക്ക് ഒരു മണി കഴിയുമ്പോൾ ഉണ്ണാനായി വീട്ടിൽ വരും. ഊണ് കഴിഞ്ഞ് ചെറിയൊരു മയക്കത്തിനു ശേഷം, രണ്ടു മണിക്ക് വീണ്ടും ഓഫീസിലേക്കു പോയാൽ അഞ്ചു മണി ആകുമ്പോൾ തിരിച്ചു വീട്ടിൽ എത്തും. ഓഫീസിലേക്ക് അഞ്ചു മിനിറ്റ് നടക്കാനുള്ള ദൂരമേ ഉള്ളൂ. അല്പം ഗൗരവക്കാരനായ വാപ്പ വീട്ടിലുള്ളപ്പോൾ ഞങ്ങളൊക്കെ വലിയ മര്യാദരാമന്മാരാണ്.

അലിക്ക് വായിക്കാൻ വളരെ ഇഷ്ടമായിരുന്നു. കടയിൽനിന്ന് സാധനങ്ങൾ പൊതിഞ്ഞു കൊണ്ടുവരുന്ന പേപ്പറുകൾവരെ വായിക്കുന്നതു കാണാം. ചിലപ്പോൾ ബുക്കും എടുത്ത് കുളിമുറിയിൽ കയറിയാൽ മണിക്കൂറുകളോളം കഴിഞ്ഞ്, ഉമ്മ പല പ്രാവശ്യം വിളിച്ചാലേ ഇറങ്ങിവരികയുള്ളൂ.

അടുക്കളയിലെ ആവശ്യത്തിന്, കൂടുതലും മുറത്തിൽ വിരിക്കാൻ, പത്രക്കടലാസുകൾ എടുക്കാനായി വാപ്പാടെ മുറിയിലേക്ക്, മറ്റെന്തെങ്കിലും തിരക്കിലാണെങ്കിൽ ഉമ്മ അലിയെ അയയ്ക്കും. 'ഗ്രഹണി പിടിച്ച കുട്ടിക്കു ചക്കക്കൂട്ടാൻ കിട്ടിയ മാതിരി' എന്ന അവസ്ഥയാണ് അപ്പോൾ അലിക്ക്. പേപ്പറുകൾ വായിച്ച് മതിമറന്നു നിൽക്കുന്ന അലിയെ, അടുക്കള ആവശ്യത്തിനു കിട്ടണമെങ്കിൽ ഉമ്മ കുറെ പ്രാവശ്യം വിളിക്കേണ്ടിവരും.

മൂന്നു വർഷങ്ങൾക്കുമുമ്പ് എന്റെ ആദ്യപുസ്തകം പ്രസിദ്ധീകരിച്ചപ്പോൾ, അതു താല്പര്യത്തോടെ വായിച്ചു എന്ന് അലി സന്തോഷത്തോടെ എന്നെ വിളിച്ച് അറിയിച്ചിരുന്നു. അലിയുടെ വായനാശീലം ഇപ്പോഴും ഉണ്ടെന്ന് അറിഞ്ഞതിൽ എനിക്കും അതിയായ ആഹ്ലാദം തോന്നി.

പിന്നീട് ഞങ്ങളുടെ വീട്ടിൽ ജോലിക്കു കൊണ്ടുവന്നത്, എറിയാട് ഞങ്ങളുടെ തറവാട്ടിലെ കുടിയാൻ ആയിരുന്ന തുപ്രന്റെയും കുറുമ്പയുടെയും ഇളയ മകളായ വിലാസിനി ആയിരുന്നു.

പിന്നീട് ഒരു നാലഞ്ച് വർഷക്കാലം വിലാസിനി ആയിരുന്നു ഞങ്ങളുടെ സഹായി. വാപ്പാനെയും ഉമ്മാനെയും വിലാസിനി വിളിച്ചിരുന്നത് 'തമ്പ്രാനും' 'തമ്പാട്ടിയും' എന്നും ഞങ്ങളെ ഓരോരുത്തരെയും 'ഉണ്ണീ' എന്നുമാണ്. അന്നൊന്നും എനിക്ക് അതിന്റെ അർത്ഥം അറിയില്ലായിരുന്നു. പക്ഷേ, ഇന്ന് ആ വിളികളെക്കുറിച്ച് ഓർക്കുമ്പോൾ സ്വയം ചെറുതാവുന്നതുപോലെ തോന്നുന്നു. ജന്മിത്വത്തിന്റെ ആ വിളികളൊക്കെ ഇന്നു കാലഹരണപ്പെട്ടു പോയി. ഭാഗ്യം.

വിലാസിനിക്കും 12-13 വയസ്സ് പ്രായമേ ഉണ്ടായിരുന്നുള്ളൂ. കോട്ടയത്തു വരുമ്പോൾ ഒരു ജോലിയും അറിയാതിരുന്ന അവളെ, ഉമ്മ പതിയെപ്പതിയെ എല്ലാ ജോലികളും പഠിപ്പിച്ചെടുത്തു.

വിലാസിനിയുടെ തല നിറച്ചും പേനുകളായിരുന്നു. ശാരീരിക വൃത്തിയുടെ കാര്യത്തിൽ അല്പം നിഷ്കർഷ പുലർത്തിയിരുന്ന ഉമ്മാക്ക് അതു സഹിക്കാൻ സാധിക്കുന്നില്ലായിരുന്നു. ഉമ്മ പേൻചീപ്പ് വാങ്ങിക്കൊടുത്ത് എന്നും വിലാസിനിയെക്കൊണ്ട് മുടി

ചീകിക്കും. എല്ലാ ദിവസവും നിർബന്ധമായും കുളിക്കാൻ പറയും. എന്തൊക്കെ ചെയ്തിട്ടും പേനിനുമാത്രം ഒരു കുറവുമില്ല.

അപ്പോഴാണ് ഉമ്മാനോട് ആരോ 'ലിസി' എന്ന പേരിൽ പേനിനെ കൊല്ലുന്ന മരുന്നുണ്ട് എന്നു പറഞ്ഞത്. ഞങ്ങളെ സംബന്ധിച്ച് നിത്യോപയോഗ സാധനങ്ങൾ വാങ്ങാൻ കടയിൽ പോകുന്നതു തന്നെ ബുദ്ധിമുട്ടാണ്. മരുന്നുകൾ വാങ്ങാൻ കോട്ടയം ടൗണിൽ തന്നെ പോകണം.

പേനുകളെ കണ്ടുമടുത്ത ഉമ്മ വേഗംതന്നെ ടൗണിൽ പോയി മരുന്ന് വാങ്ങിക്കൊണ്ടുവന്നു വിലാസിനിയുടെ തലയിൽ പുരട്ടി. പേനുകളെ എല്ലാം കൊന്നൊടുക്കിയതിനുശേഷം ഉമ്മ തന്നെ അവളെ കുളിപ്പിച്ചും കൊടുത്തു. പേനുകളെയൊക്കെ കൊന്ന സമാധാനത്തിലും ക്ഷീണത്തിലും ഇരുന്ന ഉമ്മ, വിലാസിനിയോട് ഒരു നല്ല ചായ ഉണ്ടാക്കി കൊണ്ടുവരാൻ പറഞ്ഞു. പേനൊക്കെ പോയി കുളിച്ച് സുന്ദരിയായി വന്ന വിലാസിനി, സന്തോഷത്തോടെ ഉമ്മാക്ക് ഒരു ഗ്ലാസ് നിറച്ചും നല്ല ചായ ഉണ്ടാക്കി കൊണ്ടുകൊടുത്തു.

ചായ കുടിക്കാൻ ഒരുങ്ങിയ ഉമ്മ കണ്ടത്, വിലാസിനിയോടും ഉമ്മാനോടും തങ്ങളുടെ കുലം നശിപ്പിച്ച പ്രതിഷേധം അറിയിക്കാനെന്നമട്ടിൽ ഒരു പേനിന്റെ ശവം ചായയുടെ മുകളിൽ കിടന്നു വട്ടം കറങ്ങുന്നതാണ്. അതുകണ്ട് തലയിൽ കൈവെച്ച് ഇരുന്നുപോയി ഉമ്മ.

അപ്പോഴേക്കും ജോലിക്കാരുടെ ക്ഷാമം തുടങ്ങിയതുകൊണ്ട് ഞങ്ങൾ കൊടുങ്ങല്ലൂരിൽനിന്ന് സ്ഥിരം ജോലിക്കാരെ കൊണ്ടുവരുന്നതു നിർത്തി; അല്ല, നിർത്തേണ്ടിവന്നു. ഞങ്ങൾ പെൺകുട്ടികൾ അടുക്കളജോലിയിൽ ഉമ്മാനെ സഹായിക്കാൻ പാകത്തിൽ വളർന്നിരുന്നതുകൊണ്ട്, പാർട്ട്ടൈം ജോലിക്കാരെക്കൊണ്ടു തന്നെ ഉമ്മ തൃപ്തിയടഞ്ഞു. ■

വേമ്പനാട്ടുകായലിനിന്നൊരു ചാഞ്ചാട്ടം...

സ്കൂൾ അവധി കിട്ടിക്കഴിയുമ്പോൾ എന്റെ കൂട്ടുകാരൊക്കെ അവരുടെ നാട്ടിലേക്കു പോകും. ഇന്നത്തെപ്പോലെ യാത്രാസൗകര്യങ്ങൾ ഒന്നും ഇല്ലാതിരുന്നതുകൊണ്ട്, ഞങ്ങൾ നാടായ കൊടുങ്ങല്ലൂരിലേക്കു പോകുന്നതും അവിടെനിന്ന് ബന്ധുക്കൾ കോട്ടയത്തേക്കു വരുന്നതും വിരളമായിരുന്നു. സ്കൂൾ അടച്ചു രണ്ടു ദിവസം കഴിയുമ്പോഴേക്കും കളിക്കാൻ കൂട്ടുകാർ ഒന്നുമില്ലാത്തതുകൊണ്ട് എനിക്ക് വല്ലാത്ത ബോറടി തോന്നിത്തുടങ്ങും.

ഞങ്ങളുടെ ക്വാർട്ടേഴ്സിന്റെ മുറ്റത്ത് വലിയ പൊക്കത്തിൽ ഒരു വാകമരം ഉണ്ട്. അതിന്റെ മുകളിലേക്കു വലിഞ്ഞുകയറുന്നത്

ഞങ്ങളുടെ വിനോദമായിരുന്നു. എന്റെയും എന്റെ സഹോദരങ്ങളുടെയും ജീവിതത്തിന്റെ ഒരു ഭാഗംതന്നെയായിരുന്നു ആ മരം. ആരാണ് കൂടുതൽ മുകളിലേക്ക് കയറുക എന്ന വാശിയായിരുന്നു ഞങ്ങൾക്ക്. എന്റെ ഇക്കാമാരുടെ ഒപ്പം ആദ്യമൊന്നും എത്താൻ കഴിയില്ലായിരുന്നെങ്കിലും പതുക്കെപ്പതുക്കെ രണ്ടുനിലകെട്ടിടത്തിന്റെ പൊക്കത്തിൽ വളർന്നുനിന്ന ആ മരത്തിന്റെ മുകളിൽ കയറാൻ ഞാനും പഠിച്ചു. ചെറുപ്പത്തിലെ ആ സാഹസം ഇന്ന് ഓർക്കുമ്പോൾ പേടിയാകുന്നു.

''നിലത്തു നിക്ക് പിള്ളാരെ... പെൺകുട്ടികൾ ഇങ്ങനെ മരം കയറാൻ പാടുണ്ടോ...'' ഞങ്ങളുടെ ഈ മരംകേറ്റം കണ്ട് ഉമ്മ പലപ്പോഴും ചോദിക്കും. അതു കേൾക്കുമ്പോൾ ഞങ്ങളുടെ ഉള്ളിലെ ഫെമിനിസ്റ്റുകൾ പ്രതികാരബുദ്ധിയോടെ ഉണരുന്നതുകൊണ്ടാവാം, ഞാനും എന്റെ കുഞ്ഞിത്തയും മരത്തിന്റെ കുറേക്കൂടെ മുകളിലേക്കു കയറാൻ ശ്രമിക്കുമായിരുന്നു.

എന്തെങ്കിലും കൊറിച്ചുകൊണ്ട് ഈ മരത്തിന്റെ ചില്ലയിൽ ഇരുന്ന് നോക്കെത്താദൂരത്ത് കണ്ണും നട്ടുകൊണ്ട് പാട്ടു മൂളുന്നതും മനോരാജ്യം കാണുന്നതും ബോറടി മാറ്റാനുള്ള എന്റെ ഒരു വിനോദമായിരുന്നു.

'വരുവാനില്ലാരുമിന്നൊരുനാളുമീ
വഴിക്കറിയാമതെന്നാലുമെന്നും
പ്രിയമുള്ളോരാളാരോ വരുവാനുണ്ടെന്നു
ഞാൻ വെറുതെ മോഹിക്കുമല്ലോ...'

ഈ പാട്ട് കേൾക്കുമ്പോൾ എനിക്ക് എപ്പോഴും ഈ മരത്തിലുള്ള എന്റെ ഇരിപ്പ് ഓർമ്മവരും. നാടുവിട്ട് ദൂരെ താമസിക്കുന്ന ഞങ്ങളുടെ വീട്ടിലേക്ക് മുന്നറിയിപ്പില്ലാതെ ആരും വരില്ല എന്നറിയാം. എങ്കിലും, അങ്ങനെ ആരെങ്കിലും വരുന്നുണ്ടോ എന്ന ഒരു ആഗ്രഹത്താൽ, ഞാൻ ഈ മരത്തിന്റെ മുകളിൽ കയറിയിരുന്ന് ദൂരേക്ക് നോക്കിയിരിക്കും.

ഈ മരത്തിൽ ചാരിയിരുന്ന് കിളികളുടെ ശബ്ദംകേട്ട് പ്രിയപ്പെട്ട പുസ്തകങ്ങൾ വായിച്ചിരുന്ന എന്റെ കൗമാരകാലം ഓർക്കുമ്പോൾ ഇന്നും ഒരു പ്രത്യേക ഉന്മേഷവും ഒപ്പം നഷ്ടബോധവും തോന്നും.

പലപ്പോഴും ഈ മരം ഞങ്ങളുടെ രക്ഷകനും ആവാറുണ്ട്. കളിച്ചു ബഹളമുണ്ടാക്കി ഞായറാഴ്ചകളിൽ വാപ്പാടെ ഉച്ചയുറക്കത്തിനു

ഭംഗം വരുത്തുമ്പോൾ, വാപ്പാടെ അടിയിൽനിന്നും രക്ഷപ്പെടാൻ പലപ്പോഴും ഓടിക്കയറുന്നതും ഈ മരത്തിലാണ്.

പക്ഷേ, ചില സമയങ്ങളിൽ ഈ മരം നല്ല പാര ആവാറുണ്ട്. ഇതിന്റെ ചെറിയ ഇലകൾ വീണ് മുറ്റം വൃത്തികേടാകുമ്പോൾ അത് അടിച്ചുകളയുന്ന ജോലി ഞങ്ങൾ പെൺമക്കളുടേതായിരുന്നു. ശിശിരമാസങ്ങളിൽ ഇലകൾ ധാരാളം പൊഴിഞ്ഞുവീണ് എല്ലാ ദിവസവും മുറ്റമടിക്കേണ്ടി വരുമ്പോൾ വല്ലാത്ത ദേഷ്യം തോന്നുമായിരുന്നു. പക്ഷേ, ഇന്ന് ആരോഗ്യം നിലനിർത്താനായി പല എക്സർസൈസുകളും ചെയ്യുമ്പോൾ ഞാൻ ഓർക്കും ഈ മരത്തിനു ചുറ്റും ഞങ്ങൾ ചെറുപ്പത്തിലേ ചെയ്തിരുന്ന പലവിധ കളികളും ജോലികളും തന്നെയല്ലേ ഇവയെന്ന്.

ഞങ്ങളുടെ മരംകയറ്റം കണ്ട് ഉമ്മ പലപ്പോഴും താക്കീതു നൽകും ''വീണ് കൈയോ കാലോ ഒടിഞ്ഞാൽ ഞാൻ തിരിഞ്ഞുനോക്കില്ലെന്ന്.'' പക്ഷേ, ഈ മരം ഞങ്ങളെ വീഴ്ചയിൽനിന്ന് എന്നും സംരക്ഷിച്ചിരുന്നു. ചെറിയ മുറിവുകളോ ചതവുകളോ അല്ലാതെ കാര്യമായ ഒരു വീഴ്ചയും ഞങ്ങൾക്കാർക്കും സംഭവിച്ചിട്ടില്ല.

അന്നൊക്കെ കോട്ടയത്തുനിന്ന് കൊടുങ്ങല്ലൂർ പോകുന്നത് ഒരു നീണ്ട യാത്ര തന്നെയായിരുന്നു. ട്രെയിനിലോ ബസ്സിലോ ആദ്യം എറണാകുളത്ത് എത്തും. എറണാകുളം ബോട്ടുജെട്ടിയിൽനിന്ന് വൈപ്പിനിലേക്ക് ബോട്ട്, പിന്നെ വൈപ്പിനിൽനിന്നും മുനമ്പത്തേക്ക് വീണ്ടും ബസ്, മുനമ്പത്തുനിന്ന് വീണ്ടും ബോട്ടിൽ അഴീക്കോടേക്ക്... അങ്ങനെ ബസ്സുകളും ബോട്ടുകളുമൊക്കെ മാറിക്കേറി നാട്ടിലെത്തുമ്പോൾ ഒരു നേരമാകും. അതുകൊണ്ടുതന്നെ നാട്ടിൽ പോക്കെല്ലാം വല്ലപ്പോഴുമായിരുന്നു. ഒഴിച്ചുകൂടാൻ പറ്റാത്ത വല്ല കാര്യങ്ങളും ഉണ്ടായാൽ വാപ്പയും ഉമ്മയും മാത്രം പോകും. നാട്ടിലെ പറമ്പിൽ തേങ്ങ ഇടീക്കാനായി ഇക്കാമാർ ഇടയ്ക്ക് പോകുമായിരുന്നു.

അപ്പോൾപിന്നെ ഞങ്ങൾക്ക് അവധിക്കാലത്ത് വിരുന്നുപോകാൻ ഉണ്ടായിരുന്നത്, ഉമ്മാടെ മൂത്ത ജ്യേഷ്ഠത്തി, ഞങ്ങളുടെ വെല്ലുമൂത്തുമ്മ ഐഷയുടെ വീട് മാത്രമായിരുന്നു. വെല്ലുമൂത്തുമ്മയുടെ ഭർത്താവ് സെയ്തുമുഹമ്മദ് കോട്ടയത്തെ നാട്ടകം ട്രാവൻകൂർ സിമന്റ്സിലാണ് ജോലി ചെയ്തിരുന്നത്. അവർ കുടുംബസമേതം സിമന്റ്സിന്റെ ക്വാർട്ടേഴ്സിലായിരുന്നു താമസം.

അവധി കിട്ടുമ്പോൾ ഞങ്ങൾ രണ്ടുകൂട്ടരും അങ്ങോട്ടുമിങ്ങോട്ടും പോകുമായിരുന്നു. മൂത്തുമ്മാക്ക് ആറ് ആൺമക്കളായിരുന്നു. പെൺമക്കൾ ഇല്ലാത്തതുകൊണ്ട് ഞങ്ങളോട് ഒരു പ്രത്യേക സ്നേഹമുണ്ടായിരുന്നു. ഈ ആറാൺമക്കളിൽ ഇളയവരായ അഹമ്മദും അലുവും ആയിരുന്നു എന്റെ ഉറ്റചങ്ങാതിമാർ.

കുടുംബത്തിൽ എനിക്ക് ഇളയതായി അന്ന് അവർ മാത്രമാണ് ഉണ്ടായിരുന്നത്. എന്നെ 'ഇത്ത' എന്നു വിളിക്കാൻ ഉണ്ടായിരുന്ന രണ്ടേരണ്ട് വ്യക്തികൾ. ആ അധികാരം ഉപയോഗിച്ച് ഞാൻ അവരെ നന്നായി ഭരിക്കും. എന്നെക്കാൾ രണ്ടു വയസുമാത്രം ഇളയവനായ അഹമ്മദ് എന്നെ അത്ര വകവെക്കില്ലെങ്കിലും ഇളയവൻ അലു ഞാനെന്തു പറഞ്ഞാലും അനുസരിക്കും. അവനായിരുന്നു അന്നെന്റെ പ്രിയ അനിയൻ.

'താരന്ത' എന്നാണവർ ചെറുപ്പത്തിൽ എന്നെ വിളിച്ചിരുന്നത്. സാനിത്ത എന്നു വിളിക്കാൻ ശ്രമിച്ചതായിരിക്കും താരന്ത ആയി പോയത്. എന്റെ അധികാരത്തോടെയുള്ള 'എടാ', 'പോടാ' വിളി അവരുടെ ഈഗോയ്ക്കു മുറിവേൽപ്പിച്ചതുകൊണ്ടാണോ എന്നറിയില്ല. വലുതായി കഴിഞ്ഞപ്പോൾ എന്നെ പേരു വിളിക്കാൻ തുടങ്ങി. ആദ്യമൊക്കെ എനിക്ക് അതിൽ അല്പം നിരാശ തോന്നിയിരുന്നെങ്കിലും വിളിയിൽ അല്ലല്ലോ സ്നേഹത്തിൽ അല്ലേ കാര്യം എന്നു വിചാരിച്ച് സമാധാനിച്ചു. ഞങ്ങൾ അന്നുമിന്നും വലിയ കൂട്ടുകാരാണ്.

മൂത്തുമ്മാടെ വീട്ടിൽ ധാരാളം മാങ്ങയും ചക്കയും പേരയ്ക്കയുമെല്ലാം ഉണ്ടായിരുന്നു. അതുകൊണ്ട് ഞങ്ങൾക്കു വേനലവധിക്കാലത്ത് അവിടെ പോകാൻ വലിയ താല്പര്യം ആയിരുന്നു. അവരുടെ വീടിന്റെ മുറ്റത്തുള്ള വലിയ മൂവാണ്ടൻ മാവിന്റെ ചോട്ടിൽ നിന്ന് ഞങ്ങൾ മാറില്ല. നല്ല പൊക്കത്തിൽ വളർന്നുനിൽക്കുന്ന ആ മാവിൽ നിറയെ പുളിയുറുമ്പുകൾ ഉണ്ടായിരുന്നതുകൊണ്ട് മാങ്ങ കയറിപ്പറിക്കാൻ ബുദ്ധിമുട്ടാണ്. പലപ്പോഴും കിളികൾ കൊത്തിയിട്ടിട്ടോ കാറ്റടിച്ചിട്ടോ മാമ്പഴം താഴെവീഴാൻ ഞങ്ങൾ അതിന്റെ ചോട്ടിൽ കാത്തിരിക്കും. ഇടയ്ക്ക് മുതിർന്നവർ ആരെങ്കിലും തോട്ടിയിട്ട് പറിച്ചുതരുന്ന ചെനച്ച മാങ്ങകൾ, കുനുകുനാ മുറിച്ച് ലേശം ഉപ്പും മുളകുപൊടിയും വെളിച്ചെണ്ണയും തിരുമ്മി ഞങ്ങൾ ആസ്വദിച്ചു തിന്നും. അത് ഓർക്കുമ്പോൾ ഇന്നും നാവിൽ വെള്ള മൂറുന്നു.

വേമ്പനാട് കായലിൽ നടക്കുന്ന വള്ളംകളി കാണാനായി സിമന്റ്സിലെ ഓഫീസറായ മൂത്താപ്പാക്ക് വി.ഐ.പി. പാസ് കിട്ടും. ഞങ്ങൾ കാത്തുകാത്തിരിക്കുന്ന ഒരു ആഘോഷമാണത്. വള്ളംകളി കാണാൻ വരുന്ന വി.ഐ.പി.കൾക്ക് ഇരിക്കാനായി, കായലിന്റെ കരയോടു ചേർന്നുള്ള ഭാഗത്തു രണ്ടോമൂന്നോ വള്ളം അടുപ്പിച്ചു കെട്ടിയിടും. എന്നിട്ടതിനു മുകളിൽ നല്ല കനത്തിൽ പലകയും ടാർപോളിനും ഇട്ടതിനുശേഷം കസേരകൾ നിരത്തി ചെറിയൊരു പന്തലും കെട്ടും. വി.ഐ.പി.പാസ് ഉള്ളതുകൊണ്ട് ഞങ്ങളും ആ കസേരകളിൽ ഇടം പിടിക്കും.

ഒരു പ്രാവശ്യം കോട്ടയം കളക്ടറായിരുന്ന ശ്രീമതി ജെ. ലളിതാംബിക ആയിരുന്നു മുഖ്യാതിഥി. കാരിച്ചാൽ ചുണ്ടൻ ഒന്നാമതായി ഫിനിഷിംഗ് പോയിന്റിലേക്ക് കുതിക്കുന്നു. വള്ളംകളി ഇങ്ങനെ ഹരംപിടിച്ചു നടക്കുന്നതിനിടയിൽ, കളി കാണാനായി വന്ന കുറെയധികം ആളുകൾ ഈ വി.ഐ.പി പവലിയനിലേക്ക് ഇടിച്ചുകയറി. വള്ളംകളിയുടെ ലഹരിയിൽ ആരും അതത്ര ശ്രദ്ധിച്ചില്ലെന്നു തോന്നുന്നു.

അമിതഭാരം താങ്ങാനാവാതെ വള്ളങ്ങൾ ചെരിഞ്ഞ്, അതിൽ ഇരുന്നവർ എല്ലാം വെള്ളത്തിലേക്കു വീണു. പുറകിൽ നിന്നവരെല്ലാം വേഗം ഓടിയിറങ്ങിയെങ്കിലും മുന്നിലിരുന്ന ഞങ്ങൾ എല്ലാം വെള്ളത്തിലായി. കരയോടടുത്ത ആഴമില്ലാത്ത സ്ഥലമായിരുന്നതുകൊണ്ട് കാര്യമായ അപകടമൊന്നും സംഭവിച്ചില്ല. എനിക്ക് ഒട്ടും പേടി തോന്നിയില്ലെന്നു മാത്രമല്ല വെള്ളത്തിൽ അങ്ങനെ നിൽക്കാൻ നല്ല രസം തോന്നി. അപ്പോഴേക്കും പൊലീസിനൊപ്പം നാട്ടുകാരിൽ പലരും രക്ഷാപ്രവർത്തനത്തിനായി അരയും തലയും മുറുക്കി ഇറങ്ങിയിരുന്നു. ഞാൻ ചുറ്റും നോക്കുമ്പോൾ എന്റെ കുഞ്ഞിക്ക, വെള്ളത്തിൽ വീഴാതിരിക്കാനായി ഒരു കയറിൽ പിടിച്ചു തൂങ്ങിക്കിടക്കുന്നതു കണ്ടു. ബാക്കിയുള്ള പല കുട്ടികളും വലിയ വായിൽ കരയുന്നുണ്ട്. അതുകണ്ട് ഞാനും വെറുതെ ഉറക്കെ കരയാൻ തുടങ്ങി. ഉടൻതന്നെ ഒരാൾ എന്നെ വന്ന് എടുത്തു.

''മോൾക്കൊന്നും പറ്റിയില്ലല്ലോ? കരയല്ലേ'' എന്നുപറഞ്ഞ് വേഗം കരയിലേക്ക് എത്തിച്ചു. അപ്പോൾ ഞാൻ ഓർത്തു, ''ശ്ശെ... കരയണ്ടായിരുന്നു. ഇത്തിരി നേരം കൂടെ ആ വെള്ളത്തിൽതന്നെ നിൽക്കാമായിരുന്നല്ലോ'' എന്ന്. കരയിലെത്തിയപ്പോൾ ഞാൻ കണ്ട കാഴ്ച, പന്തലിനു പുറകിൽ കരയോടുചേർന്ന ഭാഗത്തു നിന്നതു

കൊണ്ട് പെട്ടെന്ന് ചാടിരക്ഷപ്പെടാൻ പറ്റിയ ഞങ്ങളുടെ മാതാപിതാക്കൾ ആകെ വിഷമിച്ചു കരഞ്ഞുകൊണ്ട് നിൽക്കുന്നതാണ്. ചിരിച്ചുകൊണ്ടു വരുന്ന എന്നെ കണ്ടപ്പോൾ ഉമ്മാക്ക് സമാധാനമായി.

പിറ്റേന്ന് പേപ്പറിൽ ഈ വാർത്ത വളരെ പ്രാധാന്യത്തോടെ തന്നെ വന്നു. 'ഏതോ ഒരു അദൃശ്യശക്തി താങ്ങിനിർത്തുന്നതു പോലെ തോന്നി...', എന്നൊക്കെയുള്ള വി.ഐ.പി.കളുടെ പലവിധ പ്രസ്താവനകൾ പത്രത്തിൽ ഉണ്ടായിരുന്നു.

ഞാൻ ആണെങ്കിലോ ക്ലാസിൽ പോയി കൂട്ടുകാരികളോട് വള്ളി പുള്ളി വിടാതെ, അല്പം സാഹസികത കൂട്ടിച്ചേർത്ത് വിളമ്പി. ടീച്ചർമാർവരെ എന്നോട് വള്ളംകളി വിശേഷങ്ങൾ ചോദിച്ചു.

അന്ന് ക്ലാസ്സിൽ ഞാനായിരുന്നു താരം. ചുളുവിൽ തിളങ്ങാൻ കിട്ടുന്ന ഇങ്ങനത്തെ ഒരവസരവും നമ്മൾ പാഴാക്കാൻ പാടില്ലല്ലോ.

തൃശ്ശിവപേരൂരെ പൂരം കണ്ടോ?

യാത്രാസൗകര്യങ്ങൾ കുറവായിരുന്നതിനാൽ റബ്ബർ ബോർഡിൽ നിന്നും കോട്ടയം ടൗണിലേക്കു പോകുന്നത് ഇത്തിരി ബുദ്ധിമുട്ട് തന്നെയായിരുന്നു. രാവിലെയും വൈകുന്നേരവും സ്റ്റാഫിനെ കൊണ്ടു പോകുന്ന ബസ് ഉണ്ടെങ്കിലും രണ്ടാം ശനിയാഴ്ചയും ഞായറാഴ്ച കളിലും ഓഫീസ് അവധിയായതിനാൽ ബസ് ഉണ്ടാവില്ല. റബ്ബർ ബോർഡ് കുന്നിറങ്ങി താഴെ എത്തിയാൽ അതിലേ ഒരു പ്രൈവറ്റ് ബസ് ഉണ്ട്. പക്ഷേ, അതാകെ രണ്ടോ മൂന്നോ ട്രിപ്പ് മാത്രമേ ഉണ്ടാവുകയുള്ളൂ. മാത്രമല്ല അതൊരു പഴഞ്ചടാക്ക് ബസ്സായതി നാൽ റോഡിൽ ഓടുന്നതിനേക്കാൾ കൂടുതൽ അത് വർക്ക്ഷോ പ്പിൽ കയറുന്നതു കൊണ്ട് ആ ബസ്സിനെ ആശ്രയിക്കാൻ പറ്റില്ല. പിന്നെ അവിടെനിന്ന് രണ്ടോ മൂന്നോ കിലോമീറ്റർ നടന്ന് ഒറ്റപ്ലാക്കൽ എന്ന സ്ഥലത്തെത്തിയാൽ, കോട്ടയം - പുതുപ്പള്ളി റൂട്ടിലോടുന്ന ബസ് കിട്ടും.

ക്വാർട്ടേഴ്സിലെ ചുരുക്കം ചിലർക്കുമാത്രമാണ് സ്വന്തമായി കാർ ഉണ്ടായിരുന്നത്, കൂടുതൽ പേർക്കും ടൂവീലർ ആയിരുന്നു. അങ്ങനെ കാത്തുകാത്ത് ഞങ്ങളുടെ വാപ്പയും വാങ്ങി ഒരു ലാംബ്രട്ട സ്കൂട്ടർ. അതിന്റെ നിറവും നമ്പറും ഒക്കെ ഇപ്പോഴും ഓർമ്മയുണ്ട്; ചാര നിറത്തിൽ കെ.എൽ. 4487.

എനിക്ക് ആറേഴ് വയസ്സാകുന്നതുവരെ സ്കൂട്ടർ ഓടിക്കുന്ന വാപ്പാടെ മുമ്പിൽ നിന്നായിരുന്നു എന്റെ യാത്ര. പിന്നീട് എനിക്കു പൊക്കം കൂടിയപ്പോൾ വാപ്പാടെ കാഴ്ച മറയുന്നതിനാൽ എന്നെ പുറകിൽ ഇരുത്താൻ തുടങ്ങി. എന്റെ ഉറച്ച സീറ്റ് നഷ്ടപ്പെട്ടതിൽ എനിക്ക് ഏറെ വിഷമം ഉണ്ടായിരുന്നു. കാരണം, സ്കൂട്ടറിൽ സ്ഥല മില്ല എന്ന കാരണത്താൽ അതുവരെയും എനിക്കു യാത്ര മുടങ്ങി യിരുന്നില്ല.

വാപ്പാടെ സന്തതസഹചാരിയായിരുന്ന ആ സ്കൂട്ടറിൽ ഇടയ്ക്ക് ഉമ്മയുമൊത്ത് ജങ്കാർ (ചങ്ങാടം) ഒക്കെ കടന്ന് കൊടുങ്ങല്ലൂരിലേക്കു പോലും വാപ്പ പോകാറുണ്ടായിരുന്നു.

ഉമ്മാടെ കുഞ്ഞിത്ത, ഞങ്ങളുടെ കുഞ്ഞിമൂത്തുമ്മ ഷിഫ, ഭർത്താവും ഏക മകൻ ദിലീപുമൊത്ത് തൃശൂരായിരുന്നു താമസം. മൂത്താപ്പ ഹിന്ദി സിനിമകളുടെയും, നടൻ ദിലീപ് കുമാറിന്റെയും വലിയ ആരാധകൻ ആയതുകൊണ്ടാണ് മകനു ദിലീപ് എന്നു പേരിട്ടത്. ഗായകനായ റാഫിയുടെ ആരാധകർ ഏറെയുള്ള എന്റെ കുടുംബത്തിൽ റാഫിമാരും അനേകമുണ്ട്.

ഉമ്മയും കുഞ്ഞിമൂത്തുമ്മയും വലിയ കൂട്ടുകാരായിരുന്നു. കുഞ്ഞിമൂത്തമ്മ വീട്ടിലെത്തിയാൽപിന്നെ അവർ വേറൊരു ലോകത്താണ്. പഴയ കഥകളും തമാശകളും പറഞ്ഞ്, കളിച്ചു ചിരിച്ച് ആഘോഷിക്കും. രാത്രിയുടെ അന്ത്യയാമങ്ങളിൽപോലും ഇവരുടെ സംസാരവും ചിരിയും കേട്ട് പലപ്പോഴും ഞാൻ ഞെട്ടി ഉണരാറുണ്ട്. ഇവരുടെ ഈ പരിസരം മറന്നുള്ള സംസാരത്തിൽനിന്നും പലപ്പോഴും ബാല്യകാലത്തെ ഇവരുടെ കുസൃതികളെക്കുറിച്ചും ബന്ധുക്കളെക്കുറിച്ചുമൊക്കെ ഒരേകദേശരൂപം ഞങ്ങൾ കുട്ടികൾക്കു ലഭിക്കാറുണ്ട്.

എനിക്ക് ഒന്നര വയസ്സുള്ളപ്പോൾ എനിക്ക് ഒരു അനിയത്തി ജനിച്ചു. ആശ എന്നായിരുന്നു അവൾക്കു പേരിട്ടത്. അവൾ ബാലാരിഷ്ടതകൾ അലട്ടിയിരുന്ന കുഞ്ഞായിരുന്നു. രണ്ടു ചെറിയ കുട്ടികളുമായി ഉമ്മ വളരെ ബുദ്ധിമുട്ടിലായതു കണ്ട് കുഞ്ഞിമൂത്തുമ്മ എന്നെ അവരുടെ വീട്ടിലേക്കു കൊണ്ടുപോയി. അപ്പോൾ ആറു വയസുകാരനായ ദിലീപിക്കാടെ ഉണ്ണി ഞാനായിരുന്നു. കുറച്ചു മാസങ്ങൾക്കുശേഷം കുഞ്ഞ് ആശ അസുഖം മൂർച്ഛിച്ചു മരിച്ചു. മനസ്സില്ലാമനസ്സോടെ കുഞ്ഞിമൂത്തുമ്മ എന്നെ തിരികെ ഉമ്മാടെ അടുത്തെത്തിച്ചു.

കുഞ്ഞാശയുടെ മുഖം എനിക്കൊട്ടും ഓർമയില്ല. എന്റെ കുഞ്ഞനിയത്തി ജീവിച്ചിരുന്നെങ്കിൽ എന്തു രസമായിരുന്നേനെയെന്ന് ഇടയ്ക്കു ഞാൻ ചിന്തിക്കാറുണ്ട്.

പിന്നീടൊരിക്കൽ മൂത്തുമ്മ ഉമ്മാനോടു സങ്കടത്തോടെ പറഞ്ഞു, ‘‘ഞാൻ പനി വന്ന് ആകെ കഷ്ടപ്പെട്ടു പോയി. ഒരു ഗ്ലാസ് വെള്ളമെടുത്തു തരാൻപോലും ആരും ഉണ്ടായില്ല. എനിക്കൊരു മകളില്ലാത്തതുകൊണ്ടല്ലേ ഇങ്ങനെ സംഭവിച്ചത്. നിനക്ക് മൂന്നു പെൺകുട്ടികൾ ഉള്ളതുകൊണ്ട് അങ്ങനത്തെ ബുദ്ധിമുട്ടൊന്നും വരില്ല.

മുൻപ് കൊണ്ടുപോയതുപോലെ നിന്റെ ചെറിയ മോളെ ഞാൻ കൊണ്ടു പൊയ്ക്കോട്ടെ.'' പ്രിയപ്പെട്ട സഹോദരിയുടെ സങ്കടം കണ്ട് ഉമ്മാക്ക് സഹിച്ചില്ല. ''എന്നാൽ ഇത്ത അവളെ എടുത്തോ'' എന്നു പറഞ്ഞു. മൂത്തുമ്മ സന്തോഷത്തോടെ അത് സമ്മതിക്കുകയും ചെയ്തു.

വിവരം അറിഞ്ഞ വാപ്പ ഉമ്മാനെ പിന്തിരിപ്പിക്കാൻ ശ്രമിച്ചു. സഹോദരിയോടു പറഞ്ഞ വാക്ക് മാറ്റിപ്പറയാൻ ആവില്ല എന്ന് ഉമ്മ കട്ടായം പറഞ്ഞു. ''അയയ്ക്കുന്നതൊക്കെ കൊള്ളാം. പിന്നെ ഇവിടെ കിടന്നു കരഞ്ഞു ബഹളംവെച്ചാൽ എന്റെ വിധംമാറും'' എന്നൊക്കെ പറഞ്ഞു വാപ്പ ഭീഷണിപ്പെടുത്തിയെങ്കിലും തന്റെ കുഞ്ഞിത്തയുടെ വിഷമത്തിൽ മനമലിഞ്ഞ ഉമ്മ തന്റെ തീരുമാനത്തിൽ ഉറച്ചു നിന്നു.

വിവരമറിഞ്ഞ് ഞാനാണെങ്കിൽ സന്തോഷംകൊണ്ട് തുള്ളിച്ചാടി. മൂത്തുമ്മയുടെ മോൻ ദിലീപിക്കാനെ എനിക്കെന്റെ സ്വന്തം സഹോദരന്മാരെ പോലെതന്നെ ഇഷ്ടമായിരുന്നു. പിന്നെ തൃശ്ശൂർ റൗണ്ടിലൂടെയുള്ള ചുറ്റിക്കറക്കം അന്നും ഇന്നും എനിക്കേറെ പ്രിയമാണ്.

അങ്ങനെ അത്യാവശ്യം സാധനങ്ങളൊക്കെ പായ്ക്ക് ചെയ്ത് സഹോദരങ്ങളോടു സന്തോഷത്തോടെ യാത്ര പറഞ്ഞുകൊണ്ട്, ഞാൻ തൃശ്ശൂരിലേക്ക് യാത്രതിരിച്ചു.

എന്നെ തൃശ്ശൂർ കൊക്കാലയിലെ സ്കൂളിൽ രണ്ടാംക്ലാസിൽ ചേർത്തു. മൂത്തുമ്മാടെ അയൽപക്കക്കാർക്കും സ്കൂളിലുള്ളവർക്കുമെല്ലാം എന്നെ വലിയ ഇഷ്ടമായിരുന്നു. ഇടയ്ക്കിടെ കൊടുങ്ങല്ലൂരിലേക്കും സിനിമയ്ക്കു പോകലുമൊക്കെയായി ആദ്യത്തെ ഒരു മാസം ഞാൻ ഭയങ്കര സന്തോഷത്തിലായിരുന്നു.

പുതുമകളൊക്കെ മാറിത്തുടങ്ങിയതോടെ, എനിക്ക് മാതാപിതാക്കളെയും കൂടപ്പിറപ്പുകളെയും കൂട്ടുകാരെയും റബ്ബർ ബോർഡിനെയും കുറിച്ചോർത്തു വല്ലാത്ത നഷ്ടബോധം തോന്നിത്തുടങ്ങി. എന്നാൽ അതൊന്നും പുറത്തുകാണിച്ചില്ല. കാരണം കുഞ്ഞിമൂത്തുമ്മയും മൂത്താപ്പയും ഒരു മോളെ കിട്ടിയ സന്തോഷത്താലും ദിലീപിക്ക ഒരു കുഞ്ഞിപ്പെങ്ങളെ കിട്ടിയ ആഹ്ലാദത്താലും എന്നോടു വളരെ സ്നേഹത്തിലായിരുന്നു പെരുമാറിയിരുന്നത്.

എന്റെ ഉമ്മയുടെ അവസ്ഥയും വിഭിന്നമല്ലായിരുന്നു. പെറ്റ വയറല്ലേ? രാത്രികളിൽ ഉറങ്ങാതെ കിടന്ന് ഉമ്മ എന്നെ ഓർത്തു കരഞ്ഞു. വാപ്പാടെ വഴക്കു പേടിച്ച് എല്ലാം മനസ്സിൽ അടക്കിപ്പിടിച്ചു.

കുറച്ചുനാളുകൾക്കുശേഷം ഉമ്മാനെയും സഹോദരങ്ങളെയും കൊടുങ്ങല്ലൂരിൽവെച്ച് ഞാൻ കണ്ടു. എനിക്ക് അവരുടെ കൂടെ പോകണം എന്നുപറഞ്ഞ് ഞാൻ അവരെയെല്ലാം കെട്ടിപ്പിടിച്ച് കരച്ചിലായി. അതോടെ കുഞ്ഞിമൂത്തുമ്മാക്കും മനസ്സിലായി, അട്ടയെ പിടിച്ച് മെത്തയിൽ കിടത്തിയിട്ടു കാര്യമില്ല എന്ന്. അങ്ങനെ രണ്ടാം ക്ലാസിലെ പരീക്ഷ കഴിഞ്ഞപ്പോൾ ഞാൻ തിരിച്ച് എന്റെ പ്രിയപ്പെട്ട റബ്ബർ ബോർഡിൽ തിരിച്ചെത്തി.

പിന്നീട് ഇടയ്ക്കിടെ മൂത്തമ്മ എന്നോടു സങ്കടം പറയുമായിരുന്നു, ''എന്നാലും നീ എന്നെ വിട്ടുപോയില്ലേ'', എന്ന്.

ഞാൻ മൂന്നാം ക്ലാസിൽ പഠിക്കുമ്പോഴാണ് ഞങ്ങൾ ടൈപ്പ് 5 ക്വാർട്ടേഴ്സിലേക്ക് താമസം മാറിയത്. മൂന്ന് കിടപ്പുമുറികളും വലിയ സിറ്റിംഗ് റൂമും ഡൈനിങ് റൂമും രണ്ട് ബാത്റൂമുകളും. പോരാത്തതിന് അറ്റാച്ച്ഡ് ബാത്റൂം ഉള്ള ഒരു സർവെന്റ് റൂമും. മുൻപിലും പിറകിലും സിറ്റൗട്ടും വീടിനു ചുറ്റും പൂന്തോട്ടത്തിനും പച്ചക്കറികൃഷിക്കുമെല്ലാം ധാരാളം സ്ഥലവുമുള്ള ആ വീട് ഞങ്ങൾക്ക് ഏറെ ഇഷ്ടമായി. ഞങ്ങളുടെ സന്തോഷത്തിന് അതിരില്ലായിരുന്നു.

നാലു ഫ്ളാറ്റുകൾ ഉള്ള ഒരു കെട്ടിടമായിരുന്നു അത്. ഞങ്ങൾ താഴത്തെ നിലയിലായിരുന്നു താമസം.

തൊട്ടപ്പുറത്ത് ഭാസ്കരപിള്ളയങ്കിൾ, ഭാര്യ ടീച്ചറായി മറ്റൊരിടത്ത് ജോലി നോക്കുന്നതുകൊണ്ട് ഒറ്റയ്ക്കായിരുന്നു താമസം. അതിനു മുകളിലുള്ള ഫ്ളാറ്റിൽ ആനി ആന്റിയും രാധാകൃഷ്ണനങ്കിളും ആയിരുന്നു താമസിച്ചത്. എപ്പോഴും രണ്ട് സ്വർണ്ണമാലയും നെറ്റിയിൽ സിന്ദൂരവും ഇട്ട് അണിഞ്ഞൊരുങ്ങി ഐശ്വര്യവതിയായേ ആന്റിയെ കാണാറുള്ളൂ. കുട്ടികളില്ലാത്ത അവർ അവരുടേതുമാത്രമായ ഒരു ലോകത്തായിരുന്നു. അഞ്ചുമണിക്ക് അങ്കിൾ ഓഫീസിൽ നിന്ന് വന്നുകഴിഞ്ഞ്, ക്വാർട്ടേഴ്സിന്റെ പുറകിൽ അവർ നട്ട, വലിയ പന്തലായി പടർന്നുനിൽക്കുന്ന നിത്യകല്യാണിച്ചെടിയിൽനിന്ന് രണ്ടുപേരുംകൂടെ പൂ പറിച്ച് മാല കെട്ടി, ആന്റിയുടെ തലയിൽ ചൂടി, നല്ല വൃത്തിയിൽ അണിഞ്ഞൊരുങ്ങി, ആന്റിയും അങ്കിളും കൂടെ അവരുടെ നീല ഹെറാൾഡ് കാറിൽ കയറി, എല്ലാ ദിവസവും ടൗണിൽ പോകുമായിരുന്നു. രാത്രി വൈകിയേ അവർ തിരിച്ചെത്താറുണ്ടായിരുന്നുള്ളൂ. വളരെ അപൂർവമായേ ആ ദിനചര്യയിൽ അവർ മാറ്റങ്ങൾ വരുത്തിയിരുന്നുള്ളൂ.

ഞങ്ങളുടെ നേരേ മുകളിലുള്ള ഫ്ളാറ്റിൽ അങ്കിളും ബായി ആന്റിയും മക്കളായ ഹരിച്ചേട്ടനും റാണിച്ചേച്ചിയും അനിക്കുട്ടിച്ചേച്ചിയും

ആയിരുന്നു താമസം. ആന്റി വലിയ സത്യസായിബാബ ഭക്തയാ യിരുന്നു. ആന്റിയും മക്കളും ദൈവങ്ങളുടെ ഫോട്ടോയിൽ ചാർ ത്താനുള്ള മാലകൾ കെട്ടുന്നതു കൗതുകത്തോടെ നോക്കിനിന്ന ഞങ്ങളെ, ആന്റി തന്നെ അടുത്തിരുത്തി മാലകെട്ടാൻ പഠിപ്പിച്ചുതന്നു. ക്വാർട്ടേഴ്സിന്റെ മുറ്റത്തുള്ള വെള്ള, നീല, ഓറഞ്ച് കനകാംബരങ്ങളും ചെമ്പരത്തി ഇതളുകളും കൊണ്ട് എന്റെ കുഞ്ഞിത്ത വളരെ പെട്ടെന്നു തന്നെ ഭംഗിയുള്ള മാലകൾ കെട്ടാൻ പഠിച്ചു.

അധികം താമസിയാതെ തന്നെ അവർ കോട്ടയം ടൗണിൽ തിരു നക്കരയിലുള്ള ഒരു വീട്ടിലേക്കു താമസം മാറ്റി. അവിടെയും ഞങ്ങൾ ഇടയ്ക്കിടെ പോകുമ്പോൾ ആന്റിക്കു പൂമാലകൾ കെട്ടിക്കൊടുക്കാ റുണ്ടായിരുന്നു.

പിന്നീട് ആ വീട്ടിൽ വന്നത് വിവാഹം കഴിക്കാത്ത ഉണ്ണി അങ്കിൾ ആയിരുന്നു. അതോടെ ആ ബിൽഡിങ്ങിൽ കുട്ടികളുള്ളത് ഞങ്ങ ളുടെ വീട്ടിൽ മാത്രമായി. അതോടെ ഞങ്ങൾ അവിടെ കളിച്ചു തിമിർത്തു.

കുറച്ചു നാളുകൾ കഴിഞ്ഞപ്പോൾ രാധാകൃഷ്ണൻ അങ്കിളും ആനി ആന്റിയും കഞ്ഞിക്കുഴിയിലെ ദീപ്തി നഗറിൽ സ്വന്തം വീട് വെച്ചു മാറി. പിന്നീട് അവിടെ താമസിക്കാൻ വന്നത് പണിക്കരങ്കിളും മണി ആന്റിയും മക്കളായ ദീപ, ദീപ്തി ശങ്കരനാരായണൻ (ഡിങ്കു) എന്നിവരായിരുന്നു. ദീപയും ദീപ്തിയും വന്നതോടെ എനിക്ക് നല്ല കളിക്കൂട്ടുകാരെ കിട്ടി. ആ ഇടയ്ക്കാണ് മോഹൻലാൽ ആദ്യ മായി അഭിനയിച്ച 'മഞ്ഞിൽ വിരിഞ്ഞ പൂക്കൾ' എന്ന സിനിമ ഇറ ങ്ങിയത്. ഞങ്ങടെ കൊച്ചൻ ആ സിനിമയിൽ അഭിനയിക്കുന്നുണ്ട് എന്നു മണിയാന്റി പറഞ്ഞു. ആന്റിയുടെ അമ്മായിയുടെ പേരക്കുട്ടി യാണ് ലാലേട്ടൻ എന്നു പറഞ്ഞതായാണെന്റെ ഓർമ

ഞങ്ങളുടെ വീടിന്റെ സൈഡിലുള്ള ഇടറോഡിന് അപ്പുറത്തുള്ള ബിൽഡിങ്ങിൽ, ഭാസ്കരൻ നായരങ്കിളും ഇന്ദുകുമാരി ടീച്ചറും അവ രുടെ മക്കളായ പാർവതി, ലക്ഷ്മി, ഗീത ചേച്ചിമാരും ആയിരുന്നു താമസം. പ്രശസ്ത സാഹിത്യകാരനായിരുന്ന എൻ.പി. ചെല്ലപ്പൻ നായരുടെ മകളായിരുന്ന ഇന്ദുകുമാരി ടീച്ചർ ഞങ്ങളുടെ സ്കൂളിലെ മലയാളം ടീച്ചറായിരുന്നു.

ടീച്ചർ പിന്നീട് വനിതയുടെ സബ് എഡിറ്ററായി ജോലി കിട്ടിയ തിനാൽ ഞങ്ങളുടെ സ്കൂളിൽനിന്നും ജോലി രാജിവെച്ചു പോയി.

ഐശ്വര്യത്തിന്റെ നിറകുടമായിരുന്നു ഇന്ദുകുമാരി ടീച്ചർ. ഞാൻ വളരെയധികം ബഹുമാനിക്കുന്ന വ്യക്തികളിൽ ഒരാൾ.

ടീച്ചറിന്റെ സംസാരം കേട്ടുനിൽക്കാൻതന്നെ എന്തൊരു രസമാണെന്നോ. മുട്ടറ്റമുള്ള ഇടതൂർന്ന മുടിയും മൂക്കിൽ കിടന്നു തിളങ്ങുന്ന വൈരമൂക്കുത്തിയും ടീച്ചറിനെ പതിന്മടങ്ങ് സുന്ദരിയാക്കിയിരുന്നു.

പാർവതിച്ചേച്ചി എന്റെ ഇത്താടെ ക്ലാസിലും ഗീതച്ചേച്ചി എന്റെ കുഞ്ഞിത്താടെ ക്ലാസിലുമായിരുന്നു പഠിച്ചിരുന്നത്. ടീച്ചർ ഞങ്ങളെയൊക്കെ മക്കളെപ്പോലെയാണ് കരുതിയിരുന്നത്. ഇന്ദുകുമാരി ടീച്ചർ രാവിലെ സ്കൂളിലേക്കു വരുമ്പോൾ, ടീച്ചർ ഉടുക്കുന്ന പലതരം ഭംഗിയുള്ള സാരി, തലയിൽ ചൂടുന്ന മുല്ല, റോസ്, കനകാംബരം തുടങ്ങിയ വിവിധതരം പൂക്കൾ ഇവയൊക്കെ കൗതുകത്തോടെയും ആരാധനയോടെയും ഞങ്ങൾ വീക്ഷിക്കും. ഓരോ ദിവസവും ഓരോ സിനിമാനടിമാരുടെ പേര് ടീച്ചറിനെ വിളിച്ച് ഞങ്ങളുടെ ആരാധന പ്രകടിപ്പിക്കുമായിരുന്നു.

കഞ്ഞിക്കുഴിയിൽ സ്വന്തം വീടുവെച്ച് അവരെല്ലാം അവിടെനിന്നും മാറിയപ്പോൾ ഞങ്ങൾക്ക് വല്ലാത്ത സങ്കടം ആയിരുന്നു. അവരുടെ മുറ്റത്തെ മുല്ലപ്പന്തലിൽനിന്ന് മുല്ലപ്പൂ പറിക്കാൻ ഇടയ്ക്കിടെ ഞാൻ ഓടിപ്പോയിരുന്ന ആ വീട് കിളിയൊഴിഞ്ഞ കൂടുപോലെ കിടക്കുന്നതു കണ്ട് മനസ്സ് തേങ്ങി. പക്ഷേ, എനിക്ക് ഏറെ പ്രിയപ്പെട്ടവരാണ് പിന്നീട് ആ വീട്ടിൽ താമസിക്കാൻ വരുന്നതെന്ന് അന്നു ഞാൻ അറിഞ്ഞില്ല. ■

പെരിയാറേ...പെരിയാറേ
പർവതനിരയുടെ പനിനീരേ...

എന്റെ ചെറുപ്പകാലത്തെ സ്കൂൾ അവധിക്കാലത്ത് ആലുവപ്പുഴയുടെ തീരത്തു താമസിച്ചിരുന്ന ഞങ്ങളുടെ വെല്ലുമൂത്താപ്പാടെ വീട്ടിൽ താമസിക്കാൻ പോയിരുന്നതാണ് ഏറ്റവും രസകരമായ അവധിക്കാല ഓർമ്മ. കോട്ടയത്തുനിന്ന് കൊടുങ്ങല്ലൂരിലേക്കു പോകാൻ ബസ്സുകളും ബോട്ടുകളുമൊക്കെ മാറിക്കേറണമെങ്കിൽ, ആലുവയിലേക്കു പോകാൻ അത്രയൊന്നും ബുദ്ധിമുട്ടില്ല എന്നതുകൊണ്ട്, വെല്ലുമൂത്താപ്പാടെ വീട്ടിലേക്ക് ഞങ്ങൾ ഇടയ്ക്കിടെ പോകുമായിരുന്നു.

കോട്ടയം ടൗണിൽനിന്ന് ട്രാൻസ്പോർട്ട് ബസ്സിൽ കയറിയാൽ വെല്ലുമൂത്താപ്പാടെ വീടിന്റെ പടിക്കൽതന്നെ ബസ് നിർത്തുമായിരുന്നു. അങ്ങനെയുള്ള ചില യാത്രകളിൽ ബസ്സിൽ കയറിയ ഉടൻ വാപ്പ, 'റൈറ്റ്' എന്നു പറയുമ്പോൾ ബസ് വിടുന്നതു കണ്ടു. കണ്ടക്ടർക്കുമാത്രം ഉള്ള അധികാരമാണത് എന്നു വിശ്വസിച്ചിരുന്ന എനിക്ക്, വാപ്പ പറഞ്ഞപ്പോൾ വണ്ടി വിട്ടതു വലിയ അതിശയമായിരുന്നു. എന്റെ വാപ്പ പ്രധാനപ്പെട്ട ഒരാൾ ആയതുകൊണ്ടാണ് വാപ്പ 'റൈറ്റ്' പറഞ്ഞപ്പോഴേക്കും ഡ്രൈവർ വണ്ടി വിട്ടതെന്ന ധാരണയിൽ ഞാൻ വാപ്പാനെ ആരാധനയോടെ നോക്കും.

വെളുപ്പിനുതന്നെ ആരംഭിക്കുന്ന ബസ് യാത്രയിൽ പലപ്പോഴും എനിക്ക് ശർദ്ദിക്കാൻ വരും. എങ്ങനെയെങ്കിലും കടിച്ചുപിടിച്ച് ആലുവാപ്പുഴയുടെ ഓർമ്മകളിൽ കണ്ണുമടച്ചങ്ങനെയിരിക്കും. പിന്നെ ബസ് വീട്ടുപടിക്കൽ നിർത്തുമ്പോൾ ആയിരിക്കും ഉറക്കത്തിൽ നിന്നു ഞെട്ടി എഴുന്നേല്ക്കുന്നത്.

വെല്ലുമൂത്താപ്പ അല്പം ഗൗരവക്കാരനാണ്. പക്ഷേ റാബിയ മൂത്തുമ്മ നിഷ്കളങ്ക സ്നേഹത്തിന് ഉടമയാണ്. മൂത്താപ്പാക്ക് ഒമ്പത് മക്കൾ ഉണ്ടായിരുന്നു. അതിന്റെ കൂടെ ഞങ്ങൾ അഞ്ചെണ്ണം കൂടി

ചെല്ലുമ്പോൾ ഉണ്ടാകുന്ന ബഹളമൊന്നും പറയേണ്ടല്ലോ. പക്ഷേ, മൂത്തുമ്മ ഞങ്ങളെ വളരെ സ്നേഹത്തോടെയാണ് പരിചരിക്കാറ്.

ഞങ്ങൾക്കുവേണ്ടി മൂത്തുമ്മ വെട്ടിപ്പൊരിച്ചത്, ശർക്കരവരട്ടി, കേക്ക്... ഉമ്മാക്കുവേണ്ടി ആട്ടിറച്ചി വരട്ടിയത്... അങ്ങനെ സ്പെഷലായി പലതും ഉണ്ടാക്കിത്തരും. മൂത്തുമ്മ ഒരു വലിയ ഭരണിയിൽ ശർക്കര ഉരുക്കി നിറച്ചു വെക്കും. അവരുടെ വീട്ടിൽ കാലങ്ങളായി താമസിക്കുന്ന സഹായിയായ റാബിയുമ്മുമ്മ തലേദിവസത്തെ ചപ്പാത്തി മുറിച്ച് പൊരിച്ചിട്ട്, ഈ ശർക്കരനീര് പുരട്ടി തരും. എന്തൊരു സ്വാദാണെന്നോ അതിന്. അതുകൊണ്ടുതന്നെ ആ വീട്ടിലേക്കു പോകാനും എത്ര ദിവസം താമസിക്കാനും ഞങ്ങൾക്ക് ഒരു മടിയും തോന്നില്ലായിരുന്നു.

ഏറ്റവും ചെറിയ കുട്ടിയായ എന്നെ കൊഞ്ചിക്കുന്നതും കളിയാക്കുന്നതുമൊക്കെ മൂത്തുമ്മാക്ക് ഒരു നേരമ്പോക്കായിരുന്നു. വാപ്പുമ്മാടെ അനിയത്തി കുഞ്ഞുമ്മുമ്മാടെ നടത്തവും ഛായയും എനിക്കുണ്ടെന്നും ഇവളെ കെട്ടിച്ചുകൊടുക്കാൻ ഒരു കുഞ്ഞാലൻ ഉപ്പുപ്പാനെ എവിടുന്ന് കിട്ടും എന്നൊക്കെ പറഞ്ഞ് മൂത്തുമ്മയും ഉമ്മയും കൂടെ പൊട്ടിച്ചിരിക്കും. വായാടിയായ എനിക്കത് കേൾക്കുമ്പോൾ എന്തെന്നില്ലാത്ത കോപം വന്ന് ഓരോ ഗോഷ്ടി കാണിക്കും. അതു കാണുമ്പോൾ എന്നെ മൂപ്പിക്കാനായി, അവർ വീണ്ടും വീണ്ടും ഓരോന്നു പറയും. അവസാനം ഞാൻ കരയും എന്നാകുമ്പോൾ മൂത്തുമ്മ ചിരിച്ചുകൊണ്ട് എന്നെ ചേർത്തുനിർത്തി ആർക്കും നൽകാത്ത എന്തെങ്കിലും പലഹാരമോ മാങ്ങയോ നൽകും.

ഞാൻ വിവാഹിതയായതിനുശേഷവും കുടുംബത്തിലെ ഇളയ കുട്ടി എന്ന പരിഗണന മൂത്തുമ്മ എനിക്കു തന്നിരുന്നു. അവിടെ ചെല്ലുമ്പോഴൊക്കെ എനിക്കായി പ്രത്യേകം എന്തെങ്കിലും പലഹാരങ്ങൾ നൽകാനും ഒരിക്കലും മറക്കാറില്ലായിരുന്നു.

മൂത്താപ്പയുടെ മക്കളായ ഫാത്തിമ (എന്റെ മറ്റൊരു കുഞ്ഞിത്ത), മുംതാസ്, മെഹർബാൻ യഥാക്രമം ഞങ്ങൾ മൂന്നു പെൺകുട്ടികളുടെ കൂട്ടുകാരായിരുന്നു. അവിടുത്തെ വെല്ലിത്ത ഐശാബിയെ ആയിരുന്നു ഉമ്മ ഞങ്ങൾക്കെല്ലാം റോൾമോഡലായി പറഞ്ഞു തന്നിരുന്നത്. ഭൂമിയെപ്പോലും തെല്ലും നോവിക്കാത്ത വിധത്തിലുള്ള നടപ്പ്, ശാന്തസ്വഭാവം, മിതഭാഷിണി, ബുദ്ധിമതി, സുന്ദരി ഇതെല്ലാം കൂടിച്ചേർന്നാൽ ഞങ്ങളുടെ വെല്ലിത്ത ആയി.

ഞങ്ങളെല്ലാവരും കൂടെ ആലുവപ്പുഴയിൽ കുളിച്ചു തിമിർക്കും. നീന്തലറിയാത്ത ഞങ്ങൾ, വെള്ളത്തിൽ ഇറങ്ങുമ്പോൾ ഉമ്മാക്ക് ഭയങ്കര പേടിയാണ്. വെള്ളത്തിൽ കിടന്ന് വെറുതെ കൈകാലിട്ടടിക്കൽ,

വെള്ളത്തിനടിയിൽ മുങ്ങാംകുഴിയിട്ട് എത്രനേരം ശ്വാസം പിടിച്ചു കിടക്കാൻ പറ്റും എന്നു മത്സരിക്കൽ... ഇതിനപ്പുറമൊന്നും എന്നെ ക്കൊണ്ട് സാധിക്കില്ലായിരുന്നു.

പുഴയിൽനിന്ന് കുറച്ചു പൊക്കത്തിലാണ് വീട് സ്ഥിതിചെയ്യു ന്നത്. വീട്ടിൽനിന്ന് കുറെ പടവുകൾ ഇറങ്ങിയാലേ പുഴയിൽ എത്തു കയുള്ളൂ. മൂത്താപ്പയുടെ മക്കളായ വാഹിദിക്കയും സിറാജിക്കയും നസീർക്കയും എന്റെ ഇക്കാമാരുമെല്ലാം പടവുകൾക്കു സൈഡി ലുള്ള അരമതിലിലൂടെ താഴേക്ക് ഓടിവന്നു വെള്ളത്തിലേക്ക് ചാടി നീന്തുന്നതുകണ്ട് ഞാൻ കൊതിയോടെ വാപൊളിച്ചു നിൽക്കും. എന്റെ കണ്ണിൽ അന്നൊക്കെ, സാഹസികതയുടെ നിറകുടങ്ങളായ അവരൊക്കെ വീരപുരുഷന്മാരായിരുന്നു.

വേനൽക്കാലത്ത് പുഴയിൽ അധികം വെള്ളം ഉണ്ടാവില്ല. അപ്പോൾ അത്യാവശ്യം നടന്നും നീന്തിയും കുറച്ചു ദൂരെയുള്ള പരിറാഞ്ചി (പരുന്ത് റാഞ്ചി) മണൽപ്പുറത്തേക്ക് എത്താൻ പറ്റും.

എന്റെ ഇക്കാമാർ, അവർ നീന്തുമ്പോൾ അവരുടെ കാലിൽ പിടി പ്പിച്ചു നീന്തിക്കൊണ്ട് എന്നെ നീന്തൽ പഠിപ്പിക്കാൻ ശ്രമിച്ചെങ്കിലും എനിക്കന്നതിനു സാധിച്ചില്ല. എനിക്കതിൽ വലിയ സങ്കടവും നിരാ ശയും ഉണ്ടായിരുന്നു. പിന്നീട് ദുബായിൽവെച്ച് നീന്തൽക്കുളത്തിൽ പോയി രണ്ടുമാസം കഷ്ടപ്പെട്ട് നീന്തൽ പഠിച്ചപ്പോഴാണ് എനിക്ക് ആ വിഷമം തീർന്നത്.

പുഴയിൽ ഞങ്ങൾ കുളിക്കുമ്പോൾ, ഉമ്മയും മൂത്തമ്മയും താക്കീ തുകളുമായി അടുത്തുതന്നെ ഉണ്ടാവും. ദൂരെ പുഴയുടെ മുകളി ലൂടെയുള്ള റെയിൽപ്പാളത്തിലൂടെ ട്രെയിൻ പോകുന്നത് എന്റെ കുട്ടിക്കാല ഓർമ്മകളിലെ മനോഹരമായ ദൃശ്യങ്ങളിൽ ഒന്നാണ്. താളാത്മകമായി സഞ്ചരിക്കുന്ന തീവണ്ടിയും, ശാന്തമായൊഴുകുന്ന പുഴയും അന്നുമിന്നും എന്റെ ഇഷ്ടങ്ങളാണ്.

മഴക്കാലത്ത് പടവിനടുത്തുവരെ നിലയില്ലാത്ത വെള്ളം ആയതു കൊണ്ടും ചുഴികൾ ഉള്ളതുകൊണ്ടും പുഴയിലിറങ്ങി കുളിക്കാൻ മുതിർന്നവർ ഞങ്ങളെ അനുവദിക്കില്ലായിരുന്നു. അതുകൊണ്ടുതന്നെ മഴക്കാലത്ത് മൂത്താപ്പയുടെ വീട്ടിൽ വിരുന്നുപോകുന്നത് എനിക്കത്ര ഇഷ്ടമുള്ള കാര്യമല്ല.

കോഴിക്കോട് മെഡിക്കൽ കോളേജിൽ അന്ന് എം.ബി.ബി.എസിനു പഠിച്ചിരുന്ന വെല്ലിത്ത, കോളേജിൽനിന്ന് വരുമ്പോൾ വൈറ്റമിൻ ഗുളികകൾ കൊണ്ടുവന്ന് 'ഇതു തിന്നാൽ നല്ല ആരോഗ്യമുണ്ടാകും' എന്നു പറഞ്ഞ് സഹോദരങ്ങൾക്കു നൽകും. ഗുളിക കഴിച്ചാൽ സിനിമകളിൽ കാണുന്നതുപോലെ സൂപ്പർമാൻ പവർ ലഭിക്കുമെന്ന്

തെറ്റിദ്ധരിച്ച നസീർക്ക, ഒരു കർക്കിടക മാസത്തിൽ നിലയില്ലാത്ത വെള്ളമുണ്ടായിരുന്ന ആലുവപ്പുഴയിലിറങ്ങി പരിറാഞ്ചി മണപ്പുറത്തേക്കു നീന്തി. ഇതു കണ്ടുനിന്ന ആരോ ഒരാൾ മൂത്താപ്പാനോട് ഓടിവന്ന് വിവരം പറഞ്ഞു. ‘‘അതൊന്നും സാരമില്ല. അവൻ എവിടെയെങ്കിലും നീന്തിക്കയറി രക്ഷപ്പെട്ടോളും’’ എന്ന മൂത്താപ്പയുടെ മറുപടി കേട്ട് വന്നയാൾ ഞെട്ടി.

ആ സ്ഥാനത്ത് എന്റെ വാപ്പയാണെങ്കിലും അങ്ങനെയേ പറയുകയുള്ളൂ. ഏതു പ്രതിസന്ധിഘട്ടങ്ങൾ വന്നാലും ഞങ്ങളൊക്കെ അതു തരണം ചെയ്തുകൊള്ളുമെന്ന് അവർക്കു മക്കളുടെമേൽ വിശ്വാസമുണ്ടായിരുന്നു. ആ രീതിയിലാണ് അവർ ഞങ്ങളെ വളർത്തിയത്. അത് ഞങ്ങളിലുളവാക്കിയിരുന്ന ആത്മവിശ്വാസം ചെറുതൊന്നുമല്ല.

പക്ഷേ, കാലഘട്ടത്തിന്റെ മാറ്റങ്ങൾ കൊണ്ടാണോ എന്നറിയില്ല, കാരണവന്മാർ നൽകിയ അത്രയും ആത്മവിശ്വാസത്തിൽ ഞങ്ങൾക്കു സ്വന്തം മക്കളെ വളർത്താൻ സാധിച്ചോ എന്ന കാര്യത്തിൽ സംശയമുണ്ട്.

ആലുവ ശിവരാത്രിക്കാലത്ത് കൊടുങ്ങല്ലൂരിൽനിന്ന് വഞ്ചിയിൽ തേങ്ങയും പറമ്പിൽനിന്നു കിട്ടുന്ന മറ്റ് ആദായ വസ്തുക്കളും ഒക്കെയായി ബന്ധുക്കളും ആശ്രിതരും എല്ലാം വെല്ലുമൂത്താപ്പയുടെ വീട്ടിലേക്ക് എത്തുമായിരുന്നു.

അവരുടെ വീടിന്റെ തൊട്ടപ്പുറത്ത് താമസിച്ചിരുന്ന വീട്ടിലെ ചെറിയ കുട്ടിയായ, പാവക്കുട്ടി പോലെ തുടുത്തിരിക്കുന്ന ‘മുംതാസ്’ എന്ന മുന്തായിയെ, മൂത്താപ്പാടെ മക്കൾ കൊഞ്ചിച്ചുകൊണ്ട് നടക്കുന്നതു കാണുമ്പോൾ എന്റെ മനസ്സിൽ കുശുമ്പ് തലപൊക്കും. അതുകൊണ്ടുതന്നെ മുന്തായിയെ എനിക്ക് അത്ര ഇഷ്ടമല്ലായിരുന്നു.

ഒരിക്കൽ വാഹിദിക്കാടെ നേതൃത്വത്തിൽ ഞങ്ങൾ ഒരു കലാസന്ധ്യ പ്ലാൻ ചെയ്തു. (അകാലത്തിൽ ഞങ്ങളെ വിട്ടുപിരിഞ്ഞ വാഹിദിക്കാനെക്കുറിച്ചുള്ള ഓർമ്മകൾ മനസ്സിൽ എപ്പോഴും ഒരു നൊമ്പരമായി വിങ്ങുന്നു).

വീടിന്റെ പുറകിലുള്ള വലിയ ഇറയം ആണ് സ്റ്റേജ്. നാടകം, പാട്ട്, ഡാൻസ്, കവിതാപാരായണം.... അങ്ങനെ പല പരിപാടികൾ ഉണ്ടായിരുന്നു. അയൽപക്കത്തെ കുറച്ചു കുട്ടികളും കൂട്ടുകാരുമടക്കം പങ്കെടുക്കുന്നവരും കാണികളും ഞങ്ങൾതന്നെയായിരുന്നു. മിഠായി, ബിസ്ക്കറ്റ് അങ്ങനെ ചെറിയ ചെറിയ സാധനങ്ങൾ പ്രോത്സാഹന സമ്മാനങ്ങളായി ഉണ്ടായിരുന്നു.

അവർ പറഞ്ഞതനുസരിച്ച് പാട്ടും ഡാൻസുമൊക്കെ ചെയ്തതിന് പ്രത്യേക സമ്മാനമായി, എനിക്ക് നല്ലൊരു കരടിക്കുട്ടിയെയാണ് തന്നത്. ഞാൻ അതും പിടിച്ച് സന്തോഷത്തോടെ വലിയ ഗമയിൽ അങ്ങനെ നടന്നു. അപ്പോഴതാ 'മുന്തായി' കരഞ്ഞുകൊണ്ടു വരുന്നു. അത് അവളുടെ കരടിക്കുട്ടി ആണെന്നുപറഞ്ഞ് എന്റെ കൈയിൽ നിന്ന് തട്ടിപ്പറിക്കാൻ ശ്രമിച്ചു. ജീവിതത്തിൽ ആദ്യമായി കിട്ടിയ 'ടെഡി ബെയർ'. ഞാൻ വിട്ടു കൊടുക്കുമോ? ഞങ്ങൾ തമ്മിൽ പിടിയും വലിയും പിച്ചലും മാന്തലുമൊക്കെയായി. അവസാനം എല്ലാവരും കൂടെ ഇടപെട്ട് ചെറിയ കുട്ടിയായ അവൾക്ക്, ആ കരടിക്കുട്ടിയെ എന്നെക്കൊണ്ട് തിരിച്ചുകൊടുപ്പിച്ചു.

അടുത്ത വരവിൽ ഇവൾക്ക് ഒരു മുട്ടൻ പണി കൊടുക്കണം എന്നൊക്കെ മനസ്സിൽ കരുതി ഞാൻ. പക്ഷേ, പിന്നീട് അധികകാലം വെല്ലുമൂത്താപ്പയും കുടുംബവും ആലുവയിൽ ഉണ്ടായിരുന്നില്ല. അവർ സ്വന്തം വീടുവെച്ച്, നാടായ കൊടുങ്ങല്ലൂരിലെ എറിയാടേക്കു താമസം മാറി.

ഇന്നും പെരിയാറിന്റെ കരയിലെ അവധിക്കാലതാമസവും കുളിയും വെള്ളം തെറിപ്പിച്ചുകൊണ്ടുള്ള കളിയുമൊക്കെ ഓർക്കുമ്പോൾ ഒരു കുളിരാണ്.

'ഒരുവട്ടം കൂടിയാ പുഴയുടെ തീരത്ത്
വെറുതെയിരിക്കുവാൻ മോഹം...
വെറുതെ ഈ മോഹങ്ങൾ എന്നറിയുമ്പോഴും
വെറുതെ മോഹിക്കുവാൻ മോഹം....'

■

ദേവീ... ശ്രീദേവീ...
തേടിവരുന്നൂ ഞാൻ...

ഒരു ദിവസം സ്കൂൾ വിട്ടു വന്ന് കളിക്കാൻ പോയപ്പോഴാണ്, ഇന്ദു കുമാരി ടീച്ചർ താമസം മാറിപ്പോയ വീട്ടിൽ പുതിയ താമസക്കാർ വന്നതു ശ്രദ്ധിച്ചത്. വലിയ സന്തോഷത്തോടെ വീട്ടിൽ ചെന്ന് ഉമ്മാ നോട് കാര്യം പറഞ്ഞു. റബ്ബർ ബോർഡിലെ പുതിയ പി.ആർ.ഒ. ആയ നാരായണനങ്കിളും ശ്രീദേവിയാന്റിയും ആണ് പുതിയ താമ സക്കാർ എന്ന് ഉമ്മ പറഞ്ഞറിഞ്ഞു.

പിറ്റേന്ന് ആ വീടിന്റെ മുറ്റത്ത് നാലുവയസ്സുകാരൻ വാസുദേവ് എന്ന ജിക്കു, സൈക്കിൾ ചവിട്ടി രസിക്കുന്നതു കണ്ടപ്പോൾ, എനിക്ക് അവിടെ പോകാൻ വല്ലാത്ത കൊതിയായി. പരിചയമില്ലാത്ത ആളു കളായതുകൊണ്ട് അങ്ങോട്ട് കയറിച്ചെന്നു മിണ്ടാൻ വല്ലാത്ത ഒരു സങ്കോചവും മടിയും തോന്നി.

രണ്ടു ദിവസത്തിനകംതന്നെ ഞാൻ ഉമ്മാനെ നിർബന്ധിച്ച് വിളിച്ചുകൊണ്ട് ഞങ്ങൾ അവിടെ പോയി. നാരായണനങ്കിൾ അല്പം ഗൗരവക്കാരനായിരുന്നെങ്കിലും ശ്രീദേവി ആന്റി വളരെ സ്നേഹനിർഭരയായിരുന്നു. ഞാനും ജിക്കുവും പെട്ടെന്ന് കൂട്ടുകാ രായി.

ആ കുടുംബവുമായി ഒരു ആജന്മ സുഹൃത്ബന്ധം അന്നവിടെ തുടങ്ങി. അവിടെ ചുമരിൽ തൂക്കിയിട്ടിരുന്ന മരംകൊണ്ടുള്ള മനോ ഹരമായ ശിൽപങ്ങളും വിവിധ ആകൃതിയിലുള്ള തടിപ്പാത്രങ്ങളും ഞങ്ങളിൽ പുതുമ ഉണർത്തി. അതുവരെ അങ്ങനെയുള്ള പാത്ര ങ്ങളൊന്നും ഞങ്ങൾ കണ്ടിട്ടില്ലായിരുന്നു.

കഴിഞ്ഞ ഒന്നര വർഷമായി കുടുംബസമേതം അങ്കിളിന്റെ ജോലി സ്ഥലമായ ഫിലിപ്പീൻസിലായിരുന്നു താമസമെന്നും അവിടെനിന്ന് കൊണ്ടുവന്ന സാധനങ്ങളാണവ എന്നും ആന്റി പറഞ്ഞു.

മോനുമായി കളിക്കാൻ ഇടയ്ക്കിടെ വരണമെന്ന് ഇറങ്ങുമ്പോൾ ആന്റി ഞങ്ങളോടു പറഞ്ഞു. അത് കേൾക്കാൻ കാത്തിരിക്കുകയായിരുന്നു ഞങ്ങൾ. കാരണം ജിക്കുവിന്റെ കളിക്കോപ്പുകളുടെ ശേഖരവും ഷെൽഫിലുണ്ടായിരുന്ന പുസ്തകശേഖരവും കൊതിയോടെ നോക്കിനിന്ന ഞങ്ങളിൽ, 'രോഗി ഇച്ഛിച്ചതും പാല് വൈദ്യൻ കൽപ്പിച്ചതും പാല്' എന്നതുപോലെ ഒരു സന്തോഷമുണ്ടായി. പിന്നീട് അവിടെ പോകുന്നത് എന്റെ ദിനചര്യയുടെ ഒരു ഭാഗമായി.

ആന്റിയാണെങ്കിൽ ഞങ്ങൾക്ക് ആ വീട്ടിൽ എല്ലാവിധ സ്വാതന്ത്ര്യങ്ങളും തന്നിരുന്നു. ആന്റിയും അങ്കിളും നല്ല വായനക്കാരനായിരുന്നു. അവിടത്തെ ഷെൽഫുകളിൽ പല പ്രശസ്തരായ എഴുത്തുകാരുടെയും പുസ്തകങ്ങൾ നിരന്നിരിക്കുന്നത് ഞാനിന്നുമോർക്കുന്നു. മാത്രമല്ല അങ്കിൾ പബ്ലിക് റിലേഷൻസ് ഓഫീസറായിരുന്നതു കൊണ്ടാണെന്ന് തോന്നുന്നു, ഒരുവിധം മാഗസിനുകൾ ഒക്കെ കോംപ്ലിമെന്റ് ആയും കിട്ടിയിരുന്നു. എട്ടുവയസ്സുകാരിയായ ഞാൻ വായനയുടെ ലോകത്തു പിച്ചവെച്ചു നടന്നിരുന്ന കാലം. എന്റെ വായനയിലേക്ക് ഉള്ള കാലടികൾ ഉറയ്ക്കാൻ വളക്കൂറുള്ള മണ്ണ് അവിടെനിന്നു ലഭിച്ചു.

എം.ടി, പൊറ്റക്കാട്ട്, കേശവദേവ്... തുടങ്ങിയ കുറെ പ്രതിഭാധനന്മാരായ എഴുത്തുകാരുടെ തിരഞ്ഞെടുത്ത കഥകൾ എന്ന പുസ്തകങ്ങൾ, ഒരു ലൈബ്രറിയിൽ എന്നവണ്ണം അടുക്കി വച്ചിരിക്കുന്നത്, ഞാൻ അവിടെനിന്ന് എടുത്തുകൊണ്ടുപോയി ആർത്തിയോടെ വായിച്ചുതീർക്കുമായിരുന്നു. കൂട്ടത്തിൽ നാന, മനോരമ, മാതൃഭൂമി, കലാകൗമുദി, മനോരാജ്യം തുടങ്ങിയവയും ഉണ്ടായിരുന്നു.

പുസ്തകവായനയിൽ എനിക്കങ്ങനെ വലുപ്പചെറുപ്പം ഒന്നും ഇല്ലായിരുന്നു. എന്തുകിട്ടിയാലും വായിക്കുന്ന പ്രായമായിരുന്നത്.

ഞങ്ങൾ ഏതു പുസ്തകം വായിക്കാൻ ചോദിച്ചാലും ശ്രീദേവിയാന്റി യാതൊരു മടിയും കൂടാതെ എടുത്തുതരുമായിരുന്നു. എന്നു മാത്രമല്ല, പുതിയ പുസ്തകങ്ങളും വാരികകളും മാസികകളും എടുത്തുതന്നു ഞങ്ങളെ വായിക്കാനായി പ്രേരിപ്പിക്കുകയും ചെയ്യുമായിരുന്നു.

കൊണ്ടുപോയ പുസ്തകങ്ങൾ കേടാക്കിയതിന്റെ പേരിൽ ആന്റിക്ക് അങ്കിളിൽനിന്ന് ഒന്നുരണ്ടു പ്രാവശ്യം വഴക്ക് കേൾക്കേണ്ടി വന്നിട്ടുണ്ട്. എന്നിട്ടും ആന്റി 'ബുക്കുകൾ സൂക്ഷിക്കണം' എന്ന മുന്നറിയിപ്പോടെ ഞങ്ങൾക്ക് പുസ്തകങ്ങൾ വായിക്കാൻ തരുമായിരുന്നു.

വാപ്പാടെയും ഞങ്ങൾ അഞ്ചു മക്കളുടെയും കാര്യങ്ങൾ ശ്രദ്ധിക്കുന്നതിനിടയിൽ പാചകാവശ്യത്തിനു വേണ്ട സാധനങ്ങൾ സമയാസമയം വാങ്ങിവെക്കാൻ പലപ്പോഴും ഉമ്മ മറക്കും. ഞങ്ങൾ താമസിച്ചിരുന്ന ക്വാർട്ടേഴ്സിന്റെ അടുത്തൊന്നും കടകളും ഇല്ല. അപ്പോൾ പിന്നെ ശരണം അയൽക്കാർതന്നെ. ഏറ്റവും ഇളയവളായ എന്നെയാണ് ഉമ്മ ഇതിനെല്ലാം അയയ്ക്കാറുള്ളത്. എനിക്കാണെങ്കിൽ വലിയ മടിയുള്ള കാര്യമാണത്. ഉമ്മ മറ്റുള്ള അയൽക്കാരിൽനിന്നും വാങ്ങാൻ പറഞ്ഞാലും ഞാൻ കൂടുതലും ശ്രീദേവി ആന്റിയുടെ വീട്ടിലേക്കേ പോവുകയുള്ളൂ. അതിനു കാരണം ആന്റിയുടെ പെരുമാറ്റം തന്നെയാണ്. എന്തു ചോദിച്ചാലും സന്തോഷത്തോടെ എടുത്തുതരും. വാങ്ങിച്ച ചെറിയ സാധനങ്ങൾ തിരിച്ചു കൊണ്ടുകൊടുക്കുമ്പോൾ എന്തിനാണ് കൊണ്ടുവന്നത് എന്നു പറഞ്ഞു വഴക്കു പറയും. എന്റെ കുഞ്ഞുമനസ്സിലെ ദുരഭിമാനത്തെയും അപകർഷതാബോധത്തെയും ഇല്ലാതാക്കാൻ ആന്റിയുടെ പെരുമാറ്റം ഒരുപാടു സഹായിച്ചിട്ടുണ്ട്.

ഞങ്ങൾക്ക് ആ വീട് സ്വന്തം വീടു പോലെയായി. രാപകൽഭേദമില്ലാതെ യാതൊരു സങ്കോചവും കൂടാതെ കയറിച്ചെല്ലാൻ പറ്റിയിരുന്ന മറ്റൊരു വീട് എന്റെ ജീവിതത്തിൽ ഉണ്ടായിട്ടുണ്ടോ എന്നു സംശയമാണ്.

ആ വീട്ടിൽ രണ്ടാമതൊരു കുഞ്ഞുവാവ 'ലക്ഷ്മി' വന്നപ്പോൾ ഏറെ സന്തോഷിച്ചതു ഞാനായിരുന്നു. കാരണം, താഴെ ഇളയ കുട്ടികൾ ഇല്ലാതിരുന്ന എനിക്ക്, ജിക്കുവും ലക്ഷ്മിയും സ്വന്തം കൂടപ്പിറപ്പുകൾപോലെയായി. സമയം കിട്ടുമ്പോഴൊക്കെ ലക്ഷ്മിയെ ഞാൻ വീട്ടിലേക്ക് എടുത്തു കൊണ്ടുപോകും. അവൾക്കു ഭക്ഷണം കൊടുക്കുന്നതിനും കണ്ണെഴുതിച്ചു സുന്ദരിയാക്കുന്നതിനും കളിപ്പിക്കുന്നതിനുമൊക്കെ ഞാനും ഇത്താമാരും തമ്മിൽ മത്സരമായിരുന്നു.

ലക്ഷ്മി എന്റെ ഉമ്മാനെ 'മറ്റേഅമ്മ' എന്നാണ് വിളിച്ചിരുന്നത്. ഞാൻ അവളുടെ സ്വന്തം 'നാനച്ചേച്ചി' ആയിരുന്നു.

നാരായണനങ്കിൾ ഓഫീസ് ടൂർ പോകുമ്പോൾ, ശ്രീദേവി ആന്റിക്കും ജിക്കുവിനും ലക്ഷ്മിക്കും കൂട്ടുകിടക്കാനായി എന്നെയാണ് വിളിക്കുന്നത്.

''ബെസ്റ്റ് പാർട്ടിയെയാണ് കൂട്ടുകിടക്കാൻ വിളിക്കുന്നത്. കള്ളനെ കണ്ടാൽ ആദ്യം ബോധം കെടുന്നത് ഇവളായിരിക്കും'' എന്നു പറഞ്ഞ് കുഞ്ഞിക്ക എന്നെ കളിയാക്കും. അവരെയൊന്നും കൂട്ടുകിടക്കാൻ വിളിക്കാത്തതിന്റെ കെറുവ്, ആ കളിയാക്കലിൽ ഒളിഞ്ഞു കിടപ്പുണ്ടായിരുന്നു.

എനിക്കാണെങ്കിലോ ആ കൂട്ടുകിടക്കാൻ പോക്ക് ഒരു ബഹുമതിയും ആയിരുന്നു. രാവിലെ ഉറങ്ങിയെണീറ്റ ഉടൻ ഞാനെന്റെ വീട്ടിലേക്ക് ഓടും. പക്ഷേ അതിനുമുൻപ് ആന്റി നല്ലൊരു കാപ്പി എനിക്കു തരും. വീട്ടിൽ ചായ മാത്രം കുടിച്ചുശീലിച്ച എനിക്ക്, ആ ചൂടു പറക്കുന്ന ബ്രൂ കോഫി ഏറെ ഇഷ്ടമായിരുന്നു. ഇന്നുമതിന്റെ സ്വാദ് നാക്കിൻതുമ്പിൽ ഇരിക്കുന്നതുപോലെ തോന്നുന്നു.

കുറച്ചു നാളുകൾക്കുശേഷം നാരായണനങ്കിളിന്റെ പെങ്ങളുടെ മകൾ, സുമംഗല എന്ന സുമച്ചേച്ചി പ്രീഡിഗ്രിക്കു പഠിക്കാനായി അവരുടെ വീട്ടിൽ വന്നു. സുമച്ചേച്ചിയുടെ വരവ് ഞങ്ങൾക്ക് ഇരട്ടി മധുരമായി. എന്റെ കുഞ്ഞിത്തയും സുമച്ചേച്ചിയും ഒരേ പ്രായമായിരുന്നു. രണ്ടുപേരും ഒരേ കോളേജിലാണ് പഠിച്ചിരുന്നതും.

രണ്ടുവർഷം മുമ്പ് സുമച്ചേച്ചിയുടെ മകളുടെ കല്യാണം എറണാകുളത്തുവച്ച് നടന്നപ്പോൾ ഞങ്ങൾ എല്ലാവരും പോയിരുന്നു.

എന്റെ വിവാഹത്തിനു റബ്ബർ ബോർഡിൽനിന്ന് തൃശ്ശൂരിലേക്കു വന്ന ഏക വ്യക്തി ജിക്കു ആയിരുന്നു. ആന്റിക്കും അങ്കിളിനും മറ്റെന്തോ അസൗകര്യം ഉണ്ടായിരുന്നതുകൊണ്ട് ജിക്കുവിനെയാണ് വിവാഹത്തിന് അയച്ചത്. അവനെ വിവാഹത്തിനു കണ്ടപ്പോൾ എനിക്ക് ഏറെ സന്തോഷം തോന്നി.

ഞാൻ ദുബായിൽ ആയിരുന്നപ്പോഴാണ് നാരായണനങ്കിൾ മരിച്ച വാർത്തയറിഞ്ഞത്. ശ്രീദേവിയാന്റിയുടെയും മക്കളുടെയും അവസ്ഥ ഓർത്ത് ഞാൻ ഒരുപാട് വേദനിച്ചു. പലപ്പോഴും ദുഃസ്വപ്നങ്ങൾ കണ്ട് ഞെട്ടി എഴുന്നേറ്റു. കാലമിത്ര കഴിഞ്ഞിട്ടും അവരൊക്കെ സ്വന്തം കുടുംബംപോലെ എനിക്ക് അത്രമേൽ പ്രിയപ്പെട്ടവരാണെന്ന് ഞാൻ തിരിച്ചറിയുകയായിരുന്നു.

ഇപ്പോഴും ഞങ്ങൾ നാട്ടിൽ പോകുമ്പോഴോ, അവർ ദുബായിൽ എത്തുമ്പോഴോ തമ്മിൽ കാണാറുണ്ട്.

സാമൂഹ്യപ്രവർത്തകയായ, ലപ്പി എന്ന് ഞാൻ വിളിക്കുന്ന ലക്ഷ്മി, എന്റെ അനിയത്തിക്കുട്ടി, ഞങ്ങളുടെ മാത്രമല്ല, ഒരു നാടിന്റെതന്നെ അഭിമാനമാണ്. അവളുടെ കരങ്ങളിലൂടെ പിറവിയെടുത്ത അമ്മൂമ്മത്തിരി, ചേക്കുട്ടിപ്പാവ, പേപ്പർ പെൻ വിത്ത് ലവ്, പി.പി. ഇ. കിറ്റുകൾ കൊണ്ട് ഉണ്ടാക്കിയ ശയ്യ, ടോയ്‌ലെസ് എന്ന സ്ത്രീകൾക്കു യാത്രയിൽ ഉപയോഗിക്കാവുന്ന ശുചിമുറികൾ എന്ന പദ്ധതി... ഇങ്ങനെ കാരുണ്യത്തിന്റെ കടലാഴമായി, സമൂഹനന്മയ്ക്കായി ഉള്ള പുതിയ സംരംഭങ്ങൾ അവൾ തുടർന്നു കൊണ്ടുപോകുന്നതിൽ ഏറെ സന്തോഷമുണ്ട്.

ഇനിയും ഇങ്ങനെയുള്ള സേവനത്തിന്റെ കൂടുതൽ പൊൻതൂവലുകൾ അവളുടെ തൊപ്പിയിൽ തുന്നിച്ചേർക്കാൻ ഇടവരട്ടേ എന്ന് ആഗ്രഹിക്കുന്നു, ആശംസിക്കുന്നു, പ്രാർത്ഥിക്കുന്നു.

എന്റെ ഇന്നത്തെ എഴുത്തിന്, വായനയ്ക്ക്... എല്ലാം പിന്നിൽ, ചെറുപ്പത്തിൽ ആന്റി എനിക്കു മുന്നിൽ വായനയുടെ വാതായനങ്ങൾ തുറന്നിട്ടു തന്നതിന്, വായിക്കാൻ പ്രേരിപ്പിച്ചതിനുള്ള സ്വാധീനം എത്രയാണെന്ന് പറഞ്ഞറിയിക്കാൻ വാക്കുകളില്ല. അന്നും ഇന്നും ഏറെ സ്നേഹിക്കുകയും ബഹുമാനിക്കുകയും ചെയ്യുന്ന ഒരു വ്യക്തിയാണ് ശ്രീദേവി ആന്റി.

നന്ദി... എല്ലാത്തിനും... ■

ശ്രുതി അമ്മ, ലയം അച്ഛൻ

വാപ്പ ഉറങ്ങുമ്പോൾ ആരും ശബ്ദമുണ്ടാക്കി ശല്യം ചെയ്യാൻ പാടില്ല. എന്തെങ്കിലും ശബ്ദം മൂലം ഉറക്കത്തിനു ഭംഗം വന്നാൽ വാപ്പാടെ മട്ടുമാറും.

എനിക്ക് എട്ടോ പത്തോ പ്രായമുള്ള സമയം. ഒരു ഞായറാഴ്ച എന്റെ കുറച്ച് കസിൻസ് വീട്ടിൽ വിരുന്നുവന്നിരുന്നു. ഉച്ചയ്ക്ക് ഊണ് കഴിഞ്ഞ് വാപ്പ ഉറങ്ങാൻ കിടന്നു. ഞങ്ങൾ കുട്ടികൾ എല്ലാവരും കൂടെ ചീട്ടു കളിക്കാൻ ഇരുന്നു. ചീട്ടുകളിക്കിടെ ഞങ്ങളുടെ ശബ്ദം പൊങ്ങിയപ്പോൾ, ഉമ്മ ഒന്നുരണ്ടു പ്രാവശ്യം വന്ന് മുന്നറിയിപ്പ് തന്നു. ഒച്ചയെടുത്ത് വാപ്പാനെ ഉണർത്തിയാൽ നല്ല അടി കിട്ടുമെന്ന്. കളിയുടെ രസത്തിനിടയ്ക്ക് ഞങ്ങൾ അതൊക്കെ മറന്നു.

''ആരാണവിടെ ഒച്ച ഉണ്ടാക്കുന്നത്...'' വാപ്പാടെ അലർച്ച കേട്ട് എല്ലാവരും ചാടിയെണീറ്റ് പലവഴി ഓടി. ഏറ്റവും ചെറുതായ ഞാൻ ഓടാൻ തുടങ്ങുമ്പോഴേക്കും വാപ്പ വാതിൽക്കൽ എത്തി. പേടിച്ചു വിറച്ചു നിന്ന എന്റെ നേരെ ഉറക്കം നഷ്ടപ്പെട്ട ദേഷ്യത്തിൽ വാപ്പ നിലത്തുകിടന്ന് ചെരുപ്പെടുത്ത് ഒറ്റ ഏറ്. ചെരുപ്പ് കറക്റ്റ് ആയിട്ട് വന്നുകൊണ്ടതോ എന്റെ കുട്ടിപ്പാവാട ഉറപ്പിച്ചുനിർത്തിയിരുന്ന, സേഫ്റ്റി ഒട്ടും ഇല്ലാതിരുന്ന സേഫ്റ്റി പിന്നിലും.

'പ്ഠിം...' ദേ കെടക്കണ്, പാവാട നിലത്ത്. ഒരു ഷഡ്ഡി മാത്രം ഇട്ട് (ഭാഗ്യം അതെങ്കിലും ഉണ്ടായത്...!) അണ്ടി പോയ അണ്ണാനെപ്പോലെ നിന്ന എന്നെക്കണ്ട് വാപ്പ ഊറിച്ചിരിച്ചുകൊണ്ട് വേഗം തിരിച്ചു സ്വന്തം മുറിയിലേക്കു പോയി. അതുകൊണ്ട് അന്ന് ബാക്കിയുള്ളവരെല്ലാം അടികിട്ടാതെ രക്ഷപ്പെട്ടു.

എന്നും രാത്രി കിടക്കുന്നതിനു തൊട്ടുമുമ്പായി വാപ്പാക്ക് 'ലെമൺ ടീ' കുടിക്കുന്ന ശീലം ഉണ്ടായിരുന്നു. ഇത്താമാരുടെ വിവാഹശേഷം,

എന്നും അതുണ്ടാക്കേണ്ട ഡ്യൂട്ടി എന്റേതായി. അതിനുവേണ്ട നാരങ്ങ വാങ്ങേണ്ട ചുമതലയും എന്റേതായിരുന്നു. നാരങ്ങ തീരുന്ന തനുസരിച്ച്, കോളേജിൽനിന്നും മടങ്ങുന്ന വഴി ഞാൻ കടയിൽ നിന്ന് നാരങ്ങ വാങ്ങിക്കൊണ്ടു വരുമായിരുന്നു. പക്ഷേ, ഒരിക്കൽ നാരങ്ങ തീർന്ന കാര്യം ഞാൻ മറന്നുപോയി. രാത്രി ലെമൺ ടീ ഉണ്ടാക്കാൻ നേരത്ത് നാരങ്ങയില്ല. കാര്യം അറിഞ്ഞാൽ വാപ്പാടെ കൈയിൽനിന്ന് നല്ല വഴക്ക് കിട്ടും.

എന്തു ചെയ്യും...?

ഞാൻ തലപുകഞ്ഞാലോചിച്ചു. അപ്പോഴാണ് എനിക്ക് ഒരു ഐഡിയ തോന്നിയത്. ഞാൻ വേഗം കുറച്ച് വാളൻപുളി എടുത്തു പിഴിഞ്ഞ് കട്ടൻചായയിൽ ഒഴിച്ചു. എന്റെ കള്ളത്തരം ഇപ്പോൾ കണ്ടു പിടിക്കും എന്ന പേടിയിൽ, വിറച്ചുവിറച്ചാണ് ഞാൻ ആ ചായ വാപ്പാക്ക് കൊടുത്തത്. രുചിവ്യത്യാസം ഒന്നുമറിയാതെ വാപ്പ ചായ കുടിച്ചുകഴിഞ്ഞപ്പോൾ എനിക്കു സമാധാനമായി. പിന്നീട് ഉമ്മാനോട് കാര്യം പറഞ്ഞപ്പോൾ ഉമ്മ പറഞ്ഞു, ''എന്ത് ദുഷ്ടത്തരമാണ് നീ കാണിച്ചത്? പുളി പിഴിഞ്ഞതു കുടിച്ചാൽ വാപ്പാക്ക് വയറ്റിളക്കം പിടിക്കില്ലേ...''

അതോടെ എനിക്ക് ടെൻഷനായി. ഭാഗ്യത്തിന് വാപ്പാക്ക് വയ റിനു പ്രശ്നമൊന്നും ഉണ്ടായില്ല.

വാപ്പാടെ കൂടെ ഭക്ഷണം കഴിക്കുമ്പോൾ ഞങ്ങൾ നല്ല മര്യാദ രാമന്മാരായി, കാര്യമാത്ര പ്രസക്തമായ സംഭാഷണങ്ങൾ മാത്രമാ യിരിക്കും നടത്തുക.

എന്നും രാത്രി രണ്ട് ചപ്പാത്തിയും അല്പം പരിപ്പുകറിയും ഒരു ചെറിയ പാത്രത്തിൽ കഞ്ഞിയും - ഇതാണ് വാപ്പാടെ ശീലം. അത് കഴിച്ചുകഴിഞ്ഞ് വാപ്പ എഴുന്നേറ്റുപോയാൽ പിന്നെ ഞങ്ങളുടെ കൂതറസ്വഭാവങ്ങളെല്ലാം പുറത്തുവരും. ഉമ്മാടെ തമാശകളും ഞങ്ങ ളുടെ കളിയും ചിരിയുമൊക്കെയായിരിക്കും പിന്നവിടെ. ഇടയ്ക്ക് എല്ലാം മറന്നു കത്തിക്കയറി ശബ്ദം ഉയരുമ്പോൾ 'എന്താണ് അവിടെ' എന്ന വാപ്പാടെ ഉച്ചത്തിലുള്ള ഒരു ചോദ്യം മതി, പിന്നെ അവിടെ പിൻഡ്രോപ്പ് സൈലൻസ് ആയിരിക്കും.

കർക്കശക്കാരനായ വാപ്പാടെയടുത്ത് പ്രോഗ്രസ് റിപ്പോർട്ട് ഒപ്പി ടാൻ കൊണ്ടുപോകുന്നത് ഒരു ചടങ്ങുതന്നെയാണ്. എല്ലാ വിഷയ ത്തിനും നല്ല മാർക്ക് ഉണ്ടെങ്കിൽ വേഗം ഒപ്പിട്ടുതരും. പക്ഷേ എന്റെ പ്രോഗ്രസ് റിപ്പോർട്ടിൽ കണക്കിനെന്നും ചുവന്ന മഷിയിലുള്ള മാർക്ക് ആയിരിക്കും.

വാപ്പ ഓഫീസിൽനിന്നു വരുന്നതിനു മുൻപുതന്നെ വാപ്പാടെ മുറിയിലെ മേശപ്പുറത്ത് ഞാൻ എന്റെ പ്രോഗ്രസ് റിപ്പോർട്ട് കൊണ്ടു വയ്ക്കും. ആദ്യമൊന്നും എന്റെ പ്രോഗ്രസ് റിപ്പോർട്ട് വാപ്പ കണ്ട ഭാവം നടിക്കില്ല.

പ്രോഗ്രസ് റിപ്പോർട്ട് തിരിച്ചുകൊടുക്കേണ്ട അവസാന ദിവസം രാവിലെ മുതൽ, വാപ്പാനോട് പറയേണ്ട വാചകങ്ങൾ ഞാൻ റിഹേഴ്സൽ തുടങ്ങും. (അന്നത്തെ ആ റിഹേഴ്സൽ വല്ല നാടക ക്യാമ്പിലും പോയി ചെയ്തിരുന്നെങ്കിൽ ഞാൻ ഇപ്പോൾ വലിയ നടി ആയേനേ..!). എന്തായാലും പ്രോഗ്രസ് റിപ്പോർട്ട് റിഹേഴ്സലിന് ഒടുവിൽ, വിറച്ചു വിറച്ച് ഞാൻ വാപ്പാനോട് കാര്യങ്ങൾ അവതരിപ്പിക്കും.

എന്നും രാത്രി അത്താഴം കഴിഞ്ഞ് വാപ്പ ഏതെങ്കിലും കഥാ പുസ്തകം വായിക്കും. അങ്ങനെ ശാന്തമായി ഇരിക്കുന്ന സമയമാണ് ഞാനെന്റെ നിവേദനങ്ങൾ വാപ്പസമക്ഷം അവതരിപ്പിക്കുന്നത്. അൽപം ഗൗരവത്തിൽ കുറച്ച് ഉപദേശങ്ങളൊക്കെ തന്നു പ്രോഗ്രസ് റിപ്പോർട്ട് ഒപ്പിട്ടുതരും. ഹോ... അപ്പോൾ അനുഭവിക്കുന്ന ഒരു ആശ്വാസം പറഞ്ഞറിയിക്കാൻ പറ്റില്ല.

വാപ്പാടെ ഇഷ്ടപ്രകാരമല്ലാതെ, ഞങ്ങളുടെ ഇഷ്ടപ്രകാരം ഞങ്ങൾ മക്കളാരും ഒന്നും ചെയ്തിട്ടില്ല. അതിനു രണ്ടു കാരണങ്ങൾ ഉണ്ട്. ഒന്ന് വാപ്പാനോടുള്ള ആരാധന, ബഹുമാനം. രണ്ടാമത്തേത് വഴക്കു പറയുമോ എന്നുള്ള പേടി.

സ്കൂൾപഠനം കഴിഞ്ഞ് കോളേജിൽ ഓരോരുത്തരും എന്തു വിഷയം എടുത്ത് പഠിക്കണം എന്നതെല്ലാം വാപ്പാടെ തീരുമാനമാണ്. അത് ഞങ്ങൾ അക്ഷരംപ്രതി അനുസരിക്കുകയും ചെയ്യും. കോളേജിൽ എന്റെ ഇത്താമാരും ഇക്കാമാരും സെക്കൻഡ് ലാംഗ്വേജ് ആയി എടുത്തത് ഹിന്ദിയാണ്. അത് വാപ്പാക്ക് നിർബന്ധമാണ്. കേരളത്തിനു വെളിയിൽ പോയി ജീവിക്കണമെങ്കിൽ ഇംഗ്ലീഷിനൊപ്പം ഹിന്ദിയും അറിഞ്ഞിരിക്കണം എന്നാണ് വാപ്പാടെ അഭിപ്രായം.

എന്റെ കോളേജ് പഠനസമയം ആയപ്പോൾ എനിക്ക് സെക്കൻഡ് ലാംഗ്വേജ് ആയി മലയാളം എടുക്കണം എന്ന് കലശലായ ആഗ്രഹം.

എനിക്ക് ഹിന്ദിക്ക് പത്താം ക്ലാസിൽ നല്ല മാർക്കുണ്ടായിരുന്നു. ഹിന്ദി എനിക്കിഷ്ടവുമാണ്. പക്ഷേ ഇഷ്ടവിഷയമായ മലയാളം ഉപേക്ഷിക്കാൻ എന്റെ മനസ്സ് അനുവദിച്ചില്ല.

ഉള്ളിൽ നല്ല ഭയം ഉണ്ടായിരുന്നെങ്കിലും അങ്ങനെ ആദ്യമായി ഞാൻ വാപ്പാടെ തീരുമാനത്തിന് എതിരു പറഞ്ഞു. എന്തോ ഭാഗ്യത്തിന്,

എന്റെ വാക്കുകൾ കേട്ട് വാപ്പാക്ക് പെട്ടെന്ന് ദേഷ്യം വന്നില്ല. പക്ഷേ, രണ്ടുമൂന്നു പ്രാവശ്യം ഹിന്ദിഭാഷ പഠിച്ചാലുള്ള ഗുണങ്ങൾ പറഞ്ഞെന്നെ അതെടുക്കാൻ വാപ്പ നിർബന്ധിച്ചെങ്കിലും എനിക്ക് മലയാളം മതി എന്ന അഭിപ്രായത്തിൽ ഞാനും ഉറച്ചുനിന്നു. അങ്ങനെ മനസ്സില്ലാമനസ്സോടെ വാപ്പ സമ്മതം തന്നു.

എനിക്കിന്നും അത്ഭുതമാണ്, ഞാനെങ്ങനെ വാപ്പാടെ മുൻപിൽ മലയാളം മതിയെന്നു വാശിപിടിക്കാൻ ധൈര്യം കാണിച്ചു എന്നത്. അന്നത്തെ ആ തീരുമാനത്തിൽ ഞാൻ ഇന്ന് ഏറെ അഭിമാനിക്കുന്നു. കാരണം എന്റെ പ്രീഡിഗ്രി, ഡിഗ്രി പഠനകാലത്ത് ഞാൻ ഏറ്റവും ആസ്വദിച്ചിരുന്നത് എന്റെ മലയാളം ക്ലാസ്സുകൾ ആയിരുന്നു. ഇന്ന് ഇത്രയൊക്കെ എഴുതാൻ എന്നെ സഹായിക്കുന്നതും എന്റെ ആ മലയാളം ക്ലാസ്സുകൾതന്നെ ആണെന്നാണ് എന്റെ വിശ്വാസം.

എന്റെ മലയാളം ക്ലാസ് അധ്യാപകരായിരുന്ന ഹരികൃഷ്ണൻ സാറും ശിവാനന്ദൻ സാറുമെല്ലാം പ്രഗത്ഭരായ ഗുരുനാഥന്മാരാണ്. ഇന്നും അവരുടെ ക്ലാസ്സുകളിൽ പോയി ഇരിക്കാൻ എന്റെ മനസ്സ് കൊതിക്കാറുണ്ട്.

എന്റെ ഇഷ്ടവിഷയം തിരഞ്ഞെടുക്കാൻ ഞാൻ കാണിച്ച ധൈര്യം, അതെനിക്കു തന്ന പഠന സ്വാതന്ത്ര്യം, സന്തോഷം, അറിവുകൾ, എല്ലാം അനിർവചനീയമാണ്. അന്ന് ഞാൻ എടുത്ത ആ തീരുമാനം തെറ്റിയില്ല എന്ന് എന്റെ എഴുത്തിനെ പ്രോത്സാഹിപ്പിച്ചുകൊണ്ടുള്ള പലരുടെയും അഭിപ്രായങ്ങളിൽനിന്ന് മനസ്സിലാവുന്നുണ്ട്.

പക്ഷേ, ഒരു സങ്കടംമാത്രം മനസ്സിലെന്നും വിങ്ങിനിൽക്കുന്നു. ഇതൊന്നും കാണാൻ എന്റെ വാപ്പ ജീവിച്ചിരിപ്പില്ലല്ലോ എന്നത്. ഉണ്ടായിരുന്നെങ്കിൽ ഉള്ളിലെ സന്തോഷം മുഴുവൻ ഒരു കള്ളച്ചിരിയിലൂടെ പുറത്തുകാണിച്ച്, സ്വന്തം തീരുമാനം തെറ്റാണെന്നു സമ്മതിക്കാതെ പറയുമായിരുന്നു, ''ഹിന്ദി എടുത്തിരുന്നെങ്കിൽ നീ ഇതിലും മിടുക്കി ആയേനേ...'' എന്ന്.

കൊടുങ്ങല്ലൂരിലെ നാട്ടുമ്പുറത്തുനിന്നും വാപ്പാടെ ജോലിസ്ഥലമായ കോട്ടയത്തെ നാഗരിക ജീവിതത്തിലേക്കു വന്നപ്പോഴും ഉമ്മ തന്റെ ഇഷ്ടങ്ങളും താല്പര്യങ്ങളും ഒന്നും വേണ്ടെന്നുവയ്ക്കാൻ തയ്യാറായിരുന്നില്ല. കൃഷി, തയ്യൽ, പാചകം ഇതെല്ലാം ഉമ്മാടെ പ്രിയപ്പെട്ട നേരമ്പോക്കുകൾ ആയിരുന്നു.

ഞങ്ങൾ താമസിച്ചിരുന്ന ക്വാർട്ടേഴ്സിന്റെ പുറകുവശത്തുള്ള കുറച്ചു സ്ഥലത്ത് ഉമ്മ ചെയ്യാത്ത കൃഷികളില്ല. വാഴ, പപ്പായ, കപ്പ,

മധുരക്കിഴങ്ങ്, മാതളനാരങ്ങ, ചേന, ചേമ്പ്, പേര, നാരകം, കറിവേപ്പ്, ആത്തച്ചക്ക, കൈതച്ചക്ക, പലതരം പച്ചക്കറികൾ, പൂച്ചെടികൾ അങ്ങനെ വൈവിധ്യമാർന്ന പല ചെടികളുമുണ്ടായിരുന്നു ഉമ്മാടെ അടുക്കളത്തോട്ടത്തിൽ. സാമ്പത്തിക ബുദ്ധിമുട്ടിനും തൊഴിലാളിക്ഷാമത്തിനുമിടയിലും ഉമ്മ അവയൊക്കെ നട്ടുപിടിപ്പിക്കാൻ കാണിച്ചിരുന്ന വഴികളും ഉത്സാഹവും ഇന്നോർക്കുമ്പോൾ വളരെ ഹൃദ്യവും അനുകരണനീയവുമായി തോന്നുന്നു. ഞങ്ങൾ മക്കളുടെ പ്രതിഷേധം പലപ്പോഴും വകവയ്ക്കാതെ, ഏതു വീട്ടിൽ പോയാലും അവിടെ കാണുന്ന ഇഷ്ടപ്പെട്ട ചെടികളുടെ വിത്തോ കമ്പോ ചോദിച്ചു വാങ്ങാൻ ഉമ്മാക്ക് ഒരു മടിയുമില്ലായിരുന്നു. എന്റെ ഇത്താമാരെയും ഇക്കാമാരെയും കൊണ്ട്, പൈസ തുടങ്ങി മറ്റ് പലതും തരാം എന്ന മോഹന വാഗ്ദാനങ്ങൾ നൽകി, കൃഷി ചെയ്യാനുള്ള സ്ഥലമെല്ലാം കൈക്കോട്ടുകൊണ്ട് കിളപ്പിച്ച്, പലവിധ പച്ചക്കറികൾ നടാൻ മണ്ണുകൊണ്ടുള്ള 'ബെഡ്' ഉണ്ടാക്കിക്കും. ഏറ്റവും ഇളയവൾ ആയതുകൊണ്ട് ആ മാതിരി ഭാരിച്ച പണി എനിക്കു തരില്ലായിരുന്നു.

വിത്ത് നടുന്നതും വെള്ളം ഒഴിക്കുന്നതും എല്ലാം ഉമ്മയാണെങ്കിലും എല്ലാത്തിലും സഹായത്തിനു ഞങ്ങൾ മക്കളെയും ഉമ്മ കൂടെക്കൂട്ടും. അതിലൂടെ തന്നെ ഞങ്ങളിലെ കുട്ടിക്കൃഷിക്കാരെ ഉമ്മ രൂപപ്പെടുത്തി. ചായച്ചണ്ടി, മുട്ടത്തോട്, പച്ചക്കറി വേസ്റ്റുകൾ ഇവയെല്ലാം ഇടാൻ അടുക്കളയിൽ പ്രത്യേക പാത്രങ്ങൾ ഉണ്ട്. ഇതും ചാരവുമാണ് ഉമ്മ വളമായി ഇടാറുള്ളത്. പിഞ്ചുവെണ്ടക്കയും പയറും തക്കാളിയുമൊക്കെ ഞങ്ങൾ ചെടിയിൽ നിന്നുതന്നെ പറിച്ചുതിന്നുമായിരുന്നു. എത്ര അനുഗൃഹീതമായ കാലമായിരുന്നു അത് എന്ന് ഇപ്പോൾ തിരിച്ചറിയുന്നു. ഒരിക്കൽ മൈസൂരിൽ പോയിവന്ന ഉമ്മ മുന്തിരിവള്ളികൾ കൊണ്ടുവന്ന് വീട്ടിൽ വളർത്തി. ഉമ്മാടെ ശുശ്രൂഷ കൊണ്ടായിരിക്കണം, പ്രതികൂലമായ കാലാവസ്ഥ ആയിട്ടുപോലും രണ്ടുമൂന്ന് കുല മുന്തിരികൾ ഉണ്ടാവുകയും ചെയ്തു. ഉമ്മ സ്വന്തം പ്രവൃത്തികളിലൂടെതന്നെ ഞങ്ങളുടെ ഉള്ളിലും കൃഷിവാസന ഉണർത്തുകയായിരുന്നു. ഉമ്മാടെയത്ര വരില്ലെങ്കിലും അവ കൈമോശംവരാതെ ഞങ്ങൾ മക്കൾ ഇന്നും സൂക്ഷിക്കുന്നുണ്ട്. എല്ലാവരുടെ വീട്ടിലും മോശമല്ലാത്ത കൃഷിത്തോട്ടങ്ങൾ ഉണ്ട്.

കൃഷി ചെയ്യുന്നതിൽ മാത്രമല്ല, അവയുടെ വിളകളുടെ ഗുണങ്ങളെക്കുറിച്ചും ഉമ്മാക്ക് നല്ല നിശ്ചയമായിരുന്നു. ഭക്ഷണത്തിൽ ഉൾപ്പെടുത്തുന്ന ഓരോ പച്ചക്കറിയുടെയും ഔഷധ മൂല്യങ്ങളെക്കുറിച്ച് ഉമ്മാക്ക് അപാര അറിവായിരുന്നു. ഇലക്കറികളിൽ ധാരാളം

അയണും കാൽസ്യവും മറ്റ് ജീവകങ്ങളും ഉണ്ടെന്നും കാഴ്ചശക്തിക്കും എല്ലുകൾക്കു ബലം നൽകാനും നല്ലതാണെന്നും ചെറുപയറിൽ ധാരാളം പ്രോട്ടീൻ ഉണ്ടെന്നും ശരീരം തണുപ്പിക്കാനും പ്രതിരോധ ശക്തിക്കും നല്ലതാണെന്നും നെല്ലിക്കയിൽ ധാരാളം വിറ്റാമിൻ സി ഉള്ളതുകൊണ്ട് ജലദോഷം വരില്ലെന്നും പരിപ്പ് കഴിച്ചാൽ പരിപ്പിന്റെ നിറമാകുമെന്നും, തക്കാളി കഴിച്ചാൽ മുഖം തുടുത്തു വരുമെന്നും... അങ്ങനങ്ങനെ.

ഭക്ഷണസമയത്ത് ഞങ്ങളെ ഊട്ടാനായി ഓരോ സാധനങ്ങൾക്കും ഇങ്ങനെ പല വിശേഷണങ്ങളും അകമ്പടിയുണ്ടാവും. അന്നൊക്കെ അതു കേൾക്കുമ്പോൾ, പ്രത്യേകിച്ച് ഇഷ്ടമില്ലാത്ത ഭക്ഷണങ്ങൾ കഴിക്കാൻ നിർബന്ധിക്കുമ്പോൾ, ദേഷ്യം തോന്നുമായിരുന്നു. പക്ഷേ, ഇന്ന് ഓർക്കുമ്പോൾ, ഉമ്മാനോട്, ഉമ്മാടെ അറിവിനോട്, ഞങ്ങളുടെ ആരോഗ്യകാര്യത്തിലുള്ള ശ്രദ്ധയോട്, വല്ലാത്ത ഒരു ആരാധന തോന്നുന്നു.

ഉമ്മ ഞങ്ങൾക്കു സ്കൂളിലേക്ക് ഉച്ചയൂണിനായി തന്നയയ്ക്കുന്ന ചോറ്റുപാത്രത്തിൽ നിറയ്ക്കുന്ന ഭക്ഷണങ്ങളുടെ കാര്യം പറഞ്ഞാൽ ബഹുകേമമാണ്. തൈരിൽ കുഴച്ച ചോറിനു മുകളിൽ ചീര, അതും ചുവന്ന ചീര. കാരണം അതിനാണ് ഔഷധഗുണം കൂടുതൽ. അല്ലെങ്കിൽ ചെറുപയർ ഉലർത്ത്. അങ്ങനെ ഉമ്മാടെ ലിസ്റ്റിലെ ഔഷധ ഗുണങ്ങളുള്ള പല മുൻപന്മാരും ചോറുപാത്രത്തിന്റെ മുകളിൽ മാറിമാറി വരും. കൂടുതലും ഉമ്മാടെ അടുക്കളത്തോട്ടത്തിൽ ഉണ്ടായവയുമായിരിക്കും. ഉച്ചയ്ക്ക് ചോറ്റുപാത്രം തുറക്കുന്ന എനിക്ക് പലപ്പോഴും തൈരിന്റെ കെട്ട മണവും, ഇഷ്ടമില്ലാത്ത പച്ചക്കറിയും കാണുമ്പോൾ വരുന്ന ഒരു ദേഷ്യം. പലപ്പോഴും ആ പച്ചക്കറികൾ അങ്ങനെതന്നെ യാതൊരു ദാക്ഷിണ്യവുമില്ലാതെ ചവറ്റുകുട്ടയിലേക്കിടും. ചെറിയൊരു മീൻകഷണമോ മറ്റോ കൂട്ടിയായിരിക്കും പിന്നെ ചോറുതീറ്റ. പാവം ഉമ്മ! പത്താം ക്ലാസ് വരെ മാത്രം പഠിച്ച തന്നെക്കാൾ, തന്റെ മക്കൾ പഠിച്ച് വലിയ ഉദ്യോഗസ്ഥരാകണം എന്ന ആഗ്രഹത്താൽ, വെളുപ്പിന് നാലുമണിക്ക് എണീറ്റ് അഞ്ച് മക്കൾക്കും ആരോഗ്യവും ബുദ്ധിശക്തിയും വർദ്ധിപ്പിക്കുന്ന ഭക്ഷണങ്ങൾ ഉണ്ടാക്കിത്തന്നിരുന്ന ഉമ്മാടെ ആ അധ്വാനം, മനസ്സ് ഒക്കെ ഒരു വിലയുമില്ലാതെ ചവറ്റുകുട്ടയിൽ കളഞ്ഞതിന്റെ നോവിൽ ഇന്ന് ഹൃദയം വിങ്ങുന്നു, കുറ്റബോധം കൊണ്ട്.

സ്കൂളിൽ പഠിക്കുമ്പോൾ ഡാൻസിലും പാട്ടിലും ധാരാളം സമ്മാനങ്ങൾ വാങ്ങിയിരുന്ന ഉമ്മാക്ക് ഞങ്ങളെയും സ്കൂളിലെയും

ക്ലബ്ബിലെയും കലാപരിപാടികളിൽ പങ്കെടുപ്പിക്കാൻ വലിയ ഉത്സാഹമായിരുന്നു. ഞങ്ങളതിൽ സമ്മാനങ്ങൾ വാങ്ങിവരുമ്പോൾ ഉമ്മാടെ സന്തോഷത്തിനതിരില്ലായിരുന്നു.

പരീക്ഷ അടുക്കുന്ന സമയങ്ങളിൽ വെളുപ്പിന് നാലു മണിക്കു തന്നെ ഫ്ളാസ്ക്കിൽ കട്ടൻചായയും ഉണ്ടാക്കിവെച്ച് ഞങ്ങളെയെല്ലാം പഠിക്കാനായി വിളിച്ചെണീപ്പിക്കും ഉമ്മ. ഇക്കാമാരും ഇത്തമാരും ഇരുന്നു പഠിക്കുമെങ്കിലും കട്ടൻചായ തീർന്നുകഴിയുമ്പോൾ ഞാൻ പതുക്കെ കട്ടിലിൽ കയറി കിടന്നുറങ്ങുന്നതോർക്കുമ്പോൾ ചിരിയും വിഷമവും വരും.

ജലദോഷത്തിനും നീരുവീഴ്ചയ്ക്കും തുളസിനീര്, ദഹനക്കേടിന് ഇഞ്ചിനീര്, പ്രാണി, പഴുതാര ഇവയുടെ കടിയേറ്റാൽ മഞ്ഞൾ അരച്ചത് ഇവയൊക്കെ ഉമ്മാടെ അടുക്കളത്തോട്ടത്തിൽനിന്നും ഉടൻ റെഡിയാണ്.

തയ്യലിന്റെ ബാലപാഠം അറിയാതിരുന്ന ഉമ്മ, റബ്ബർബോർഡ് കുന്നിറങ്ങി താഴെ താമസിച്ചിരുന്ന അമ്മാളുവിന്റെ അടുത്തുനിന്ന് തയ്യൽ പഠിച്ചു. ഞാൻ കോളേജിൽ എത്തുന്നതുവരെ എന്റെ സ്കൂൾ യൂണിഫോം അടക്കം എല്ലാം ഉമ്മ തന്നെയാണ് തയ്ച്ചിരുന്നത്. കണിശക്കാരനും മുൻകോപക്കാരനുമായ വാപ്പാടെയും കുരുത്തക്കേടിനു കൈയും കാലും വെച്ച ഞങ്ങൾ അഞ്ചു മക്കളെയും വെച്ച്, ഉമ്മ ഇതെല്ലാം എങ്ങനെ സാധിച്ചു എന്നോർക്കുമ്പോൾ ഉമ്മാക്ക് എന്റെ മനസ്സിൽ ഒരു സൂപ്പർ ഹീറോ പരിവേഷം വരുന്നു.

ക്വാർട്ടേഴ്സിലെ അയൽക്കാരായ ആന്റിമാരുടെ അടുത്തുനിന്നും പഠിച്ച് സ്പോഞ്ച് കേക്ക്, മൈസൂർ പാക്ക്, മിക്സ്ചർ തുടങ്ങി പലവിധ പലഹാരങ്ങൾ വീട്ടിൽ ഉണ്ടാക്കുമായിരുന്നു ഉമ്മ. പ്ലാസ്റ്റിക് വയറുകൾ കൊണ്ട് മുത്തു പതിപ്പിച്ച മനോഹരമായ കുട്ടകൾ മെടയുന്നതിന് ഉമ്മാക്ക് ഒരു പ്രത്യേക കഴിവായിരുന്നു. സീക്വൻസുകളും മുത്തുകളും പതിപ്പിച്ച മനോഹരമായ വാൾപെയിന്റിങ്ങുകൾ ഉണ്ടാക്കി വീടിന്റെ ഭിത്തികൾ അലങ്കരിക്കുന്നതോടൊപ്പം, ബന്ധുക്കൾ പലർക്കും ഉമ്മ അതു സമ്മാനമായും നല്കാറുണ്ടായിരുന്നു. ഉമ്മാടെ ഈ കഴിവുകളിലൊക്കെ വളരെ അഭിമാനം കൊണ്ടിരുന്ന വാപ്പ, ഭാര്യയ്ക്കു വേണ്ട എല്ലാ പ്രോത്സാഹനങ്ങളും നൽകാറുണ്ടായിരുന്നു. കേരളത്തിലെ പല ഭാഗത്തുനിന്നും ഉള്ള ആളുകൾ ജോലിക്കായി വന്നു താമസിച്ചിരുന്ന റബ്ബർ ബോർഡ് ക്വാർട്ടേഴ്സിലുള്ള ആന്റിമാരുമായുള്ള സഹവാസം ഉമ്മാടെ കഴിവുകൾ കൂടുതൽ പരിപോഷിപ്പിക്കുന്നതിനു സഹായിച്ചിരുന്നു.

കോട്ടയത്തുനിന്ന് നാടായ കൊടുങ്ങല്ലൂരിൽ പോകുന്നതൊക്കെ വല്ലപ്പോഴുമായിരുന്നു. പക്ഷേ, ഞങ്ങൾക്കു ബന്ധങ്ങളെക്കുറിച്ച് പറഞ്ഞുതരുന്നതിൽ ഉമ്മ പ്രത്യേകം ശ്രദ്ധിച്ചിരുന്നു. ബന്ധങ്ങളെക്കുറിച്ച് ഞങ്ങളുടെ ആവർത്തിച്ചുള്ള ചോദ്യങ്ങൾക്ക് ഉമ്മ യാതൊരു മടിയുംകൂടാതെ വിവരിച്ച് ഉത്തരങ്ങൾ തരുമായിരുന്നു. ഈ വിവരണങ്ങൾ, ബന്ധങ്ങളുടെ ഊഷ്മളതയെക്കുറിച്ച് ഞങ്ങളുടെ മനസ്സിൽ ആഴത്തിൽ പതിപ്പിച്ചു. അതിന്റെയൊക്കെ ഗുണങ്ങൾ ഞങ്ങൾ ഇന്നു ശരിക്കും അറിയുന്നുണ്ട്. ചിലപ്പോഴൊക്കെ ഉമ്മ കട്ടിലിൽ കിടക്കുമ്പോൾ ഞങ്ങൾ അഞ്ചുമക്കളും ചുറ്റും പറ്റിച്ചേർന്നു കിടക്കും. ഇതു കാണുമ്പോൾ വാപ്പ കളിയാക്കും,

“ഇതെന്താണ് പട്ടി പെറ്റുകിടക്കുന്നതു പോലെ ഉമ്മയും മക്കളും കിടക്കുന്നത്.”

ഉമ്മ ഞങ്ങൾക്കു പകർന്നുതന്ന നാട്ടറിവുകളും വീട്ടറിവുകളും ഞങ്ങളുടെ മക്കൾക്കു പകർന്നുനൽകാൻ ഞങ്ങൾ ശ്രമിച്ചിട്ടുണ്ട്. പക്ഷേ, ഇന്നത്തെ ഈ തിരക്കു പിടിച്ച കമ്പ്യൂട്ടർ യുഗത്തിൽ അത് എത്രത്തോളം വിജയിച്ചിട്ടുണ്ട് എന്ന കാര്യത്തിൽ ഞങ്ങൾക്ക് ആശങ്കയുണ്ട്.

ഇങ്ങനെ വാപ്പാനെയും ഉമ്മാനെയും കുറിച്ച് പറഞ്ഞാൽ തീരാത്ത ഒരുപാട് കാര്യങ്ങളുണ്ട്. ഈ മഹാവൃക്ഷത്തണലിൽനിന്ന് നേടിയെടുത്ത അറിവുകൾക്ക് അതിരില്ല.

ഞങ്ങളുടെ മാതാപിതാക്കൾ ഞങ്ങളോടു ചെറുപ്പത്തിൽ കരുണ കാണിച്ചതുപോലെ, റബ്ബേ, നീയും അവരോടു കരുണ കാണിക്കേണമേ... ആമീൻ.

■

സ്വർഗം താണിറങ്ങി വന്നതോ?

റബ്ബർ ബോർഡിലെ സ്റ്റാഫിന്റെ മക്കളെ സ്കൂളിൽ കൊണ്ടുപോകാനായി ആദ്യകാലങ്ങളിൽ ഒരു മെറൂൺ വാനാണ് ഉണ്ടായിരുന്നത്. അന്നതിന്റെ ഡ്രൈവർമാർ കരുണാകരനും ദാമോദരനും ആയിരുന്നു. കരുണാകരന് ഞങ്ങൾ കുട്ടികളോടൊക്കെ വലിയ വാത്സല്യമായിരുന്നു.

'ഉണ്ണിക്കൈ വളര് വളര്
ഉണ്ണിക്കാൽ വളര് വളര്
വളയിട്ട് തളയിട്ട് വളര് വളര്...'

എന്ന പാട്ട് കരുണാകരൻ വലിയ ശ്രുതിയും താളവുമില്ലാതെ ഞങ്ങളെ നോക്കി പാടുമായിരുന്നു.

റബ്ബർക്കാട്ടിനകത്തുള്ള കരുണാകരന്റെ വീട്ടിലേക്ക് അദ്ദേഹത്തിന്റെ ക്ഷണമനുസരിച്ച് ഇടയ്ക്കെല്ലാം പോകാൻ ഞങ്ങൾക്കു വലിയ ഉത്സാഹം ആയിരുന്നു. അവിടെ ധാരാളം പേരയ്ക്കയും ചാമ്പയ്ക്കയും ചക്കയുമൊക്കെ ഉണ്ടായിരുന്നതാണ് ഉത്സാഹത്തിന്റെ കാരണം. കരുണാകരന്റെ ഭാര്യ അധികമൊന്നും സംസാരിക്കാത്ത പാവം സ്ത്രീയായിരുന്നു. രണ്ടു ചെറിയ പെൺകുട്ടികളാണ് അവർക്കുണ്ടായിരുന്നത്.

ഞാൻ അഞ്ചാം ക്ലാസിൽ പഠിക്കുമ്പോഴായിരുന്നു ഡ്രൈവർ കരുണാകരൻ പെട്ടെന്ന് ഹാർട്ട് അറ്റാക്ക് വന്ന് മരണമടഞ്ഞത്. വാത്സല്യനിധിയായിരുന്ന അദ്ദേഹത്തിന്റെ മരണം ഞങ്ങൾക്കെല്ലാം വലിയ സങ്കടമായിപ്പോയി. കരുണാകരന്റെ ഭാര്യയ്ക്ക് പിന്നീട് റബ്ബർ ബോർഡിൽതന്നെ ജോലി ലഭിക്കുകയും ചെയ്തു.

ഡ്രൈവർ ദാമോദരനും ഞങ്ങളോട് സൗഹൃദമൊക്കെയാണെങ്കിലും ഒരു പരിധിയിൽ കൂടുതൽ ഞങ്ങൾ എന്ന വാനരപ്പടയെ അടുപ്പിച്ചാലുണ്ടാകുന്ന ഭവിഷ്യത്തോർത്ത് ഒരു കൈയകലത്തിലേ നിർത്തുകയുള്ളൂ. അദ്ദേഹത്തിന്റെ മകൾ സുജാത എന്റെ കൂട്ടുകാരിയായിരുന്നു.

കുറെ പാട്ടുകളൊക്കെ പാടിയാണ് എന്നും വൈകുന്നേരം സ്കൂളിൽനിന്ന്, വാനിലെ തിരിച്ചുള്ള ഞങ്ങളുടെ യാത്ര. ഡ്രൈവർ ദാമോദരനും അതൊക്കെ ആസ്വദിച്ച് ചിലപ്പോൾ പാട്ടിന്റെ താള ത്തിൽ ഹോണൊക്കെയടിച്ച് ഞങ്ങളെ പ്രോത്സാഹിപ്പിക്കും. ഒരു ദിവസം വൈകുന്നേരം ഞങ്ങൾ പാട്ടൊക്കെ പാടി ആകെ ബഹള മായി വരുകയായിരുന്നു. റബ്ബർ ബോർഡ് കുന്നിന്റെ ഹെയർ പിൻ വളവിലൂടെ വളഞ്ഞുകയറിയ വാൻ പെട്ടെന്നു സഡൻ ബ്രേക്കിട്ടു നിന്നു. ഞങ്ങളിൽ പലരും സീറ്റിൽനിന്ന് താഴെ വീണു. ആരുടെ യൊക്കെയോ തല വാനിന്റെ സൈഡിൽ ഇടിച്ച് വേദനിച്ചു. എതിരെ വന്ന ഓഫീസിന്റെ ജീപ്പ് വാനുമായി ഇടിച്ചു ഇടിച്ചില്ല എന്ന മട്ടിൽ നിൽക്കുന്നു. ദാമോദരൻ സഡൻ ബ്രേക്കിട്ടില്ലായിരുന്നെങ്കിൽ വലി യൊരു ദുരന്തം അന്നു സംഭവിക്കുമായിരുന്നു. എതിരെ വന്ന് ജീപ്പ് ഹോൺ അടിച്ചിരുന്നു. പക്ഷേ, ഞങ്ങളുടെ പാട്ടിന്റെ ബഹളത്തിൽ ദാമോദരൻ അതുകേട്ടില്ല.

വല്ലാതെ പേടിച്ചുപോയ ദാമോദരൻ സകല നിയന്ത്രണവും വിട്ട് ഞങ്ങളോടു തട്ടിക്കയറി. ''കുറെ പാട്ടുകാർ വന്നിരിക്കുന്നു.. എന്തെങ്കിലും സംഭവിച്ചിരുന്നെങ്കിൽ...'' അങ്ങനെ വായിൽ വന്ന എന്തൊക്കെയോ വഴക്ക് പറഞ്ഞു. അതോടെ ഞങ്ങളുടെ പാട്ടു പാടിയുള്ള യാത്രയ്ക്ക് അന്ത്യമായി. അതിനുശേഷം ഞങ്ങൾ ആരും ആ ഉദ്യമത്തിനും മുതിർന്നിട്ടില്ല.

ഞങ്ങളെ വഴക്കു പറഞ്ഞതിനും ഞങ്ങൾ പാടാത്തതിലും ഉള്ള വിഷമം ദാമോദരന്റെ മുഖത്തുനിന്നും ഞങ്ങൾക്കു മനസ്സിലാക്കാ മായിരുന്നു. പക്ഷേ, ഇനിയൊരു ആക്സിഡന്റോ മറ്റോ ഉണ്ടാവരു തെന്നു വിചാരിച്ചിട്ടായിരിക്കും അദ്ദേഹം ഞങ്ങളോടു പാട്ടിനെക്കുറി ച്ചൊന്നും പിന്നീട് സൂചിപ്പിച്ചില്ല.

ഞാൻ അഞ്ചാം ക്ലാസിൽ എത്തിയപ്പോഴേക്കും കുട്ടികളുടെ എണ്ണം കൂടിയതു കൊണ്ടായിരിക്കും ചെറിയ വാനിൽ ഞങ്ങളെ കൊണ്ടു പോകുന്നത് നിർത്തി. പകരം സ്റ്റാഫിനെ കൊണ്ടുവരാനുള്ള ബസ്സിൽ തന്നെയായി ഞങ്ങളുടെയും സ്കൂൾ യാത്ര. അതിന്റെ ഡ്രൈവർ ഗൗരവക്കാരനായ മത്തായി ആയിരുന്നു. ഞങ്ങൾ കുട്ടികളുടെ കുസൃതികളൊന്നും മത്തായിക്കു തീരെ പിടിക്കുന്നില്ലായിരുന്നു.

'ഈ വികൃതിക്കുട്ടികളെ കൊണ്ടുപോകുന്ന ബസ് ഓടിക്കാനുള്ള യോഗമാണല്ലോ എനിക്ക്' എന്ന ഒരു കലിപ്പ് എപ്പോഴും അദ്ദേഹ ത്തിന്റെ മുഖത്ത് ഉണ്ടായിരുന്നു.

ഞങ്ങൾ താമസിച്ചിരുന്ന ക്വാർട്ടേഴ്സും റബ്ബർ റിസർച്ച് ഇൻസ്റ്റി റ്റ്യൂട്ടും സ്ഥിതിചെയ്തിരുന്നത് റബ്ബർക്കാടുകളാൽ ചുറ്റപ്പെട്ട ഒരു

കുന്നിൻ മുകളിലായിരുന്നു. ഇടതൂർന്ന റബ്ബർമരങ്ങൾക്കിടയിലൂടെ വളഞ്ഞുപുളഞ്ഞു പോകുന്ന റോഡ്. ഒരുവശത്ത് റബ്ബർക്കാടിന്റെ അതിരിനപ്പുറത്തായി, ചെറിയ നീർച്ചാലുകൾ ഉറവകളായി പൊട്ടി യൊഴുകുന്ന 'കോതപ്പാറ' എന്ന വലിയൊരു പാറ ഉണ്ടായിരുന്നു. കോത എന്ന പെൺകുട്ടി പ്രേമനൈരാശ്യം മൂലം അതിൽനിന്നു ചാടിമരിച്ചു. അതുകൊണ്ടാണ് ആ പാറയ്ക്ക് അങ്ങനെയൊരു പേരു വന്നതെന്നും കോതയുടെ പ്രേതം അവിടെയൊക്കെ കറങ്ങിനടക്കു ന്നുണ്ടെന്നും ഒരു കഥ കേട്ടിരുന്നു. ചിലപ്പോൾ കുട്ടികൾ ഒറ്റയ്ക്ക് അവിടെ പോകാതിരിക്കാനായി ചമച്ചുണ്ടാക്കിയ ഒരു കഥയാവാനും മതി അത്. വീട്ടിൽ വിരുന്നുകാർ വരുമ്പോൾ, എല്ലാവരുംകൂടി വൈകുന്നേരങ്ങളിൽ ആ പാറയിൽ പോയി ഇരിക്കാറുണ്ട്. ആ പാറ യിൽനിന്ന് ഇടതൂർന്ന മരങ്ങളുടെ നയനമനോഹരമായ കാഴ്ചയാണ്. ദൂരെ വടവാതൂർ സെമിനാരിവരെ അവിടെ ഇരുന്നാൽ കാണാൻ സാധിക്കും. കാഴ്ചകളും കണ്ട് നല്ല തണുത്ത കാറ്റുമേറ്റ് അവിടെ ഇരിക്കാൻ നല്ല സുഖമാണ്.

പക്ഷേ, ആ പാറയിൽനിന്ന് ചില ചെറിയ ഉറവകൾ പൊട്ടിയൊ ലിക്കുന്നതുകൊണ്ട് പല സ്ഥലങ്ങളിലും നല്ല വഴുക്കലാണ്. അതു കൊണ്ട് പാറയുടെ തുടക്കത്തിൽ, ഉണങ്ങിയ എവിടെയെങ്കിലും ഇരിക്കാനേ സാധിക്കുകയുള്ളൂ. വഴുക്കലിൽ തെന്നിവീണാൽ നമ്മുടെ പൊടിപോലും കിട്ടില്ല. അത്ര താഴ്ചയിലേക്കു വീഴും. മാത്രമല്ല, പാറയുടെ അപ്പുറത്തെ ഭാഗത്തുനിന്നും കരിങ്കൽ ക്വാറിക്കാർ പാറ പൊട്ടിക്കുന്ന ശബ്ദങ്ങൾ കേൾക്കാം. ഡൈനാമിറ്റ് ഉപയോഗിച്ചാണ് പാറ പൊട്ടിക്കുന്നത്. ആ സമയത്ത് അവർ മുന്നറിയിപ്പും നൽകും. ചെറിയ പാറക്കഷണങ്ങൾ തെറിച്ച് ഇപ്പുറത്തു വീണ് അപകട സാധ്യത ഉള്ളതുകൊണ്ട് സാധാരണ ആരും അങ്ങോട്ടു പോകാ റില്ല. ഈ വക അപകടങ്ങളുടെയൊന്നും ആഴം അറിയാത്ത കുട്ടി ക്കാലത്ത് പലപ്രാവശ്യം ഞങ്ങൾ അവിടെ പോയതും വഴുക്കലുള്ള പാറയിലൂടെ നടന്നതുമൊക്കെ ഇപ്പോൾ ഓർക്കുമ്പോൾ. സത്യത്തിൽ കൈയും കാലും വിറയ്ക്കുന്നു.

കുന്നിനു മുകളിൽ എത്തുമ്പോൾ ഓഫീസിലേക്കുള്ള വീഥികൾ ക്കിരുവശവും പലതരം വൃക്ഷങ്ങൾ നട്ടുപിടിപ്പിച്ചിട്ടുണ്ട്. ഓഫീസ് മുറ്റത്ത് ഇഷ്ടികകൾകൊണ്ട് പണിത കിയോസ്കും കൊടിമര ത്തറയും ഉള്ള വലിയ പുൽത്തകിടികളും. ഹൈഡ്രാഞ്ചിയ, ആന്തൂ റിയം, ഓർക്കിഡുകൾ, ബിഗോണിയ, ബോഗൻവില്ല, ഡാലിയ, സീനിയ തുടങ്ങിയവയും പേരറിയാത്ത കുറേ ഇലച്ചെടികളും, വിവിധതരം നയനമനോഹരമായ പൂക്കളും നിറഞ്ഞ പൂന്തോട്ടവും.

മഞ്ഞിൻതണുപ്പുള്ള പ്രഭാതത്തിൽ ദൂരെ അമ്പലത്തിൽനിന്ന് വായുവിലൂടെ ഒഴുകിവരുന്ന 'കൗസല്യ സുപ്രജ രാമപൂർവ്വ സന്ധ്യാ പ്രവർത്തതേ...' കേൾക്കുമ്പോൾ ഉണ്ടാവുന്ന ഒരു ഉണർവും. എല്ലാംകൂടെ ഞങ്ങളുടെ റബ്ബർ ബോർഡ് ഒരു കൊച്ചു സ്വർഗംതന്നെ ആയിരുന്നു.

ഞങ്ങളുടെ വീട്ടിൽ വിരുന്നു വരുന്നവരെല്ലാം ആ സ്ഥലത്തിന്റെ മനോഹാരിതയെക്കുറിച്ചും അവിടെ ജീവിക്കാൻ സാധിച്ചതിലുള്ള ഞങ്ങളുടെ ഭാഗ്യത്തെക്കുറിച്ചുമൊക്കെ വിവരിക്കുമ്പോൾ, എനിക്ക് പ്രത്യേകിച്ച് ഒന്നും തോന്നിയിട്ടില്ല. ചെറുപ്പം മുതൽ കണ്ടുവളർന്നതു കൊണ്ടാവും എനിക്ക് അന്ന് ആ സ്ഥലത്തിന്റെ മനോഹാരിത ശരിക്കും മനസ്സിലായില്ല എന്നുവേണം പറയാൻ. ഇന്ന് ആലോചിക്കുമ്പോൾ അറിയുന്നു, എന്തൊരു വർണ്ണാഭമായിരുന്നു ഞങ്ങളുടെ ബാല്യകാല ജീവിതം.

പൂന്തോട്ട പരിപാലനത്തിനായി ഗാർഡനർമാരായ ജോസഫും രാജപ്പനും ഉണ്ടായിരുന്നു. അവരുടെ കൃത്യമായ പരിപാലനം കൊണ്ട്, കോട്ടയം മുനിസിപ്പാലിറ്റി, ഓഫീസുകൾക്കു മുൻപിലുള്ള പൂന്തോട്ടങ്ങൾക്കായി നടത്തുന്ന മത്സരങ്ങളിൽ പലപ്പോഴും റബ്ബർ ബോർഡിലെ പൂന്തോട്ടങ്ങൾക്ക് സമ്മാനം ലഭിക്കാറുണ്ടായിരുന്നു.

എല്ലാ മാസത്തിന്റെയും ആദ്യ ദിവസങ്ങളിൽതന്നെ വാപ്പയും ഉമ്മയും കോട്ടയം ടൗണിലെ മാർക്കറ്റിൽ പോയി ഒരു മാസത്തേക്കുള്ള പലചരക്കു സാധനങ്ങൾ മുഴുവൻ വാങ്ങിയിട്ടുവരും. വാപ്പാടെ സ്കൂട്ടറിൽ കൊള്ളുന്ന സാധനങ്ങൾക്ക് ഒരു പരിധിയുണ്ടല്ലോ. മാസം പകുതിയാവുമ്പോഴേക്കും അതിൽ പല സാധനങ്ങളും തീരും. പിന്നീടെന്തെങ്കിലും സാധനങ്ങൾ വാങ്ങണമെങ്കിൽ കുന്നിറങ്ങി താഴെയുള്ള കടയിൽ പോകണം.

ജോർജുകുട്ടിയുടെ പലചരക്കുകടയും ഗ്യാസ് മുട്ടായിയും കപ്പലണ്ടി മുട്ടായിയും ഡെക്കാൻ മുട്ടായിയും ആപ്രിക്കോട്ടു മുട്ടായിയുമൊക്കെ ചില്ലുകുപ്പികളിൽ നിരത്തിവെച്ച കറിയാച്ചന്റെ പെട്ടിക്കടയും രണ്ടു ചെറിയ ചായക്കടകളും ഒരു ബാർബർ ഷോപ്പും സൈക്കിൾ വാടകയ്ക്കു കൊടുക്കുന്ന കടയും മാത്രമുള്ള ചെറിയ ഒരു കവലയായിരുന്നു അത്.

ഇക്കാമാരാണ് സാധാരണ സാധനങ്ങൾ വാങ്ങാനായി പോകാറുള്ളത്. പക്ഷേ, ഉമ്മാടെ കൈയിൽനിന്നും കൈക്കൂലി കിട്ടാതെ അവരാ ദൗത്യം ഏറ്റെടുക്കാറില്ല. പത്തോ പതിനഞ്ചോ പൈസയാണ് ഉമ്മാടെ വാഗ്ദാനം. പത്തു പൈസയ്ക്കു രണ്ടു മുട്ടായിയോ നാല് ഡക്കാൻ മുട്ടായിയോ പത്ത് പല്ലിമുട്ടായിയോ കിട്ടും. നോക്കുകൂലിയായി

എന്തെങ്കിലും കിട്ടിയെങ്കിലോ എന്ന പ്രതീക്ഷയിൽ ഞാനും ചില പ്പോഴൊക്കെ അവരോടൊപ്പം പോകും. സാധനങ്ങളുടെ ലിസ്റ്റ് അട ങ്ങിയ സഞ്ചിയും ചിലപ്പോൾ അതിൽ ഒരു വെളിച്ചെണ്ണക്കുപ്പിയു മായി ഓടുന്ന ഇക്കാമാരുടെ പുറകെ ഞാനും ഉത്സാഹത്തോടെ റബ്ബർക്കാടിന് ഇടയിലൂടെ കുത്തനെയുള്ള വെട്ടുകല്ലിന്റെ പടികൾ ചാടിച്ചാടി ഇറങ്ങും.

ജോർജുകുട്ടിയുടെ കട ചെറിയ ഒറ്റമുറിയാണെങ്കിലും അവിടെ യില്ലാത്ത പലചരക്കു സാധനങ്ങളില്ല. തന്റെ വലിയ കുടവയറും കാണിച്ച്, ഒറ്റമുണ്ടു മാത്രം ഉടുത്തുനിൽക്കുന്ന ജോർജുകുട്ടി എന്ന മധ്യവയസ്ക്കന്റെ മുഖത്ത് എപ്പോഴും ഒരേ ഭാവമാണ്. അയാൾ ചിരിക്കുന്നത് ഞാൻ അപൂർവമായേ കണ്ടിട്ടുള്ളൂ. അയാൾ പത്ര ക്കടലാസുകൾകൊണ്ട് കുമ്പിൾ കുത്തി, ത്രാസിന്റെ തട്ടിൽ പല ഭാരത്തിലുള്ള ചെറുതും വലുതുമായ കട്ടികൾ വെച്ച് തൂക്കി, മുകളിൽ തൂക്കിയിട്ട ചാക്കുനൂൽകൊണ്ട് കെട്ടിത്തരുന്നതും വളഞ്ഞ പിടി യുള്ള അളവുപാത്രം കൊണ്ട് വലിയ പാത്രത്തിൽനിന്ന് വെളിച്ചെണ്ണ മുക്കിയെടുത്തു തരുന്നതും ഞാൻ ആരാധനയോടെ നോക്കി നിൽക്കും.

പരിചയക്കാരുടെ വിശേഷങ്ങൾ പറഞ്ഞ്, ഉപ്പുതൊട്ട് കർപ്പൂരം വരെയുള്ള സാധനങ്ങൾ ആ കുഞ്ഞുകടമുറിയുടെ ഓരോ മൂലയിൽ നിന്നും ഒരു മായാജാലക്കാരനെപ്പോലെ അയാൾ എടുത്തു തരു ന്നത് എന്നിൽ വല്ലാത്ത കൗതുകമുണർത്തിയിരുന്നു. ആ കടയുടെ അകത്ത് എന്നെങ്കിലും കയറിനോക്കണമെന്ന ആഗ്രഹം മനസ്സിൽ തോന്നാറുണ്ടെങ്കിലും കുട്ടികളോടുപോലും ചിരിക്കാത്ത അയാളുടെ മുഖത്തെ ഇടുങ്ങിയ കണ്ണുകളും ഗൗരവഭാവവും എന്നെ അതിൽ നിന്നും പിന്തിരിപ്പിച്ചു.

സാധനങ്ങൾ നിറഞ്ഞ സഞ്ചികളുമായി തിരികെയുള്ള മല കയറ്റമാണ് കഷ്ടം. പിന്നെ നോക്കുകൂലിയായി കിട്ടിയ പല്ലി മുട്ടായി യുടെയും ഗ്യാസ് മുട്ടായിയുടെയും ജോർജുകുട്ടിയുടെ കടയുടെ പുറത്തുള്ള തുറന്ന ചാക്കിൽനിന്ന് അടിച്ചുമാറ്റിയ തേങ്ങാപ്പിണ്ണാ ക്കിന്റെയോ കടലപ്പിണ്ണാക്കിന്റെയോ ചെറിയ കഷണങ്ങളുടെയും ബലത്തിൽ ഒരുവിധം ആഞ്ഞുനടന്നു മുകളിലെത്തും.

കുട്ടിക്കാലത്തെ ആ മലകയറ്റത്തിൽ കാലുകൾക്കു ലഭിച്ച ബലമാ യിരിക്കും ഇന്നും പ്രഭാതനടത്തത്തിനിടയിലെ ഓട്ടത്തിനും മാര ത്തോണുകളിൽവരെ പങ്കെടുക്കുന്നതിനും എന്നെ പ്രാപ്തയാക്കി യത്.

■

പാമ്പുകൾക്ക് മാളമുണ്ട്...
പറവകൾക്കാകാശമുണ്ട്...

ഒരു ദിവസം വൈകുന്നേരം ഞങ്ങൾ സ്കൂളിൽനിന്നു മടങ്ങി വീട്ടിലേക്ക് എത്തിയ സമയം. ബസ്സിറങ്ങിയ ഉടൻ തൊട്ടപ്പുറത്തുള്ള ക്വാർട്ടേഴ്സിന്റെ മുറ്റത്ത് വലിയ ബഹളം കേട്ട് ഞങ്ങളെല്ലാവരും അങ്ങോട്ട് ഓടി. അവിടെ വാട്ടർ മീറ്റർ വച്ച ടാങ്കിനകത്ത് ഒരു പാമ്പ് കയറിയിരിക്കുന്നു. കുട്ടികൾ ആരും അടുത്തു വരരുതെന്ന് മുതിർന്നവർ പറയുന്നുണ്ടായിരുന്നെങ്കിലും ഞാൻ പതുക്കെ അടുത്തുചെന്ന് ടാങ്കിനകത്തേക്ക് എത്തിനോക്കി. ഞാൻ ആദ്യമായാണ് ഒരു പാമ്പിനെ നേരിട്ടു കാണുന്നത്. ശബ്ദകോലാഹലങ്ങളൊക്കെ കേട്ട് പേടിച്ചരണ്ട പാമ്പ് വാട്ടർ ടാങ്കിന്റെ മതിലിലൂടെ ഇഴഞ്ഞുകയറാൻ ശ്രമിക്കുന്നുണ്ടായിരുന്നെങ്കിലും പരാജയപ്പെട്ട് വീണ്ടും താഴേക്കു വീണു. ഞാൻ ഒറ്റ ഓട്ടത്തിന് വിവരം പറയാനായി വീട്ടിലേക്കോടി.

‘‘ആ പാമ്പ് പത്തി വിടർത്തുന്നുണ്ടോ..?’’ ഉമ്മ ചോദിച്ചു.

‘‘എന്ന് പറഞ്ഞാൽ എന്താണ്?’’ എന്നായി ഞാൻ.

‘‘തല മുകളിലേക്ക് പൊക്കുന്നുണ്ടോ എന്നാണ് ഞാൻ ചോദിച്ചത്.’’

‘‘പിന്നേ...അത് തലയൊക്കെ പോക്കുന്നുണ്ട്...’’ ചുമരിലൂടെ ഇഴഞ്ഞുകയറുന്ന പാമ്പിനെ കണ്ട്, അത് തലപൊക്കുന്ന കാര്യമാണ് ഞാൻ പറഞ്ഞത്.

‘‘എന്നാൽ അത് മൂർഖൻ ആയിരിക്കും. അങ്ങോട്ടൊന്നും പോകേണ്ട.’’ എന്നു പറഞ്ഞ് ഉമ്മ വീണ്ടും അങ്ങോട്ടു പോകുന്നതിൽനിന്ന് ഞങ്ങളെ തടഞ്ഞു. പിന്നീട് വീട്ടിൽ വന്ന ആരോ പറഞ്ഞറിഞ്ഞു. അതു വെറുമൊരു ചേരയായിരുന്നു എന്ന്.

റബ്ബർക്കാടുകൾക്കിടയിൽ ധാരാളം പാമ്പുകൾ ഉള്ളതിനാൽ അതിനിടയിലൂടെ നടക്കുന്നത് സൂക്ഷിച്ചുവേണമെന്ന മുന്നറിയിപ്പുകൾ

എപ്പോഴും ലഭിക്കാറുണ്ട്. അവയൊന്നും വകവയ്ക്കാതെ പകൽ മാത്രമല്ല പലപ്പോഴും രാത്രിയിലും ഭയാശങ്കകൾ ഒന്നുമില്ലാതെ, ചേര മുതൽ ഉഗ്രവിഷമുള്ള കരിമൂർഖനും രാജവെമ്പാലയും വരെയുള്ള പലവിധ പാമ്പുകൾ വസിച്ചിരുന്ന റബ്ബർക്കാടുകളിലൂടെ ഓടിനടന്നിരുന്ന കുട്ടിക്കാലം. പാമ്പുകളെ മുഖാമുഖം കണ്ട പല അനുഭവങ്ങളും ഉണ്ട്. അപകടങ്ങൾ ഒന്നും സംഭവിക്കാതെ ആയുസ്സിന്റെ ബലം കൊണ്ടാണ് ഇപ്പോഴും ജീവിച്ചിരിക്കുന്നത് എന്നു പലപ്പോഴും തോന്നാറുണ്ട്.

ഓഫീസ് ആവശ്യങ്ങൾക്കായി വാപ്പാക്ക് പലപ്പോഴും ഡൽഹിയിലേക്കും ഡെറാഡൂണിലേക്കുമൊക്കെ ടൂർ പോകേണ്ടിവരും. അപ്പോൾ ഞങ്ങളെല്ലാവരും ഉമ്മാടെ അടുത്ത് കിടക്കാനായി തല്ലുകൂടും. മിക്കവാറും ഇളയവരായ എനിക്കും കുഞ്ഞിക്കാക്കും ആണ് നറുക്ക് വീഴുക. അങ്ങനെ ഒരു ദിവസം വാപ്പ ടൂർ പോയ രാത്രി. വാപ്പ ഇല്ലാത്തതുകൊണ്ട് ഒമ്പതുമണി കഴിഞ്ഞപ്പോഴേ എല്ലാവരും കിടന്നുറക്കമായി.

പെട്ടെന്ന് വാതിലിൽ ഉറക്കെ അടിക്കുന്നതുകേട്ട് ഞങ്ങളെല്ലാം ഞെട്ടി ഉണർന്നു. അപ്പോൾ രാത്രി 11 മണി കഴിഞ്ഞിട്ടുണ്ടാകും. ടെറസിലേക്കു പോകാനുള്ള സൈഡിലെ വാതിലിൽ ആരോ വടി കൊണ്ട് ഉറക്കെ അടിക്കുന്നുണ്ട്. വാപ്പ ഇല്ലാത്ത സമയത്ത് ഏതോ കള്ളന്മാർ വന്ന് വാതിൽ അടിച്ചുപൊളിക്കുകയാണെന്നു വിചാരിച്ച് ഉമ്മ പേടിച്ചുവിറച്ച് ഞങ്ങളെയെല്ലാം കെട്ടിപ്പിടിച്ചിരുന്നു. പെട്ടെന്ന് ആരോ 'ഖദീജാ... ഖദീജാ...' എന്ന് ഉമ്മാടെ പേര് ഉറക്കെ വിളിക്കുന്നതു കേട്ടു. കള്ളന്മാർ അല്ല എന്ന് ഉറപ്പായി. എന്നാലും ഉമ്മ ഉള്ള ധൈര്യം സംഭരിച്ചു ചോദിച്ചു.

''ആരാത്...?''

''ഞാൻ ആനിയാണ് ഖദീജാ..''

അപ്പോഴാണ് എല്ലാവരുടെയും ശ്വാസം നേരെ വീണത്. ഉമ്മ വേഗം വാതിൽ തുറന്നു. മുകളിലത്തെ നിലയിൽ താമസിക്കുന്ന ആനിയാന്റിയും രാധാകൃഷ്ണനങ്കിളും കൈയിൽ ടോർച്ചും വടിയുമൊക്കെ പിടിച്ചുനിൽക്കുന്നതു കണ്ട് ഞങ്ങൾക്ക് കാര്യമൊന്നും മനസ്സിലായില്ല.

അവർ രാത്രി കോട്ടയം ടൗണിൽനിന്ന് സിനിമയൊക്കെ കണ്ട് ഭക്ഷണവും കഴിഞ്ഞ് തിരിച്ചുവന്ന്, മുകളിലത്തെ നിലയിലെ വീട്ടിലേക്കുള്ള സ്റ്റെപ്പ്സ് കയറുമ്പോൾ ഞങ്ങളുടെ വീടിന്റെ വാതിലിന്

അടുത്തുനിന്ന് ഉച്ചത്തിൽ ശ്വാസം വലിക്കുന്നതുപോലെയുള്ള ശബ്ദം കേട്ടു.

അതെന്താണെന്ന് അറിയാൻ ടോർച്ച് അടിച്ചു നോക്കുമ്പോഴുണ്ട് ഒരു ചെറിയ ശംഖുവരയൻ പാമ്പ് വാതിലിനിടയിൽകൂടെ അകത്തേക്കു കടക്കാൻ ശ്രമിക്കുന്നു. ഞങ്ങളെ വിളിച്ചുണർത്തിയാൽ ഞങ്ങൾ വാതിൽ തുറക്കുമ്പോഴേക്കും അത് അകത്തേക്കു കടന്നാലോ... അതാണ് അവർ കൈയിൽ കിട്ടിയ വടികൾ എടുത്ത് പാമ്പിനെ തല്ലിക്കൊന്നത്.

ആ സമയത്ത് അസാധാരണമായ ശബ്ദം കേട്ട് പേടിച്ചുവിറച്ച ഞങ്ങൾക്ക് അവരുടെ അവസരോചിതമായ ആ പ്രവൃത്തി കണ്ട് ഒരുപാട് സമാധാനമായി.

ഞങ്ങളുടെ ക്വാർട്ടേഴ്സിൽ ഒരു സർവെന്റ് റൂം ഉണ്ടായിരുന്നു. ആദ്യകാലത്തൊക്കെ കൊടുങ്ങല്ലൂരിൽനിന്നും സ്ഥിരം ജോലിക്കാർ ഉണ്ടായിരുന്നപ്പോൾ ആ ജോലിക്കാർ മുറി ഉപയോഗിച്ചിരുന്നു. കുളിമുറിയും ചുമരലമാരിയും ഒക്കെയുള്ള നല്ല ഒരു മുറിയായിരുന്നു അത്. പുറകിലെ ഇറയത്തിന്റെ സൈഡിലായി പുറത്തേക്കായാണ് ആ മുറി സ്ഥിതിചെയ്തിരുന്നത്. പിന്നീട് നാട്ടിൽനിന്നും അങ്ങനെ സ്ഥിരം ജോലിക്കാരെ കിട്ടാതായപ്പോൾ, ആ മുറി അധികം ഉപയോഗിക്കാതെയായി. വലിയ ബിരിയാണിച്ചെമ്പും പത്തിരിച്ചട്ടിയും അടക്കമുള്ള അധികം ഉപയോഗിക്കാത്ത സാധനങ്ങളും പഴയ പേപ്പറുകളും മാത്രമാണ് അവിടെ സൂക്ഷിച്ചിരുന്നത്. പാർട്ട് ടൈം ആയി വന്നിരുന്ന ജോലിക്കാർ മാത്രമാണ് ആ കുളിമുറി ഉപയോഗിച്ചിരുന്നത്. പകലൊക്കെ ആ മുറി എപ്പോഴും തുറന്നുതന്നെയാണ് കിടന്നിരുന്നത്. ഒരു ദിവസം സന്ധ്യാനേരത്ത് കുഞ്ഞിത്ത പഴയ പേപ്പർ എടുക്കാനായി ആ മുറിയിലേക്കു ചെന്നപ്പോൾ, ബാത്റൂമിലേക്കു പെട്ടെന്ന് ഒരു പാമ്പിന്റെ വാല് നീങ്ങുന്നതുപോലെ തോന്നി.

വിവരമറിഞ്ഞപ്പോൾ ഉമ്മ വേഗം പോയി മുറി മുഴുവനും പരിശോധിച്ചു. പക്ഷേ ഒന്നും കണ്ടില്ല. ‘‘സെക്കൂ ...നിനക്കത് വെറുതെ തോന്നിയതായിരിക്കും’’, എന്നു പറയുകയും ചെയ്തു.

പിറ്റേന്ന് രാവിലെ ഞങ്ങൾ സ്കൂളിൽ പോകാൻ റെഡിയാകുന്ന സമയം, ഞങ്ങൾക്കു വേണ്ട ഭക്ഷണമെല്ലാം റെഡിയാക്കിവെച്ചിട്ട് ഉമ്മ സർവെന്റ്റൂം വൃത്തിയാക്കാനായി നിന്നു. വൃത്തിയാക്കുന്നതിനിടയിൽ ഉമ്മ ഇടയ്ക്കിടെ ‘‘വെറുതെ മനുഷ്യനെ പേടിപ്പിക്കാൻ ഓരോന്നു പറയും... പേടിത്തൊണ്ടി’’ എന്നൊക്കെ പറഞ്ഞ് കുഞ്ഞിത്താനെ കളിയാക്കുന്നുമുണ്ടായിരുന്നു.

നാലഞ്ച് പത്തിരിയൊക്കെ ഒന്നിച്ചു ചുട്ടെടുക്കാൻ പറ്റുന്ന ഒരു വലിയ പത്തിരിച്ചട്ടി ചുമരിൽ ചാരിവെച്ചിരുന്നു. അതു വൃത്തിയാക്കാനായി എടുത്തുപൊക്കിയ ഉമ്മ കണ്ടത് അതിനു പുറകിൽ കിടന്നു പുളയുന്ന ഒരു കരിമൂർഖനെയാണ്. പത്തിരിച്ചട്ടിയും താഴെയിട്ട്, മുറിയും അടച്ച് ഉമ്മ ഒറ്റ ഓട്ടത്തിനു പുറത്തെത്തി.

വീടിന്റെ പരിസരത്തെ റബ്ബർതോട്ടത്തിലും പൂന്തോട്ടത്തിനും ഒക്കെ പണിയെടുക്കുന്ന ധാരാളം താൽക്കാലിക ജീവനക്കാർ ഉണ്ട്. അവരിൽ ഒന്നുരണ്ടു പേരെ ഇക്കമാർ പോയി വേഗം വിളിച്ചു കൊണ്ടുവന്നു. വടിയുമായി ഓടിവന്ന അവരിൽ ഒരാളുടെ അടിയേറ്റ് പത്തിയും വിടർത്തി ചീറ്റിനിന്ന പാമ്പിന്റെ രൂപം ഇപ്പോഴും ഓർമ്മയിലുണ്ട്.

അവർ പറഞ്ഞാണ് അത് കരിമൂർഖനാണെന്ന് അറിഞ്ഞത്. തല്ലിക്കൊന്ന് ഇറയത്തിട്ട പാമ്പിനെ കാണാൻ ഞങ്ങൾ അടുത്തുകൂടി. ഞാനതിന്റെ പത്തിയിലെ 'കണ്ണട' അടയാളം കുനിഞ്ഞിരുന്നു നോക്കി.

''മക്കളെ... പാമ്പിന്റെ അത്ര അടുത്തു പോയിരിക്കേണ്ട. അതിന്റെ ഉള്ളിൽ അല്പം ജീവൻ ബാക്കിയുണ്ടെങ്കിൽ അത് പൂർവാധികം ശക്തിയോടെ ചിലപ്പോൾ കടിച്ചെന്നിരിക്കും'', എന്നു ജോലിക്കാരിൽ ആരോ മുന്നറിയിപ്പ് തന്നു. അതുകേട്ട് ഞാൻ പേടിച്ചു വേഗം പുറകോട്ടു മാറിയിരുന്നു. മാർച്ച് മാസത്തിലെ അസഹ്യമായ ചൂട് സഹിക്കാനാവാതെ തണുപ്പുള്ള സ്ഥലംതേടി വന്നതാണ് ആ പാവം പാമ്പ്.

അപ്പോഴേക്കും സ്കൂളിൽ പോകാനുള്ള ബസിന്റെ ഹോണടി കേട്ട് ഞങ്ങളെല്ലാം മനസ്സില്ലാമനസ്സോടെ ബസ്സിലേക്കോടി. ബസ്സിൽ കയറിയപ്പോൾ വിവരങ്ങൾ അറിയാൻ എല്ലാവരും ഞങ്ങളുടെ ചുറ്റും കൂടി. ഞങ്ങൾ ധീരയോദ്ധാക്കളെപ്പോലെ സംഭവം പൊടിപ്പും തൊങ്ങലുംവെച്ച് വിവരിച്ചുകേൾപ്പിച്ചു.

പിന്നീട് ഒരിക്കൽ ഒരു ചേര ഞങ്ങളുടെ വീടിനകത്തു കയറി. മൊസൈക്കിട്ട തറയിൽകൂടി ഇഴയാനാവാതെ അത് പരാക്രമത്തിൽ അങ്ങോട്ടുമിങ്ങോട്ടും ഇഴയാനായി ശ്രമിച്ചുകൊണ്ടിരുന്നു. ഞാനും വാപ്പയും കുഞ്ഞിക്കയും മാത്രമേ അപ്പോൾ വീട്ടിലുണ്ടായിരുന്നുള്ളൂ. ഞാൻ ഒറ്റ ചാട്ടത്തിന് ഊണുമേശപ്പുറത്തു കയറി. വാപ്പയും കുഞ്ഞിക്കയും പല പണിയും നോക്കിയിട്ടും അത് പുറത്തേക്കുള്ള വാതിലിനടുത്തേക്കു മാത്രം ഇഴയുന്നില്ല. അപ്പോഴാണ് വാപ്പാക്ക് ഓർമ്മ വന്നത്, വെളുത്തുള്ളി ചതച്ച് വെള്ളത്തിൽ കലക്കി ഒഴിച്ചാൽ പാമ്പുകൾ പോകുമെന്നത്. വാപ്പ എന്നോട് വെളുത്തുള്ളി ചതച്ചു

കൊണ്ടുവരാൻ പറഞ്ഞു. പേടിച്ചരണ്ട ഞാൻ ഒരു വിധത്തിലും സമ്മതിക്കാതെ മേശപ്പുറത്ത് അള്ളിപ്പിടിച്ചിരുന്നു. എന്റെ പേടികണ്ട് ചിരിവന്ന വാപ്പതന്നെ വേഗം വെളുത്തുള്ളി ചതച്ചു വെള്ളത്തിൽ കലക്കി കൊണ്ടുവന്ന് ഒഴിച്ചു. ശരം വിട്ടപോലെ പാമ്പ് ഒറ്റയോട്ടം.

റബ്ബർമരങ്ങൾക്കിടയിലുള്ള കാടുകൾ വൃത്തിയാക്കുമ്പോൾ പലപ്പോഴും ജോലിക്കാർ അണലി, മൂർഖൻ, വെള്ളിക്കെട്ടൻ തുടങ്ങി ധാരാളം പാമ്പുകളെ കൊന്നിട്ടിരിക്കുന്നതു കാണാറുണ്ട്.

ഒരിക്കൽ പാമ്പിനെ വളമായി വെച്ചാൽ നാരകം കായ്ക്കും എന്ന് ആരോ പറഞ്ഞറിഞ്ഞ ഉമ്മ, ജോലിക്കാരോടു പറഞ്ഞ് നാരകത്തിന് ഒരു അണലിയെ വളമായി വെക്കുന്നതു കണ്ടിട്ടുണ്ട്. എന്നിട്ടും ആ നാരകം കായ്ച്ചിട്ടില്ല എന്നതു വേറെ കാര്യം.

ചിലപ്പോൾ പാമ്പാട്ടികൾ വന്ന് മകുടിയൂതി പാമ്പുകളെ പിടിക്കുന്നതും ഞങ്ങൾ കൗതുകത്തോടെ നോക്കിനിൽക്കും.

പിന്നീട് പലപ്പോഴും വീടിന്റെ പുറകിൽ കാടുമൂടിക്കിടക്കുന്നതിന്റെ അടുത്തൊക്കെ പാമ്പുകളെ കാണാറുണ്ട്. കൂടുതലും ചേരയെയാണ് കാണാറ്. ഞങ്ങൾ അവയ്ക്കും അവ ഞങ്ങൾക്കും ഒരു ഉപദ്രവവും ചെയ്തില്ല. ചിലപ്പോഴൊക്കെ പാമ്പുകൾ ഇഴഞ്ഞുപോകുന്ന ഭംഗിയുള്ള കാഴ്ച കാണാൻ മിണ്ടാതെ അനങ്ങാതെ ഞാൻ നിന്നിട്ടുണ്ട്.

ചെറുപ്പത്തിലേ ഇങ്ങനെ പാമ്പുകളെ കണ്ടു വളർന്നതുകൊണ്ടായിരിക്കും ഒരിക്കലും അവയോട് മറ്റുള്ളവർ പറയുന്നതുപോലെ ഒരു പേടി എനിക്കു തോന്നിയിട്ടില്ല. വേദനിച്ചാൽമാത്രം പ്രതികരിക്കുന്ന നിരുപദ്രവികളായ ഈ ഇഴജന്തുക്കളുടെ പേരു കേൾക്കുന്നതുപോലും പലർക്കും ഭയമാണ്.

■

തിരുവാവണി രാവ്...
മനസ്സാകെ നിലാവ്...

ക്വാർട്ടേഴ്സിലെ ഓണക്കാലം ആദ്യമൊക്കെ വല്ലാതെ വിരസമായി തോന്നിയിരുന്നു. കാരണം ക്വാർട്ടേഴ്സിലെ താമസക്കാരിൽ ഒട്ടു മുക്കാൽ ആളുകളും ഓണാവധിക്കായി സ്കൂൾ അടയ്ക്കുന്ന അന്നു തന്നെ സ്വന്തം നാട്ടിലേക്കു പോകും. പിന്നെ അവിടെയൊക്കെ ആകെ ഒരു ഉറങ്ങിയ പ്രതീതിയായിരിക്കും.

ഞങ്ങളാണെങ്കിൽ മിക്കവാറും മധ്യവേനലവധിക്കു മാത്രമേ നാടായ കൊടുങ്ങല്ലൂരിലേക്കു പോകാറുണ്ടായിരുന്നുള്ളൂ. ഞങ്ങളെ പ്പോലെ നാട്ടിൽ പോകാത്ത ചില കൂട്ടുകാരുമൊത്ത്, ചാറ്റൽമഴ യൊന്നും വകവെക്കാതെ വീടിന്റെ ചുറ്റുവട്ടത്തുനിന്നും പൂക്കൾ പറിച്ച്, വീടിന്റെ ഇറയത്ത് ചെറിയ പൂക്കളം ഇടാറുണ്ടായിരുന്നു. ഞങ്ങളുടെയൊക്കെ മാതാപിതാക്കൾ അതിന് എല്ലാവിധ പ്രോത്സാ ഹനങ്ങളും നൽകിയിരുന്നു.

ഞങ്ങളുടെ ക്വാർട്ടേഴ്സ് ഒരു കുന്നിൻമുകളിലായിരുന്നു. കുന്നിനു താഴെ താമസിച്ചിരുന്ന, റബ്ബർ ബോർഡിൽതന്നെ ജോലിചെയ്തി രുന്ന ഉണ്ണിയങ്കിളിന്റെ വീട്ടിൽനിന്നാണ് ഞാൻ ആദ്യമായി ഓണസദ്യ കഴിച്ചത്.

ഉണ്ണിഅങ്കിളിന്റെ മക്കളായ ലേഖച്ചേച്ചിയും ഗീതച്ചേച്ചിയും ഉഷ യുമെല്ലാം എന്റെയും ഇത്താമാരുടെയും കൂട്ടുകാരായിരുന്നു.

ഓണസ്സദ്യ ഒരുക്കുമ്പോൾ അങ്കിളാണ് അവിടുത്തെ പ്രധാന പാചകക്കാരൻ. സ്ത്രീജനങ്ങളൊക്കെ സഹായികൾമാത്രം.

ആണുങ്ങൾ പാചകം ചെയ്യുകയോ? വീട്ടിൽ ചായ കുടിച്ച ഗ്ലാസ് പോലും മാറ്റിവെക്കാത്ത വാപ്പാനെ കണ്ടുവളർന്ന എനിക്ക് അതൊക്കെ വലിയ അതിശയമായിരുന്നു.

ഇലയിട്ട് നിലത്തു ചമ്രം പടിഞ്ഞിരുന്ന് ചോറുണ്ണാൻ ഞാൻ

പെട്ടിരുന്ന പാട്. തലയുംകുത്തി ചോറിലേക്കു വീണുപോകുമോ എന്നുപോലും പേടിച്ചിരുന്നു.

സദ്യ ഉണ്ണാൻ തുടങ്ങുമ്പോൾ എല്ലാ കറികളും കൂടെ കൂട്ടിക്കുഴച്ചു തിന്നാൻ തുടങ്ങിയ ഞങ്ങളെ അങ്കിൾ കളിയാക്കിച്ചിരിച്ചു. ആദ്യം പരിപ്പും നെയ്യും ഇട്ടാണ് സദ്യ ഉണ്ടുതുടങ്ങേണ്ടതെന്നൊക്കെ അങ്കിളാണ് ആദ്യമായി പറഞ്ഞുതന്നത്.

സദ്യ കഴിഞ്ഞ് പാലടപ്രഥമനും പരിപ്പുപ്രഥമനുമടക്കം നാലു തരം പായസവും കഴിച്ചു കഴിയുമ്പോൾ നടക്കാൻപോലും പറ്റാത്ത വിധത്തിൽ വയർ നിറഞ്ഞിട്ടുണ്ടാകും.

പിന്നെ ആ വീടിന്റെ പറമ്പിൽ കെട്ടിയിരിക്കുന്ന ഊഞ്ഞാലിൽ എത്രനേരം ആടിയാലും മതിയാവില്ലായിരുന്നു. ഒന്നും രണ്ടും മൂന്നും പേരൊക്കെ ഒരുമിച്ച് ഇരുന്നും നിന്നുമെല്ലാം ഊഞ്ഞാലാടി തിമിർക്കും. പിന്നെ ഒരാളെ ആട്ടിക്കൊണ്ട് ഊഞ്ഞാലിനടിയിലൂടെ നൂഴ്ന്ന് ഒരു പോക്കുണ്ട്. ഞാനതിൽ വിരുതത്തി ആയിരുന്നു. പക്ഷേ, ഒരു പ്രാവശ്യം ആ പോക്കിൽ തലയും കുത്തി വീണ് നെറ്റിയൊക്ക പൊട്ടി. പക്ഷേ, അന്നൊന്നും അതൊരു പ്രശ്നമേ അല്ലായിരുന്നു. ഉമ്മ വഴക്കൊക്കെ പറഞ്ഞെങ്കിലും പിന്നീട് ഒരിക്കലും അതിനു പോകണ്ട എന്നു പറഞ്ഞ് വിലക്കിയിട്ടില്ല.

ഞാനടക്കമുള്ള ഇന്നത്തെ അമ്മമാർ കുട്ടികളുടെ കാര്യത്തിൽ കുറച്ചധികം ശ്രദ്ധാലുക്കളാണ് എന്നെനിക്ക് തോന്നാറുണ്ട്. അവരുടെ ആത്മധൈര്യത്തിന് അല്പം ഇടിവ് വരുത്തുന്നുമുണ്ട് എന്നാണ് എന്റെ ഒരു വിലയിരുത്തൽ.

ആണുങ്ങളുടെ വടംവലിയടക്കം പലതരം കളികളൊക്കെ കഴിഞ്ഞ് വീട്ടിൽ തിരിച്ചെത്തുമ്പോൾ സന്ധ്യ മയങ്ങാറായിട്ടുണ്ടാകും.

ജാതിമതഭേദമന്യേ ഒരു മനസ്സായി ആഘോഷിച്ചിരുന്ന അന്നത്തെ ഓണത്തിന്റെ പൊലിമയും സന്തോഷവും ഒന്നു വേറെതന്നെ ആയിരുന്നു.

പിന്നീട് റബ്ബർബോർഡ് റസിഡൻഷ്യൽ അസോസിയേഷൻ, റിക്രിയേഷൻ ക്ലബ്ബ് ഒക്കെ തുടങ്ങിക്കഴിഞ്ഞപ്പോൾ ഓണാഘോഷങ്ങളൊക്കെ കുറേക്കൂടെ വർണ്ണാഭമായി. പാട്ടും ഡാൻസും കഥാപ്രസംഗവും വില്ലടിച്ചാൻ പാട്ടും വടംവലിയും ലേഡീസ് വിങ്ങിന്റെ വകയായി പൂക്കളമിടലുമൊക്കെയായി ഓണാഘോഷം പൊടിപൊടിക്കും.

ഒരിക്കൽ കോട്ടയം മാമ്മൻ മാപ്പിള ഹാളിൽ നടന്ന പൂക്കള മത്സരത്തിൽ എന്റെ ഉമ്മ അടക്കമുള്ള ക്ലബ്ബിന്റെ ലേഡീസ് വിംഗ്

പങ്കെടുക്കാനായി ഒരുങ്ങി. അന്ന് പൂക്കൾ വാങ്ങി കളം ഇടുന്ന പരിപാടികളൊന്നുമില്ലായിരുന്നു.

റബ്ബർ ബോർഡ് ഓഫീസിന്റെ ഗാർഡനിൽ പല വർണ്ണങ്ങളുള്ള ധാരാളം പൂക്കൾ ഉണ്ടെങ്കിലും കേന്ദ്ര ഗവൺമെന്റ് സ്ഥാപനമായ ഓഫീസിന്റെ മുറ്റത്തുനിന്ന് അതു പറിക്കാനുള്ള അനുവാദം ഞങ്ങൾക്കുണ്ടായിരുന്നില്ല. മാത്രമല്ല, കോട്ടയം നഗരസഭ നടത്തുന്ന പൊതുമേഖലാസ്ഥാപനങ്ങളുടെ പൂന്തോട്ട മത്സരങ്ങളിൽ മിക്കവാറും റബ്ബർ ബോർഡിന്റെ പൂന്തോട്ടങ്ങൾക്കു സമ്മാനം ലഭിക്കാറുണ്ട്.

ഞങ്ങളടക്കമുള്ള പലർക്കും സ്വന്തം വീട്ടുമുറ്റത്ത് ചെറിയ പൂന്തോട്ടമൊക്കെ ഉണ്ടെങ്കിലും പൂക്കളത്തിന് ആ പൂക്കൾ മതിയാവില്ലായിരുന്നു. മാത്രമല്ല ഇതൊരു മത്സരമല്ലേ, ഒരുപോലെയുള്ള പൂക്കൾ ധാരാളം വേണമായിരുന്നു. അങ്ങനെ ഞങ്ങൾ കുട്ടികളും വലിയവരും പല പല ഗ്രൂപ്പുകളായി കുന്നിറങ്ങി താഴെയുള്ള വീടുകളിൽ ഓരോന്നിലായി കയറിയിറങ്ങി. പൂക്കൾ തേടിയുള്ള ആ യാത്ര വളരെ രസകരമായിരുന്നു. ചില വീട്ടുകാർ ഞങ്ങളുടെ ആഗമനോദ്ദേശ്യം അറിഞ്ഞപ്പോൾ സന്തോഷത്തോടെ പൂക്കൾമാത്രമല്ല, കഴിക്കാനും കുടിക്കാനുംവരെ തന്നു സൽക്കരിച്ചു. ചിലർ കേട്ട ഭാവം നടിക്കാതെ വാതിലുകൾ കൊട്ടിയടച്ചു. വീട്ടുമുറ്റത്ത് കയറാതിരിക്കാനായി പട്ടിയെ അഴിച്ചുവിട്ടവർവരെ ഉണ്ടായിരുന്നു.

അവരെയൊന്നും കുറ്റം പറയാൻ പറ്റില്ല. ഓമനിച്ചു വളർത്തുന്ന ചെടികൾ. പൂക്കൾ പറിക്കുമ്പോൾ ഞങ്ങൾ കുട്ടിപ്പട്ടാളം ചിലപ്പോൾ ചെടികളൊക്ക നാശകോശമാക്കും.

ചിലയിടത്തുനിന്ന് ഞങ്ങൾ അനുവാദം ചോദിക്കാതെതന്നെ പൂക്കൾ പറിച്ചെടുത്തു. വേലികളിലും റോഡ് സൈഡിലും വരെ നിന്ന പൂക്കൾ ഞങ്ങൾ പറിച്ചു കവറിനുള്ളിലാക്കി. മുള്ളുകൾ കൊണ്ട് കൈയും കാലും മുറിയുന്നതോ പാമ്പും എട്ടുകാലിയും അടക്കമുള്ള ക്ഷുദ്രജീവികളെ കാണുന്നതോ ഒന്നും ഞങ്ങൾക്ക് ഒരു പ്രശ്നമായിരുന്നില്ല.

യാതൊരു പേടിയും പരിഭ്രമവും സങ്കടങ്ങളും ഇല്ലാതെ സന്തോഷത്തോടെ, ചിത്രശലഭങ്ങളെപ്പോലെ പാറിനടന്ന ആ മനോഹര കാലം. വല്ലാത്തൊരു നഷ്ടബോധം തോന്നുന്നു.

മത്സരദിവസം രാവിലെതന്നെ ജോ, ജിക്കു, ജെറി, രഞ്ജു, സഞ്ജു, സിന്ധു, അനിമോൻ, രാജി, ലക്ഷ്മി, റ്റോജോ, പിന്നെ ഞങ്ങളുമടക്കമുള്ള കുട്ടിപ്പട്ടാളത്തിന്റെ അകമ്പടിയോടെ മത്സരാർത്ഥികളായ ശ്രീദേവി ആന്റി, ഗിരിജയാന്റി, ശാന്തമ്മാന്റി, ലിസിയാന്റി,

തങ്കാന്റി, എന്റെ ഉമ്മയടക്കമുള്ള ആറംഗസംഘം. ഒരു വാനിൽ മാമ്മൻ മാപ്പിള ഹാളിൽ എത്തി. ഓണപ്പാട്ടുകളൊക്കെ പാടി വളരെ ആഹ്ലാദത്തോടെയുള്ള ഒരു യാത്രയായിരുന്നു അത്.

ലയൺസ് ക്ലബ്ബിന്റെ ലേഡീസ് ഉൾപ്പെടെ 10, 12 ഗ്രൂപ്പുകൾ പൂക്കള മത്സരത്തിനായി എത്തിയിട്ടുണ്ടായിരുന്നു. ഞങ്ങളുടെ പൂക്കളത്തിന്റെ ഡിസൈൻ വരയ്ക്കാനായി റബ്ബർ ബോർഡിലെ ആർട്ടിസ്റ്റ്, ഞങ്ങളുടെ ആർട്ടിസ്റ്റ് അങ്കിൾ, അവിടെ വരയ്ക്കാൻ റെഡിയായി നിൽപ്പുണ്ടായിരുന്നു.

നിലവിളക്ക് കത്തിച്ചുവെച്ച്, പൂക്കൂടയിൽനിന്നും പൂക്കളെടുത്ത് പൂക്കളമിടുന്ന ഒരു ശാലീനസുന്ദരി ആയിരുന്നു അങ്കിൾ വരച്ച ഡിസൈൻ. പച്ചനിറത്തിന്റെ പശ്ചാത്തലത്തിൽ ചുവന്ന ബ്ലൗസും വെള്ളമുണ്ടുമുടുത്ത്, മഞ്ഞനിലവിളക്ക് കത്തിച്ചുവെച്ച് പല വർണ്ണ പൂക്കൂടയിൽ നിന്നും പൂക്കളിടുന്ന ശാലീനസുന്ദരിയുടെ പൂക്കളം അതിമനോഹരമായിരുന്നു.

വിധികർത്താക്കൾ പൂക്കളം കണ്ടു മാർക്കിട്ടതിനുശേഷം പൊതുജനങ്ങൾക്കു കാണാനായി അനുവാദമുണ്ട്. കണ്ടവരെല്ലാം പറഞ്ഞു, ഒന്നാം സമ്മാനം ഞങ്ങളുടെ ശാലീന സുന്ദരിക്കു തന്നെ കിട്ടുമെന്ന്. പക്ഷേ, വിധി വന്നപ്പോൾ ഞങ്ങൾക്ക് വെറും പ്രോത്സാഹനസമ്മാനം മാത്രം. ഒന്നും രണ്ടും സ്ഥാനങ്ങൾ സ്ഥിരം കൊണ്ടുപോകുന്ന ക്ലബ്ബുകൾക്കുതന്നെ. ഞങ്ങളെല്ലാവരും ആകെ സങ്കടത്തിലായി.

''ഇത് നിങ്ങളുടെ ഒത്തുകളിയാണ് ഞങ്ങൾക്ക് ഇതിൽ പ്രതിഷേധമുണ്ട്'', സ്വതവേ മുൻകോപിയായ ആർട്ടിസ്റ്റങ്കിൾ പൊട്ടിത്തെറിച്ചു.

''പൂക്കള മത്സരത്തിൽ എപ്പോഴും പൂക്കൾ കൊണ്ടുള്ള ഡിസൈൻ ആണ് ചെയ്യേണ്ടത്. രൂപങ്ങൾ വരച്ച് അതിൽ പൂകൊണ്ട് അലങ്കരിച്ചു പൂക്കളം ആക്കുന്നതു മത്സരത്തിന് പരിഗണിക്കാനാവില്ല. എന്നിട്ടും പൂക്കളത്തിന്റെ ഭംഗി കണക്കിലെടുത്താണ് പ്രോത്സാഹന സമ്മാനം തന്നത്'', എന്നതായിരുന്നു സംഘാടകരുടെ വിശദീകരണം. ആർട്ടിസ്റ്റ് അങ്കിളിന്റെ ദേഷ്യം തണുപ്പിക്കാൻ സംഘാടകരുടെ വിശദീകരണം ഒന്നും മതിയായില്ല.

കിട്ടിയ പ്രോത്സാഹനസമ്മാനംപോലും വാങ്ങാൻ നിൽക്കാതെ നിരാശരായി ഞങ്ങൾ തിരിച്ചുപോന്നു. അങ്ങോട്ടുപോകുമ്പോൾ പാട്ടുകൾ പാടി ആഘോഷമായി പോയ ഞങ്ങൾ തിരിച്ചുവരുമ്പോൾ ആകെ മൂകരായിരുന്നു.

ഇന്നും പൂക്കളമത്സരം എന്നു പറയുമ്പോൾ, ഈ ഓർമ്മയാണ് മനസ്സിലേക്ക് ആദ്യം വരുന്നത്. ■

കുപ്പിണി പട്ടാളം നിരനിര കുപ്പിണി പട്ടാളം...

ഇത്താനെ ഞങ്ങൾക്കെല്ലാവർക്കും ബഹുമാനം കലർന്ന ഒരു പേടിയായിരുന്നു. അതിനു കാരണമുണ്ട്, ഇത്ത നന്നായി പഠിക്കും. എല്ലാവരോടും ചിരിച്ച് നന്നായി വർത്തമാനം പറഞ്ഞ് പെരുമാറാൻ അറിയാം. വീട്ടുകാര്യങ്ങളിൽ ഉമ്മാനെ സഹായിക്കാനും, ഞങ്ങളുടെ സ്കൂളിലെ കാര്യങ്ങളിൽ ശ്രദ്ധിക്കാനും എല്ലാം ഒരു പ്രത്യേക മിടുക്കാണ്. ബന്ധുക്കൾക്കെല്ലാം ഏറെ ഇഷ്ടവുമായിരുന്നു. ചുരുക്കത്തിൽ ഇത്ത ഞങ്ങളുടെ വീട്ടിലെ ഒരു മുടിചൂടാമന്നയായിരുന്നു.

ഇത്താടെ പ്രധാന നേരംപോക്കിലൊന്ന് അനിയത്തിമാരായ ഞങ്ങളുടെ തലയിലെ പേൻനോക്കൽ ആയിരുന്നു. കനവും നീളവും കുറഞ്ഞ കോലൻമുടിയുള്ള, അധികം പേനുമില്ലാത്ത എന്റെ തല ഇത്തായ്ക്കത്ര പ്രിയപ്പെട്ടതല്ലായിരുന്നു. ചുരുണ്ടു കനമുള്ള മുടിയും അത്യാവശ്യം പേനുകളുമുള്ള കുഞ്ഞിത്താടെ തലയാണ് ഇത്താടെ വിളനിലം.

പേൻ നോക്കുന്നത് ഇഷ്ടമില്ലാത്ത കുഞ്ഞിത്താനെ പിടിച്ചുവെച്ച് ഇത്ത പേൻവേട്ട നടത്തും. കുറച്ചുകഴിയുമ്പോൾ കുഞ്ഞിത്ത കുതറാൻ തുടങ്ങും. അപ്പോൾ ഇത്ത നല്ല പിച്ചു വെച്ചുകൊടുത്ത് ആ പ്രതിഷേധത്തെ ഇല്ലാതാക്കും. പേൻനോട്ടം കഴിയുമ്പോൾ പാവം കുഞ്ഞിത്താടെ കൈ മുഴുവനും പിച്ചിയ പാടുകൾ ആയിരിക്കും. ആങ്ങളമാരെ നിലയ്ക്കുനിർത്താനും ഇത്താടെ പ്രധാന ആയുധം ഈ പിച്ചുതന്നെയാണ്. അങ്ങനെ ഉമ്മ ഇത്തായ്ക്ക് ഒരു പേരിട്ടു, 'പിച്ചിപ്പാത്തു'. ഇത്താടെ നുള്ളലിന് ഏറ്റവും കുറവ് പാത്രമായതു ഞാനായിരിക്കും. ഞാൻ ഏറ്റവും ചെറുതായതുകൊണ്ട് എന്നോട് ഇത്തായ്ക്ക് വളരെ വാത്സല്യമായിരുന്നു.

എന്റെ ഇക്കാമാർ തമ്മിൽ വഴക്കിടുന്നതുകണ്ടാൽ ഒന്നിന്റെ മരണം ഉറപ്പാണെന്നുതോന്നും. കട്ടിലിൽ കിടന്ന് കുത്തിമറിഞ്ഞ്

കൈയിൽ കിട്ടിയതെടുത്ത് അങ്ങോട്ടുമിങ്ങോട്ടും എറിഞ്ഞ് പടക്കളത്തിലെ യോദ്ധാക്കളെപ്പോലെ തല്ലുകൂടും. ഇതുകണ്ട് പേടിച്ച് ഞാൻ അപ്പുറത്തെ മുറിയിൽ മൂലയിൽ പോയി ഒളിച്ചിരിക്കും. പക്ഷേ, ഇവന്മാർ രണ്ടും വീടു മുഴുവൻ ഓടിനടന്നായിരിക്കും അടി കൂടുന്നത്. ഉമ്മാടെ വഴക്കും മുന്നറിയിപ്പും ഒന്നും അവർക്കൊരു പ്രശ്നമേയല്ല. വഴക്ക് കഴിയുമ്പോഴേക്കും രണ്ടുപേരുടെയും ദേഹത്തു ചെറിയ ചെറിയ മുറിവുകളും ചതവുകളും ഉണ്ടായിരിക്കും.

പക്ഷേ, ഒരു പ്രാവശ്യം വഴക്കിനിടയ്ക്ക് അബ്ദുക്ക കട്ടിലിൽനിന്നു വീണ് തലയുടെ പുറകിൽനിന്ന് ചോര വാർന്നൊഴുകിയതു കണ്ട് ഞങ്ങളെല്ലാം വല്ലാതെ പേടിച്ചുപോയി. അന്നൊക്കെ വീട്ടുവൈദ്യം അല്ലാതെ ഡോക്ടറുടെ അടുത്തേക്കു കൊണ്ടുപോകുന്നത് ആലോചിക്കാറുപോലുമില്ല. ഉമ്മ എന്തൊക്കെയോ ഗൃഹവൈദ്യത്തിലെ പൊടിക്കൈകൾ ചെയ്തു മുറിവ് വെച്ചുകെട്ടി. കുറച്ചുദിവസത്തേക്ക് ഇക്കാക്ക് തല അനക്കാൻ പറ്റുന്നില്ലായിരുന്നു.

മുറിവ് കൂടിയിടത്ത് പിന്നെ മുടി വളർന്നിട്ടില്ല. ഞങ്ങൾ ഇക്കാനെ 'കുഞ്ഞിക്കഷണ്ടി' എന്നു വിളിച്ച് കളിയാക്കുമായിരുന്നു.

ഞാനും കുഞ്ഞിത്തയും തമ്മിൽ കുറച്ചു വലുതായതിനുശേഷം വഴക്കിടുമായിരുന്നു. ഒരിക്കൽ എന്തോ നിസ്സാരകാര്യത്തിന് വഴക്കിട്ട് ഞാൻ കുഞ്ഞിത്താടെ മുടി വലിക്കാൻ തുടങ്ങി. കുഞ്ഞിത്തയും വിട്ടുതരാതെ തിരിച്ച് എന്റെ മുടി വലിക്കാൻ തുടങ്ങി. രണ്ടുപേരും മുഖാമുഖംനിന്ന് വലിച്ചു. ആങ്ങളമാർ രണ്ടുപേരും വടംവലി പ്രോത്സാഹിപ്പിക്കുന്നതുപോലെ കൈയടിച്ച് 'ഹൈലസാ...വലി... ആഞ്ഞുവലി...' എന്നു പറഞ്ഞു രംഗം കൊഴുപ്പിച്ചു കൊണ്ടിരുന്നു.

അപകടം മണത്തറിഞ്ഞ ഉമ്മ വേഗം ഞങ്ങളെ പിടിച്ചുമാറ്റി. ''അവൾ കുഞ്ഞല്ലേ..'' എന്നു പറഞ്ഞ് കുഞ്ഞിത്താനെ വഴക്കും പറഞ്ഞു.

നാട്ടിൻപുറത്ത് ജീവിച്ചിരുന്നതു കൊണ്ടായിരിക്കും ഉമ്മയുടെ വക വിലക്കുകൾ ഞങ്ങൾക്കു വളരെ കുറവായിരുന്നു. ക്വാർട്ടേഴ്സിലെ മറ്റു കുട്ടികളെക്കാൾ സ്വാതന്ത്ര്യം ഞങ്ങൾക്കുണ്ടായിരുന്നു. ഏതുസമയത്തും ഞങ്ങൾക്കു വീട്ടിൽനിന്ന് പുറത്തിറങ്ങാമായിരുന്നു. ഇരുട്ടുന്നതിനു മുൻപ് വീട്ടിൽ കയറണം എന്നുമാത്രം. ധാരാളം പാമ്പുകൾ ഇലകൾക്കടിയിൽ ഉണ്ടാകും എന്നതിനാൽ റബ്ബർക്കാട്ടിലേക്കു പോകരുതെന്നും കർശനമായി പറഞ്ഞിട്ടുണ്ട്.

ഒരിക്കൽ ഞാനും ഇക്കാമാരും കൂടെ ഉമ്മയറിയാതെ റബ്ബർ ബോർഡിന്റെ അതിരിനു പുറത്തുള്ള ബദാം മരത്തിൽനിന്ന് കായ

പറിക്കാനായി പോയി. നാലുനില കെട്ടിടത്തിന്റെ പൊക്കത്തിൽ വളർന്നുനിൽക്കുന്ന ബദാം മരത്തിന്റെ മുകളിലായി പഴുത്തുതുടുത്ത ബദാം കായകൾ തൂങ്ങിക്കിടക്കുന്നതുകണ്ട് ഞങ്ങൾക്ക് കൊതിയായി.

''ഞാൻ മുകളിൽ കയറി കായകൾ പറിച്ചിടാം, നിങ്ങൾ രണ്ടു പേരും താഴെനിന്ന് അത് പെറുക്കി എടുത്താൽ മതി'' എന്നു പറഞ്ഞ് അബ്ദുക്ക മരത്തിന്റെ മുകളിലേക്ക് വലിഞ്ഞുകയറി. മരത്തിന്റെ രണ്ടു സൈഡിലേക്കും ഇലകൾ മൂടിയ ശിഖരങ്ങൾ വളർന്നു നിൽക്കുന്നതുകൊണ്ട് മുകളിലേക്കു കയറാൻ ഇക്കാക്ക് അത്ര ബുദ്ധിമുട്ടൊന്നും തോന്നിയില്ല. കുറച്ചു കഴിഞ്ഞപ്പോൾ ഇലകൾ മൂടിയതുകൊണ്ട് അബ്ദുക്ക എവിടെയെത്തിയെന്ന് താഴെനിന്ന് ഞങ്ങൾക്കു കാണാൻ പറ്റുന്നില്ലായിരുന്നു. അല്പം കഴിഞ്ഞപ്പോൾ മുകളിൽ നിന്ന് ശിഖരങ്ങൾ ഒടിയുന്നതിന്റെ ശബ്ദംകേട്ട ഞങ്ങൾ ആകെ പേടിച്ച് മുകളിലേക്കു നോക്കി. പെട്ടെന്ന് രണ്ടു വലിയ ചില്ലകൾക്കിടയിൽപ്പെട്ട് ഇക്ക താഴേക്കു വന്നുവീണു. ഞങ്ങൾ ഉറക്കെ കരഞ്ഞുകൊണ്ട് ഇക്കാക്ക് അരികിലേക്ക് ഓടി. വീണ ഉടൻ ഇക്കാക്ക് ശ്വാസം വിടാൻ അല്പം ബുദ്ധിമുട്ടുള്ളതുപോലെ തോന്നി. പിന്നീട് ''കുഴപ്പമൊന്നുമില്ലെടി'' എന്ന്, കരയുന്ന എന്നെ ആശ്വസിപ്പിച്ചുകൊണ്ട് ഇക്ക പതുക്കെ എഴുന്നേറ്റുനിന്നു. അപ്പുറത്ത് പശുവിനുവേണ്ടി പുല്ലു ചെത്തിക്കൊണ്ടിരുന്ന പെണ്ണുങ്ങൾ 'എന്തു പറ്റി?' എന്ന് ചോദിച്ചു കൊണ്ട് ഓടിവന്നു.

ഇക്ക നിന്ന മരത്തിന്റെ കൊമ്പ് ഒടിഞ്ഞപ്പോൾ മുകളിലെ കൊമ്പിൽ പിടിച്ചു. ഉടൻ ആ കമ്പും ഒടിഞ്ഞു. അങ്ങനെയാണ് രണ്ടു കമ്പുകൾക്കിടയിൽപ്പെട്ട് പാരച്യൂട്ടിൽ എന്നപോലെ ഇക്ക സാവധാനം താഴെ വന്നു വീണത്. അല്ലെങ്കിൽ വീഴ്ചയുടെ ആഘാതത്തിൽ വലിയ അപകടം സംഭവിച്ചേനേ.

''ദൈവകൃപ കൊണ്ടാണ് ഒന്നും സംഭവിക്കാതിരുന്നത്. ഈ മതിലിലേക്കോ മറ്റോ വീണിരുന്നെങ്കിലോ..'', തൊട്ടപ്പുറത്ത് റബ്ബർ ബോർഡിന്റെ അതിരായ വലിയ ചെങ്കൽമതിൽ ചൂണ്ടി പുല്ലരിഞ്ഞിരുന്ന പെണ്ണുങ്ങൾ പറഞ്ഞു. അവർ കൈയിൽ ഉണ്ടായിരുന്ന വെള്ളം ഇക്കാനെ കുടിപ്പിച്ചു. അതിനു ശേഷം ''വേഗം വീട്ടിലേക്കു പോയി ഡോക്ടറുടെ അടുത്ത് പോകാൻ നോക്കൂ'', എന്നൊക്കെ ഉപദേശിച്ചിട്ട് ഞങ്ങളെ അവിടെനിന്ന് പറഞ്ഞുവിട്ടു.

വീട്ടിലേക്ക് നടക്കുന്നതിനിടയിൽ രണ്ട് ഇക്കാമാരും കൂടെ ''ഈ കാര്യം ഉമ്മാനോട് പറയരുത്'' എന്നു പറഞ്ഞ് എന്നെക്കൊണ്ട് സത്യം ചെയ്യിപ്പിച്ചു.

പിറ്റേന്ന് സ്കൂളിൽനിന്ന് വന്നപ്പോൾ ഉമ്മ ആകെ ദേഷ്യത്തിലായിരുന്നു. അന്നവിടെ പുല്ലരിഞ്ഞിരുന്ന ചെല്ല എന്ന സ്ത്രീയാണ് ഞങ്ങളുടെ വീട്ടിൽ പാല് കൊണ്ടുവന്നിരുന്നത്. അവർ പറഞ്ഞ് ഉമ്മ വിവരങ്ങളൊക്കെ അറിഞ്ഞിരുന്നു. ‘‘ഇനി മേലാൽ അവിടെ പോകരുത്’’ എന്നൊക്കെ പറഞ്ഞ് ഞങ്ങൾക്കു മൂന്നു പേർക്കും കണക്കിനു വഴക്കും കിട്ടി.

അതുകഴിഞ്ഞ് ഏകദേശം ഒരു വർഷമായപ്പോൾ ഇതേ ചെല്ലയുടെ മകനും ഞങ്ങളുടെ കളിക്കൂട്ടുകാരനുമായിരുന്ന ഷാജി, ബദാം പറിക്കാനായി മരത്തിൽ കയറിയതാണ്. ആ മരത്തിനിടയിലൂടെ കടന്നുപോയിരുന്ന ഹൈ വോൾട്ടേജ് ഇലക്ട്രിക് ലൈനിൽനിന്ന് ഷോക്കടിച്ച് താഴെവീണു മരിച്ചു. ആ സംഭവം ഞങ്ങളെയെല്ലാം വല്ലാതെ ഉലച്ചുകളഞ്ഞു. ഇന്നും ഒരു ഞെട്ടലോടെ മാത്രമേ അതൊക്കെ ഓർക്കാൻ കഴിയുന്നുള്ളൂ.

■

മധുരിക്കും ഓർമ്മകളെ മലർമഞ്ചൽ കൊണ്ടുവരൂ

എന്റെ വാപ്പാക്ക് ആത്മാർത്ഥ സുഹൃത്തുക്കളെന്നു പറയാൻ വിരലിലെണ്ണാവുന്നവരേ ഉണ്ടായിരുന്നുള്ളൂ. അതിലൊന്നാണ് റബ്ബർ ബോർഡിലെ ബഡ്ജറ്റ് ആൻഡ് അക്കൗണ്ട്സ് ഓഫീസർ ആയിരുന്ന രാജശേഖരനങ്കിൾ.

എൻ.എസ്. എസിന്റെ സ്ഥാപക നേതാവായിരുന്ന കളത്തിൽ വേലായുധൻ നായരുടെ പെങ്ങളുടെ മകനാണ് രാജശേഖരൻ പിള്ളയങ്കിൾ. നല്ലൊരു നടനും സഹൃദയനും സംഘാടകനുമായിരുന്ന അങ്കിൾ ഞങ്ങളുടെ റസിഡൻസ് ക്ലബ്ബിന്റെ നട്ടെല്ലായിരുന്നു. മൂപ്പര് സാമാന്യം നല്ലവണ്ണം പുകവലിക്കുന്ന ആളായിരുന്നു. ആറടി പൊക്കക്കാരനായ അങ്കിൾ ദൂരേന്നു വരുമ്പോൾതന്നെ പുകക്കുഴലിൽനിന്നെന്ന മാതിരി സിഗരറ്റിന്റെ പുക വരുന്നതു കാണാമായിരുന്നു. അങ്ങനെ അങ്കിളിന് 'ബേണിങ് ട്രെയിൻ' എന്നൊരു ഇരട്ടപ്പേരും ലഭിച്ചു. അങ്കിളിന്റെ ഭാര്യ ഗിരിജാന്റിക്ക് ഞങ്ങളെയൊക്കെ വലിയ വാത്സല്യമായിരുന്നു. ആന്റിയുടെ തിരുവനന്തപുരം ശൈലിയിലുള്ള സംസാരം കേട്ടിരിക്കാൻ നല്ല രസമാണ്. രവിശങ്കർ, ബാലശങ്കർ, രാജരാജേശ്വരി എന്നീ മൂന്നു മക്കളായിരുന്നു അവർക്ക് ഉണ്ടായിരുന്നത്. എന്നേക്കാൾ അല്പം ഇളയതായിരുന്ന രവിശങ്കർ വായിച്ചിരുന്ന പുസ്തകങ്ങളുടെ കനവും ഉള്ളടക്കവും കണ്ട് ഞാൻ അന്തംവിട്ടിരിക്കും. എപ്പോഴും എന്തെങ്കിലും വായിച്ചുകൊണ്ടിരിക്കുന്ന അവനെ കൈയിൽ ബുക്കില്ലാതെ കാണുന്നത് അപൂർവ്വമായിരുന്നു. പ്രായത്തിൽ കവിഞ്ഞ ബുദ്ധിയും പക്വതയും ഉള്ള രവിശങ്കർ വീട്ടുകാരുടെ അഭിമാനപാത്രമായിരുന്നു.

രവിശങ്കറിനു മഞ്ഞപ്പിത്തം വന്ന് അല്പം സീരിയസായി ആശുപത്രിയിൽ അഡ്മിറ്റാണെന്ന് അറിഞ്ഞതു മുതൽ, ക്വാർട്ടേഴ്സിലെ

എല്ലാവരും ഒരേമനസ്സോടെ അവന്റെ ജീവനുവേണ്ടി പ്രാർത്ഥിച്ചു. ദൈവത്തിനു പ്രിയപ്പെട്ടവനായതുകൊണ്ടാവും ഞങ്ങളുടെയൊന്നും പ്രാർത്ഥന ഫലം കണ്ടില്ല. വായനാപ്രിയനായ അവന്റെ മൃതദേഹം അടക്കം ചെയ്തപ്പോൾ, കൂടെ അവനു പ്രിയപ്പെട്ട കുറെ ബുക്കുകളും വച്ചിരുന്നു.

മൂത്ത പുത്രന്റെ മരണത്തിൽ തകർന്നുപോയ ആന്റിയും അങ്കിളും ജീവിതത്തിലേക്കു തിരിച്ചുവരുന്നതിനായി ബന്ധുക്കളും സുഹൃത്തുക്കളുമെല്ലാം ഏറെ പണിപ്പെടേണ്ടിവന്നു. ഞങ്ങളെപ്പോലെതന്നെ അവരുടെ തൊട്ടപ്പുറത്ത് താമസിച്ചിരുന്ന സുബ്ബരായലു അങ്കിളും രാജിയാന്റിയും രവിശങ്കറിന്റെ അതേ പ്രായമുള്ള അവരുടെ മകൻ ഗുരുശങ്കറും അനിയത്തി ഉമയും സുഹൃത്തും ക്ലബ്ബിന്റെ ഭാരവാഹി കൂടിയായിരുന്ന ഗോപാലകൃഷ്ണൻ അങ്കിളും തങ്കാന്റിയും മക്കൾ സിന്ധുവും സഞ്ജുവുമെല്ലാം അവർക്ക് താങ്ങായി എപ്പോഴും കൂടെ ഉണ്ടായിരുന്നു.

അതേ ബിൽഡിങ്ങിൽ താമസിച്ചിരുന്ന ജമാൽ അങ്കിളും ഫാത്തുക്കുട്ടി ആന്റിയും മക്കൾ ബിന്ദുവും സിന്ധുവും കുടുംബപരമായി ഞങ്ങളുമായി വളരെ അടുപ്പത്തിലായിരുന്നു. തമാശക്കാരനായ ജമാലങ്കിൾ ഞങ്ങൾ കുട്ടികൾക്ക് ഏറെ പ്രിയങ്കരനായിരുന്നു. അധികം താമസിയാതെ ഫാത്തുക്കുട്ടി ആന്റിക്കു ട്രാൻസ്ഫറായി അവർ തിരുവനന്തപുരത്തേക്കു പോയി. പിന്നീട് അവിടെ വന്നത് മുട്ടറ്റം മുടിയുള്ള സുലോചന ആന്റിയും വിശ്വനാഥനങ്കിളും ഇന്ദുവും വൃന്ദയുമാണ്.

'ഇന്ദു പറഞ്ഞാൽ അമ്പിളി

വൃന്ദ പറഞ്ഞാൽ തുളസി...' എന്നുള്ള വൃന്ദയുടെ കൊഞ്ചിക്കൊഞ്ചിയുള്ള പറച്ചിൽ കേൾക്കാൻ നല്ല രസമായിരുന്നു.

തൊട്ടടുത്ത ബിൽഡിങ്ങിൽ പറവൂർകാരനായ ഇലക്ട്രീഷ്യൻ സോമൻ അങ്കിളും വത്സലാന്റിയും മക്കളായ വേണുവും വീണയുമായിരുന്നു താമസിച്ചിരുന്നത്. വത്സലാന്റിയുടെ നാട് കൊടുങ്ങല്ലൂരായതുകൊണ്ട് ഞങ്ങൾക്ക് അവരുമായി ഒരു പ്രത്യേക അടുപ്പം ഉണ്ടായിരുന്നു. ആ വിവാഹത്തിന് ഇടനിലക്കാരനായത് വാപ്പയാണെന്ന് പിന്നീടാണ് ഞങ്ങൾ അറിഞ്ഞത്. വളരെ കർക്കശക്കാരനാണെന്നു ഞങ്ങൾ വിചാരിച്ചിരുന്ന സോമനങ്കിൾ, ക്ലബ്ബിലെ നാടകങ്ങളുടെ റിഹേഴ്സൽ സമയത്തു പറഞ്ഞിരുന്ന തമാശകൾ കേട്ട് ഞങ്ങൾ പൊട്ടിച്ചിരിച്ചുപോയി. അങ്കിളിന്റെ ഉള്ളിൽ വളരെ നല്ല ഒരു

ഹാസ്യനടൻ ഉണ്ടെന്നറിഞ്ഞത് കുട്ടികൾക്ക് അങ്കിളിനോടുണ്ടായിരുന്ന ഭയം സ്നേഹമാക്കി മാറ്റി.

അവരുടെ അയൽക്കാരായിരുന്നത് കാർത്തിക്കുട്ടി ആന്റിയും പണിക്കരങ്കിളും മക്കളായ ജയനും ലതയും ആയിരുന്നു. പെരുന്ന എൻ. എസ്.എസ്. കോളേജിലെ ഇംഗ്ലീഷ് പ്രൊഫസറായിരുന്ന പണിക്കരങ്കിൾ മിതഭാഷിയാണ്. പക്ഷേ, നല്ലൊരു നടനായിരുന്ന അദ്ദേഹം, ഞങ്ങളുടെ ക്ലബ്ബിലെ കലാപരിപാടികൾക്കു മുന്നിലും പിന്നിലുമായി ഒരുപാട് സംഭാവനകൾ നൽകിയിട്ടുണ്ട്. അവരുടെ കൂടെ താമസിച്ചിരുന്ന അങ്കിളിന്റെ അച്ഛൻ, എന്നും പേരക്കുട്ടികൾക്കു കൂട്ടായി സ്കൂളിലേക്ക് ഞങ്ങളുടെ കൂടെ ബസ്സിൽ വന്നിരുന്ന അദ്ദേഹം, ജയനും ലതയ്ക്കും മാത്രമല്ല ഞങ്ങൾക്കും മുത്തച്ഛൻ ആയിരുന്നു.

അടുത്ത ബിൽഡിങ്ങിൽ താമസിച്ചിരുന്ന മാത്യു അങ്കിളും ലിസി ആന്റിയും മക്കളായ ജോ, ജിക്കു, ജെറി എന്നിവരും ഞങ്ങളുടെ കളിക്കൂട്ടുകാരായിരുന്നു. അവിടെ മൂന്ന് ആൺമക്കൾക്കുശേഷം ഉണ്ടായ രഞ്ജു എന്ന സുന്ദരിക്കുട്ടിയെ കളിപ്പിക്കാൻ ഞങ്ങൾക്ക് ഇഷ്ടമായിരുന്നു. തൊട്ടടുത്തു താമസിച്ചിരുന്നത്, പെൺമക്കൾ ഇല്ലാത്തതിനാൽ ഞങ്ങളോട് ഏറെ വാത്സല്യമുണ്ടായിരുന്ന കൊച്ചപ്പൻ അങ്കിളും വിജയാന്റിയും, അവരുടെ മൂന്ന് ആൺമക്കളായ സജി, ജീനു, സാനു എന്നിവരുമായിരുന്നു. ഞങ്ങളുടെ പാട്ടുകൾ ഇഷ്ടപ്പെട്ടിരുന്ന അങ്കിൾ, ഞങ്ങളെ കാണുമ്പോഴൊക്കെ 'ഹരേ രാമ ഹരേ കൃഷ്ണ' എന്ന സിനിമയിലെ 'ദം മാരു ദം...' എന്ന പാട്ടു പാടുമായിരുന്നു. എന്നാൽ പെട്ടെന്ന് ഒരു ദിവസം ഒരു ഹാർട്ടറ്റാക്കിൽ അങ്കിൾ മരിച്ചത് ഞങ്ങൾക്കെല്ലാവർക്കും വല്ലാത്ത ഷോക്കായിപ്പോയി. പിന്നീട് വിജയാന്റിക്കു റബ്ബർ ബോർഡിൽതന്നെ ജോലി ലഭിക്കുകയും അവർ നാടായ തിരുവനന്തപുരത്തേക്കു പോവുകയും ചെയ്തു.

ജോർജങ്കിൾ, ശാന്തമ്മാന്റി, ടോജോ, കറിയാച്ചൻ, കോതണ്ടരാമനങ്കിൾ, ലളിതാന്റി, മധു, ഇന്ദ്രു, കൃഷ്ണൻകുട്ടിയങ്കിൾ, മാലതിയാന്റി, കിച്ചു, ഉണ്ണിയങ്കിൾ, അംബികാന്റി, ധന്യ, കളിക്കൂട്ടുകാരായ രശ്മിയുടെയും ഗോകുലിന്റെയും മാതാപിതാക്കളായ സേതുരാജങ്കിൾ, സരോജിനിയാന്റി, മിനിക്കുട്ടിയുടെയും കണ്ണദാസന്റെയും മാതാപിതാക്കളായ പദ്മനാഭനങ്കിൾ, മണിയാന്റി... ഇവരുമൊക്കെയായി ഞങ്ങൾ ഏറെ അടുപ്പം പുലർത്തിയിരുന്നു.

ഞങ്ങളെല്ലാവരും റബർ ബോർഡ് സ്റ്റാഫ് ക്വാർട്ടേഴ്സിൽ ഒരേ മനസ്സും സ്നേഹവുമായി ജാതിമത ചിന്തകൾ ഇല്ലാതെ ഓണവും ക്രിസ്മസും ബക്രീദും എല്ലാം ഒരുപോലെ ആഘോഷിച്ചു ജീവിച്ചിരുന്ന ആ കുട്ടിക്കാലം എത്ര മനോഹരമായിരുന്നു.

റിട്ടയർ ചെയ്തതുകൊണ്ട് അന്നുണ്ടായിരുന്ന മിക്കവാറും കുടുംബങ്ങൾ ഒന്നുംതന്നെ ഇപ്പോൾ റബ്ബർ ബോർഡിൽ ഇല്ല. പലരും ഈ ഭൂമുഖത്തുതന്നെ ജീവനോടെയില്ല. എന്നാലും ആ കാലവും ആളുകളുമെല്ലാം മധുരിക്കുന്ന ഓർമ്മകളായി മനസ്സിൽ നിറഞ്ഞുനിൽക്കും.

'വസുധൈവകുടുംബകം' പോലെ ഞങ്ങൾ ജീവിച്ച ആ നാളുകൾ ഇടയ്ക്കിടെ ഓർക്കുന്നതുതന്നെ ഒരു സുഖമാണ്. ■

സ്വയംവര ശുഭദിന മംഗളങ്ങൾ...

സ്വന്തം വിവാഹത്തെക്കാൾ നമ്മൾ ശരിക്ക് ആസ്വദിക്കുന്നതു മറ്റു ള്ളവരുടെ വിവാഹങ്ങൾ ആണല്ലോ. എന്റെ വിവാഹത്തിന്റെ അന്ന് എന്റെ കൂട്ടുകാരികൾ ഒരു മേശയ്ക്കു ചുറ്റുമിരുന്ന് സൊറപറഞ്ഞു ഭക്ഷണം കഴിക്കുന്നതും കമന്റടിയും പൊട്ടിച്ചിരിയുമൊക്കെയായി അർമാദിക്കുന്നതും കണ്ടപ്പോൾ സത്യമായിട്ടും കല്യാണപ്പെണ്ണായ എനിക്ക് ഓടിപ്പോയി അവരിൽ ഒരാളാവാൻ മനസ്സ് കൊതിച്ചു പോയി.

കൊടുങ്ങല്ലൂരിൽ വെല്ലുമൂത്താപ്പയുടെ മകളുടെയും തിരുവനന്ത പുരത്തെ വെല്ല്യാമാടെ മക്കളുടെയും വിവാഹങ്ങൾ ചെറിയ കുട്ടി യായിരുന്നു എങ്കിലും എനിക്കു നല്ല ഓർമ്മയുണ്ട്. വെല്ലുമൂത്താ പ്പാടെ വീട്ടിലെ കല്യാണത്തിനു വിവിധ വർണ്ണങ്ങളിലുള്ള സാരികൾ കൊണ്ടാണ് കല്യാണപ്പന്തൽ അലങ്കരിച്ചത്.

കേരള ഫിനാൻഷ്യൽ കോർപ്പറേഷൻ സെക്രട്ടറി ആയിരുന്ന വെല്ല്യാമാടെ മക്കൾ റസീത്താടെയും ചുട്ടിത്താടെയും കല്യാണം കനകക്കുന്ന് കൊട്ടാരത്തിൽവെച്ച് ആർഭാടമായിട്ടാണ് നടന്നത്. ഗാന ഗന്ധർവ്വൻ യേശുദാസും സിനിമാനടൻ മധുവിന്റെ മകൾ ഉമയു മൊത്തും വന്നത് ഞങ്ങൾക്ക് ഒരു പ്രത്യേക ഹരം പകർന്നു. പക്ഷേ, അവിടെയൊക്കെ കല്യാണ ആഘോഷങ്ങളെക്കാൾ കുട്ടികൾക്കു താൽപര്യം കൂട്ടുകാരുമൊത്ത് കളിക്കാനാണല്ലോ.

1978 ൽ നടന്ന എന്റെ ഇത്തയുടെ വിവാഹത്തിനാണ് ഞാൻ ഏറ്റവും കൂടുതൽ ആസ്വദിച്ചതും ആഹ്ലാദിച്ചതും. സ്വന്തം വീട്ടിലെ വിവാഹം ആകുമ്പോൾ അതിന്റെ പ്രത്യേകത ഒന്നു വേറെയാണല്ലോ.

തിരുവനന്തപുരം ഡെന്റൽ കോളേജിൽ (അന്ന് തിരുവനന്ത പുരത്തു മാത്രമേ ഡെന്റൽ കോളേജ് ഉണ്ടായിരുന്നുള്ളൂ.) ഫൈനൽ ഇയർ പഠിച്ചിരുന്ന ഇത്തായ്ക്ക് പെട്ടെന്നാണ് കാസർഗോഡുനിന്ന്,

സി.എ. ചെയ്തുകൊണ്ടിരുന്ന സുൽഫിക്കറിന്റെ കല്യാണക്കാര്യം ശരിയായത്. പഠിത്തം കഴിഞ്ഞു മതി കല്യാണം എന്ന ഇത്താടെ ശാഠ്യമൊന്നും വാപ്പയും ഉമ്മയും അത്ര മുഖവിലയ്ക്കെടുത്തില്ല. കാരണം, തൊട്ടുതാഴെ പ്രീഡിഗ്രിക്കാരിയായ എന്റെ കുഞ്ഞിത്തയും ഒമ്പതാം ക്ലാസുകാരിയായ ഞാനും ഉള്ളപ്പോൾ എത്രയും വേഗം ഒരാളുടെയെങ്കിലും വിവാഹം കഴിച്ചയയ്ക്കണമെന്ന് ആയിരിക്കുമല്ലോ മാതാപിതാക്കളുടെ ആഗ്രഹം.

പെണ്ണുകാണൽ ചടങ്ങൊക്കെ തിരുവനന്തപുരത്തു മാമാടെ വീട്ടിൽവച്ചായിരുന്നതുകൊണ്ട് ആ രസങ്ങളും ടെൻഷനുമൊന്നും ഞങ്ങൾ അറിഞ്ഞില്ല. വാക്കുറപ്പിക്കൽ കഴിഞ്ഞതോടെ ഞങ്ങളുടെ വീട്ടിലാകെ ഉത്സവപ്രതീതിയായി. കല്യാണ ക്ഷണക്കത്തടിപ്പിക്കലും അഡ്രസ്സ് കളക്ട് ചെയ്യലും അത് എഴുതലുമൊക്കെ എനിക്ക് പുതിയ അനുഭവങ്ങളായിരുന്നു.

വാപ്പ വളരെ സിസ്റ്റമാറ്റിക് ആയിരുന്നതുകൊണ്ട് എല്ലാം നല്ല ചിട്ടയോടെയാണ് ചെയ്തിരുന്നത്. അന്ന് അഡ്രസ്സും കിട്ടിയ ഗിഫ്റ്റുകളും ഒക്കെ എഴുതിവെച്ച ബുക്ക് ഇന്നും ഞങ്ങൾ നിധിപോലെ സൂക്ഷിച്ചിട്ടുണ്ട്. ഇന്നത്തെ തലമുറയ്ക്കുവരെ ഇത് വളരെ ഉപകാരപ്രദമാണെന്ന് പറയുമ്പോൾതന്നെ നിങ്ങൾക്കതിന്റെ മൂല്യം മനസ്സിലാക്കാമല്ലോ. മാത്രമല്ല, ആ ബുക്ക് ഇടയ്ക്കിടെ എടുത്തുനോക്കുമ്പോൾ വാപ്പ ഞങ്ങളുടെ അരികിൽ വന്നുനിൽക്കുന്നതു പോലെ ഒരു തോന്നലാണ്.

വിവാഹത്തിന് ഒരാഴ്ച മുൻപുതന്നെ കല്യാണപ്പെണ്ണ് കോളേജിൽനിന്ന് എത്തിയതോടെ ഒരുക്കങ്ങൾ ദ്രുതഗതിയിലായി. സ്വർണ്ണം എടുക്കാനും ഡ്രസ്സ് എടുക്കാനുമൊക്കെ പല വീക്കെൻഡുകളിലും ഇത്ത കഷ്ടപ്പെട്ട് തിരുവനന്തപുരത്തുനിന്ന് കോട്ടയത്തേക്ക് ഓടിയെത്തുമായിരുന്നു.

കോട്ടയം ശീമാട്ടിയിൽനിന്നെടുത്ത ബെൽബോട്ടം പാന്റ്സും അന്നത്തെ ഫാഷനായിരുന്ന ക്രോഷ്യോ വർക്ക് ചെയ്ത ബനിയനുമായിരുന്നു എനിക്കും കുഞ്ഞിത്തയ്ക്കും എടുത്ത വേഷം.

കല്യാണത്തിനു നാലഞ്ചു ദിവസം മുൻപുതന്നെ റബ്ബർ ബോർഡിലെ അയൽക്കാരായ ആന്റിമാർ എല്ലാവരും രാവിലെതന്നെ ഞങ്ങളുടെ വീട്ടിലെത്തും. പിന്നെ എല്ലാവരും കൂടെ സ്ക്വാഷ്, ചിപ്സ്, മിക്സ്ചർ, കേക്ക് തുടങ്ങിയവ ഓരോ ദിവസങ്ങളിലും ഉണ്ടാക്കും. അവർക്കുവേണ്ട സഹായങ്ങളൊക്കെ ചെയ്തുകൊണ്ട് ഞങ്ങൾ

കുട്ടിപ്പട്ടാളം അവരുടെ ചുറ്റുമുണ്ടാകും. ജാതിമത ചിന്തകൾ ഒന്നുമില്ലാതെ, എല്ലാവരുംകൂടി ഒറ്റമനസ്സോടെ സ്വന്തം വീട്ടിലെ കല്യാണം പോലെ ചെലവഴിച്ച ആ ദിവസങ്ങളൊക്കെ എന്തു മനോഹരമായിരുന്നു.

ഹലുവ, കുഴലപ്പം, അച്ചപ്പം, ചുക്കപ്പം, ലഡു, ജിലേബി അങ്ങനെ വേറെ കുറെ പലഹാരങ്ങൾ പുറത്തുനിന്ന് ഓർഡർ ചെയ്ത് ഉണ്ടാക്കിപ്പിച്ചു.

കല്യാണപ്പണിക്കായി മാത്രം പുതിയ രണ്ട് ജോലിക്കാരികളെ നിയമിച്ചു. വീടിനു പുറകിൽ കല്യാണ ജോലികൾക്കായി ഒരു ചെറിയ പന്തൽ കെട്ടി. അതിൽ പുതിയ അടുപ്പുകളും ചെമ്പ്, ഉരുളി, ചട്ടുകം തുടങ്ങിയ വാടകയ്ക്കെടുത്ത പാത്രങ്ങളും ഒരുങ്ങി. അങ്ങനെ മൊത്തം ജഗപൊകയായ ആ സമയത്ത് സ്കൂളും പഠിപ്പും ഒന്നും എനിക്കൊരു വിഷയമേ അല്ലായിരുന്നു.

കൂടുതൽ ബന്ധുക്കളും ദൂരെനിന്ന് വരുന്നവരായതുകൊണ്ട്, കോട്ടയം ടൗണിൽ എല്ലാവർക്കും ഹോട്ടൽ മുറി ബുക്ക് ചെയ്തു. വീട്ടുമുറ്റത്തു പൂക്കളാൽ അലങ്കരിച്ച വലിയ കല്യാണപ്പന്തൽ ഉയർന്നു. ടൗണിൽനിന്ന് തലേന്നുതൊട്ട് ബന്ധുക്കളെ കൊണ്ടുവരാനും കൊണ്ടുപോകാനും വാപ്പാടെ ഒരു കൂട്ടുകാരൻ ഒരു കെ.എസ്.ആർ.ടി.സി ബസാണ് ശരിയാക്കിത്തന്നത്.

ഞാനാണെങ്കിൽ സ്കൂളിലും ബസ്സിലും എല്ലാം കല്യാണവിശേഷങ്ങൾ പറഞ്ഞങ്ങനെ വിലസി. വാപ്പയും ഉമ്മയും ക്ഷണിച്ചിട്ടുണ്ടോ എന്നുപോലും അറിയില്ലെങ്കിലും വഴിയിൽ കാണുന്നവരോടെല്ലാം 'കല്യാണത്തിനു വരില്ലേ' എന്നായിരുന്നു എന്റെ ചോദ്യം.

അന്ന് ഇന്നത്തെപ്പോലെ മൈലാഞ്ചി കോണുകൾ ഒന്നും ഇറങ്ങിയിട്ടില്ലായിരുന്നു. ദൂരെയുള്ള ഏതോ വീട്ടിൽനിന്ന് മൈലാഞ്ചി പറിച്ചുകൊണ്ടുവന്ന് അമ്മിക്കല്ലിൽവെച്ച് നല്ല വെണ്ണപോലെ അരയ്ക്കും. പിന്നെ നേരിയ ഈർക്കിൽകൊണ്ടാണ് കൈയിൽ ഡിസൈനുകൾ വരയ്ക്കുക. മൈലാഞ്ചി ഇടാൻ അറിയുന്നവർക്ക് ആ നാളുകളിൽ വലിയ ഡിമാൻഡാണ്. എല്ലാവരും അവരുടെ മുമ്പിൽ കൈയും നീട്ടി ഭവ്യതയോടെ ഇരിക്കും.

കല്യാണത്തലേന്നു രാവിലെമുതൽ മൈലാഞ്ചി ഒരുക്കുന്നതിന്റെയും മുല്ലപ്പൂക്കൾ കൊണ്ടുവരുന്നതിന്റെയുമൊക്ക ബഹളമായിരുന്നു. ടേപ്പ് റെക്കോർഡർ ഒന്നും ഇറങ്ങിയിട്ടില്ലാതിരുന്ന ആ കാലത്ത് റെക്കോർഡ് പ്ലെയറിൽനിന്നുയർന്ന മൈലാഞ്ചിപ്പാട്ടുകൾ, പാട്ടുകളെ അഗാധമായി പ്രണയിച്ചിരുന്ന ഞാൻ അനുഭൂതിയോടെയാണ് കേട്ടുനിന്നത്.

മൈലാഞ്ചി ഇടുന്നതിനെക്കാളും ഞങ്ങൾ കുട്ടികൾക്ക് താൽപര്യം വരുന്ന അതിഥികൾക്കു പലഹാരങ്ങളും സ്ക്വാഷും ചായയുമൊക്കെ കൊണ്ടുകൊടുക്കാനായിരുന്നു. അടുക്കളയിൽനിന്ന് പ്ലേറ്റ് നിറയെ തരുന്ന പലഹാരങ്ങൾ അതിഥികളുടെ അടുത്തെത്തുമ്പോൾ പകുതി യായിട്ടുണ്ടാകും. പോണ പോക്കിൽ പലഹാരങ്ങളിൽ പലതും ഞങ്ങ ളുടെ വായിൽ എത്തും.

പിന്നെ അതിഥികൾ കൊണ്ടുവരുന്ന സമ്മാനപ്പൊതികൾ വാങ്ങി അടുക്കടുക്കായി അതത് സ്ഥാനങ്ങളിൽ വെക്കുന്നതും ഞങ്ങൾ കുട്ടികളെ എല്പിച്ച ശ്രമകരമായ ഒരു ജോലിയായിരുന്നു. വീട്ടിലെ ആദ്യത്തെ വിവാഹമായിരുന്നതുകൊണ്ട് ധാരാളം സമ്മാനങ്ങൾ ലഭിക്കുകയും ചെയ്തു. കൂടുതലും ടീസെറ്റുകളും മിൽക്ക് കുക്കറു കളും ആയിരുന്നു സമ്മാനപ്പൊതികളിൽ. കൂടുതലായി കിട്ടുന്ന ഇങ്ങനത്തെ സമ്മാനങ്ങൾ ബന്ധുക്കൾക്കിടയിൽ വിതരണം ചെയ്യു ന്നതും ഒരു ചടങ്ങായിരുന്നു.

പെട്ടെന്നതാ, പന്തലിൽ ഒരു തിക്കും തിരക്കും ബഹളവും. എന്താ ണെന്നറിയാൻ ഓടിച്ചെന്ന ഞാൻ കണ്ടത്, സിനിമാനടൻ ബഹദൂർ വാപ്പയുടെയും ഉമ്മയുടെയും അടുത്തുനിന്ന് കുശലം പറയുന്നതാണ്. ഉമ്മാടെ വകയിലൊരു അമ്മായിയുടെ മകനാണ് ബഹദൂർ. ഉമ്മയും വാപ്പയും മദ്രാസിൽ പോയപ്പോൾ ബഹദൂറിന്റെ വീട്ടിൽ താമസി ച്ചതും ഷൂട്ടിംഗ് കണ്ടതുമൊക്കെ ഉമ്മ പറഞ്ഞറിയാമെങ്കിലും, ആദ്യ മായാണ് മൂപ്പരെ നേരിട്ടുകാണുന്നത്. പിന്നെ ബഹദൂർമാമ പോകു ന്നതുവരെ മൂപ്പരെ ചുറ്റിപ്പറ്റിനിന്നു.

പിറ്റേന്ന് കല്യാണത്തിനും ബഹദൂർമാമ വന്നു ഇത്താടെ ഡെന്റൽ കോളേജ് സുഹൃത്തുക്കളടക്കം എല്ലാവരും ബഹുദൂറിന്റെ കൂടെ നിന്ന് ഫോട്ടോ എടുത്തു. ഫോട്ടോ എടുക്കാനുള്ള തിക്കിലും തിരക്കിലും ഇടിച്ചുകയറാൻ മടിയായതുകൊണ്ട് ഞാൻ ആ സാഹ സത്തിനു ശ്രമിച്ചില്ല.

അങ്ങനെ കല്യാണ ദിനം എത്തി. ഇന്നത്തെപ്പോലെ ബ്യൂട്ടീഷൻ ഒന്നും ഇല്ലാത്തതുകൊണ്ട്, ഇത്താനെ വെല്ല്യാമാടെ മക്കളാണ് ഒരു ക്കിയത്. അവിടെയും സ്ലൈഡും പിന്നും പൂവും എടുത്തു കൊടു ക്കാനും എന്നുവേണ്ട എല്ലാ സഹായങ്ങളും ചെയ്യാനായി ഞാൻ റെഡിയായിട്ടുണ്ടായിരുന്നു.

കോഴിബിരിയാണിയുടെയും കച്ചമ്പറിന്റെയും മണം അന്തരീ ക്ഷത്തിൽ ഒഴുകിവരുന്നുണ്ടായിരുന്നു.

കല്യാണത്തിന് ബിരിയാണി വിളമ്പാനായി വന്ന, കോട്ടയം സ്വാഗത് ഹോട്ടലിലെ വെള്ളയൂണിഫോമും വിശറിപോലെയുള്ള തലപ്പാവും വെച്ച വെയിറ്റർമാരെ കണ്ട് എല്ലാവർക്കും വലിയ അത്ഭുതമായിരുന്നു.

പുതിയാപ്ല എത്തുമ്പോൾ മാലയിട്ടു സ്വീകരിക്കാനായി വെല്ലിക്കയും പുതിയാപ്ലയുടെ കാലു കഴുകാനായി കിണ്ടിയിൽ വെള്ളവുമായി കുഞ്ഞിക്കയും റെഡിയായിനിന്നു. പുതിയാപ്ലയുടെ തിളങ്ങുന്ന ഷൂവിനു മുകളിൽ എങ്ങനെ വെള്ളമൊഴിക്കും എന്നു വിചാരിച്ച് പരുങ്ങിനിന്ന കുഞ്ഞിക്ക എല്ലാവരിലും ചിരിയുണർത്തി. പുതിയാപ്ലയാണെങ്കിൽ തന്റെ ഷൂസ് വെള്ളമൊഴിച്ച് ചീത്തയാക്കുന്നതിനു മുൻപേ വേഗം കുഞ്ഞളിയനെ ചേർത്തുപിടിച്ച് കൈയിൽ ഒരു മോതിരം ഇട്ടുകൊടുത്തു. കാലു കഴുകിക്കുന്ന ആൾക്കു മോതിരം കൊടുക്കുന്നത് ഒരു നാട്ടുനടപ്പാണ്.

കല്യാണമൊക്കെ വിചാരിച്ചതിലും ഭംഗിയായി കഴിഞ്ഞു.

അടുത്ത കാലത്തൊന്നും ഇത്ര നല്ല ഒരു കല്യാണം കൂടിയിട്ടില്ലെന്നും താലികെട്ടൽ സ്റ്റേജിൽവെച്ച് നടത്തിയതുകൊണ്ട് വിവാഹ ചടങ്ങുകൾ ഭംഗിയായി വീക്ഷിക്കാൻ സാധിച്ചെന്നും എല്ലാവരും പറഞ്ഞപ്പോൾ, വാപ്പയും ഉമ്മയും നിറഞ്ഞ സംതൃപ്തിയോടെ അതിഥികൾക്കു നന്ദി പറഞ്ഞു.

കാസർഗോഡുകാരനായ ചെക്കന്റെ വീട്ടിലേക്ക് അന്നുരാത്രി തന്നെ പെണ്ണിനെ കൊണ്ടുപോയി. അതിനായി മലബാർ എക്സ്പ്രസ്സിൽ കോട്ടയത്തുനിന്നും ഒരു ബോഗിതന്നെ ബുക്ക് ചെയ്തിരുന്നു. പുതുമണവാട്ടി മണവാളന്റെ വീട്ടിലേക്കു പോകുമ്പോൾ മണവാട്ടിക്ക് ഒറ്റപ്പെടൽ തോന്നാതിരിക്കാനായി, വീട്ടിലെ ചെറിയ അനിയത്തിയേയോ, ബന്ധത്തിലുള്ള ആരെയെങ്കിലുമോ കൂട്ടിന് അയയ്ക്കുന്ന ഒരു പതിവ് അന്നുണ്ടായിരുന്നു.

അന്ന് ആ ഭാഗ്യം ലഭിച്ചത് എനിക്കാണ്. ഒരാഴ്ചയ്ക്കുശേഷം ആദ്യ വിരുന്നിനായി നവദമ്പതികൾ കോട്ടയത്തേക്ക് തിരിച്ചുവരുന്നതുവരെ ഞാൻ അവിടെ താമസിച്ചു. മണവാട്ടിയുടെ കൂടെവന്ന കുട്ടി എന്ന നിലയിൽ പുതുമാരന്റെ വീട്ടിൽ എനിക്കു ഹൃദ്യമായ സ്വീകരണമാണ് ലഭിച്ചത്.

ഒരാഴ്ച കഴിഞ്ഞ് തിരിച്ചുവന്ന ഞാൻ സ്കൂളിൽ പോയി തുടങ്ങുമ്പോഴേക്കും ഞങ്ങളുടെ അവസാന കൊല്ലപ്പരീക്ഷ തുടങ്ങിയിരുന്നു. ക്ലാസിലെ കൂട്ടുകാരികൾ ആണെങ്കിലോ ബഹദൂർ കല്യാണത്തിനു വന്ന കാര്യമൊക്കെ അറിഞ്ഞിരുന്നു. എല്ലാവർക്കും വിശേഷങ്ങൾ

അറിയാനുള്ള തിടുക്കമായിരുന്നു. വാചകമടിക്കാൻ ഞാൻ അന്നേ മിടുക്കിയായിരുന്നു. വിശേഷങ്ങൾ എല്ലാം വിവരിച്ചുപറഞ്ഞ് ഞാനങ്ങനെ ക്ലാസിൽ സ്റ്റാറായി വിലസി.

രണ്ടുവർഷം കഴിഞ്ഞപ്പോൾതന്നെ കുഞ്ഞിത്തയും ദുബായ്ക്കാരൻ പുതുമണവാളനായ അക്ബർക്കയും തമ്മിലുള്ള വിവാഹം നടന്നു. രണ്ട് ഇത്താമാരും വിവാഹം കഴിഞ്ഞുപോയതോടെ എനിക്ക് വല്ലാത്ത ഒരു ഒറ്റപ്പെടൽ തോന്നിത്തുടങ്ങി. കോളേജ് ജീവിതം തുടങ്ങിയതോടെ ആ വിരസത മാറി.

എന്റെ വിവാഹം കഴിഞ്ഞ് ഏഴുവർഷത്തിനു ശേഷമാണ് കുഞ്ഞിക്കയും സീനത്തും തമ്മിലുള്ള വിവാഹം കഴിഞ്ഞത്. വീട്ടിൽ ഇളയതായി ആരുമില്ലാതിരുന്ന എനിക്ക് ഒരു അനിയത്തിയെ കിട്ടിയ സന്തോഷമായിരുന്നു. ഇന്നു സീന എനിക്കു നാത്തൂൻ മാത്രമല്ല, എന്റെ പ്രിയപ്പെട്ട കൂട്ടുകാരി കൂടിയാണ്.

ഓരോ വർഷം കഴിയുന്തോറും വിവാഹച്ചടങ്ങുകളുടെ രീതിയും ഭാവവും എല്ലാം മാറുകയാണ്. പലയിടത്തും വിവാഹമാമാങ്കങ്ങളാണ് നടക്കുന്നത്. പല വർണ്ണങ്ങളിൽ, പല പേരുകളിൽ, പല ദിവസങ്ങളായി വിവാഹച്ചടങ്ങുകൾ നീണ്ടുപോവുകയാണ്. പലരും ഒരു കല്യാണത്തിനു മാത്രമായി ധൂർത്തടിച്ചുകളയുന്ന പണം ഉണ്ടെങ്കിൽ വേറെ എത്ര പെൺകുട്ടികൾക്കു സുമംഗലിയാവാൻ സാധിക്കുമായിരുന്നു എന്നാണ് എന്റെ ചിന്ത.

■

കരളേ... കരളിന്റെ കരളേ...

ഇളയ കുട്ടികൾ ഇല്ലാതെ വളർന്നതുകൊണ്ടാണോ എന്നറിയില്ല, ചെറിയ കുട്ടികളെ കൊഞ്ചിക്കാനും കളിപ്പിക്കാനുമൊക്കെ ചെറുപ്പത്തിൽ എനിക്കു വലിയ ഇഷ്ടമായിരുന്നു. ഏതു വീട്ടിൽ ചെറിയ കുട്ടികൾ ഉണ്ടെങ്കിലും അവിടെയൊക്കെ പോയി കുഞ്ഞുങ്ങളെ കളിപ്പിക്കുന്നത് എനിക്കൊരു രസമായിരുന്നു.

കിച്ചു, ഡിങ്കു, സോണിയ, രാജി, ലക്ഷ്മി... ഇവരൊക്കെ ഞാൻ കളിപ്പിച്ചിരുന്ന കുട്ടികളാണ്. എനിക്കു താഴെ 'ആശ' എന്ന ഒരു അനിയത്തി ജനിച്ച കാര്യം ഉമ്മ പറഞ്ഞുള്ള അറിവു മാത്രമേ എനിക്കുള്ളൂ. ജനിച്ച് ആറേഴുമാസം കഴിഞ്ഞപ്പോൾ എന്തോ അസുഖം വന്നവൾ മരണപ്പെട്ടു. എനിക്ക് ഓർമ്മ ഉറയ്ക്കുന്നതിനു മുൻപ് എന്റെ അനിയത്തിയുടെ ജനനവും മരണവും കഴിഞ്ഞിരുന്നു.

ഇത്താമാരുടെ വിവാഹം കഴിഞ്ഞപ്പോൾതൊട്ട് വീട്ടിൽ കുഞ്ഞുവാവകൾ വരുന്നതു കാത്തിരിക്കുകയായിരുന്നു ഞങ്ങൾ എല്ലാവരും. വിവാഹം കഴിഞ്ഞ് രണ്ടുവർഷം കഴിഞ്ഞ് കുഞ്ഞുവാവ ഇല്ലാത്തതെന്തേ എന്നു വിഷമിച്ചിരിക്കുമ്പോഴാണ് കുഞ്ഞിത്താടെ വിവാഹം കഴിഞ്ഞത്. 'ഇളയ ആൾ മൂത്തയാളെ കടത്തിവെട്ടുമോ' എന്നു ചിലരൊക്കെ ഇവരെ കളിയാക്കാൻ തുടങ്ങി. കടത്തിവെട്ടിയാലും ഇല്ലെങ്കിലും ഒരു കുഞ്ഞുവാവ വീട്ടിൽ വരണമെന്ന ആഗ്രഹം മാത്രമേ എനിക്കുണ്ടായിരുന്നുള്ളൂ.

അങ്ങനെ കാത്തുകാത്തിരുന്ന് ഇത്തായ്ക്കു വിശേഷം ഉണ്ടെന്ന ഫോൺവിളിയെത്തി. ഞാൻ ആകെ സന്തോഷത്തിലായി. അതു കഴിഞ്ഞ് രണ്ടുമാസം കഴിഞ്ഞപ്പോഴാണ് അന്ന് ദുബായിലായിരുന്ന കുഞ്ഞിത്താടെയും വിശേഷം ഉറപ്പിച്ചുകൊണ്ടുള്ള ഫോൺവിളി വന്നത്. ഈ ഇരട്ടിമധുരം എന്നിൽ വലിയ സന്തോഷമുളവാക്കി. പിന്നെ ദിവസങ്ങളെണ്ണി കാത്തിരിപ്പായി. ഇത്താടെ പ്രസവത്തിന് ഒരു മാസം മുമ്പ് ഉമ്മ അവർ താമസിച്ചിരുന്ന കോഴിക്കോട്ടേക്കു പോയി. പ്രസവവിവരമറിഞ്ഞതിനുശേഷമാണ് ഞങ്ങളെല്ലാവരും അങ്ങോട്ടേക്കു

പോയത്. കുഞ്ഞിനെ വാരിയെടുത്ത് കളിപ്പിക്കാനായി ഉത്സാഹ ത്തോടെ ആശുപത്രിയിലേക്ക് ഓടിച്ചെന്ന ഞാൻ, ഇത്താടെ അടുത്ത് ഉണ്ടത്തലയും തടിച്ച ചുണ്ടുകളും മെലിഞ്ഞ ദേഹവുമായി, പല്ലി ക്കുഞ്ഞിനെപ്പോലെയുള്ള കുഞ്ഞുവാവയെ കണ്ട് ഒന്നു മടിച്ചു. ഞാൻ ആദ്യമായാണ് അത്രയും ചെറിയ ഒരു പൈതലിനെ കാണുന്നത്. എന്നാലും കുഞ്ഞിനെ എടുക്കാനായി കൈകൾ നീട്ടിയ എന്നോട് ''കുഞ്ഞിന്റെ കഴുത്തുറയ്ക്കുന്നതിനു മുൻപ് നീ എടുക്കണ്ട. കുഞ്ഞിനെ എടുക്കുന്നതിന് ഒരു രീതിയുണ്ട്. അതു നിനക്കറിയില്ല'', എന്ന് ഉമ്മ പറഞ്ഞപ്പോൾ വല്ലാത്ത നിരാശ തോന്നി.

കൂടുതൽ നേരം ഉറക്കവും പാലുകുടിയും കരച്ചിലും മാത്രമുള്ള കുഞ്ഞിനെ നോക്കിയിരിക്കാൻ എനിക്കു വലിയ താല്പര്യമൊന്നും തോന്നാത്തതുകൊണ്ട്, രണ്ടുദിവസം കഴിഞ്ഞപ്പോൾതന്നെ ഞാൻ തിരിച്ചു വാപ്പാടെ കൂടെ കോട്ടയത്തേക്കു പോയി.

അപ്പോഴേക്കും കുഞ്ഞിത്തയും പ്രസവത്തിനായി ഞങ്ങളുടെ വീട്ടിലെത്തിയിരുന്നു. കുഞ്ഞിന് 40 ദിവസം ആയപ്പോൾ ഇത്തയും ഞങ്ങളുടെ വീട്ടിലേക്ക് എത്തി. അപ്പോഴേക്കും കുഞ്ഞു കുറച്ച് വലുതായതുകൊണ്ട് അവനെ തല താങ്ങിപ്പിടിച്ച് എടുക്കാനൊക്കെ ഞാൻ വേഗം പഠിച്ചു. അതോടെ എന്റെ ദിനങ്ങൾ തിരക്കുപിടിച്ച തായി. കോളേജിൽനിന്ന് തിരിച്ചെത്തിയാൽ ആകിൽ എന്ന അക്കു മോനെ കളിപ്പിക്കുന്നതു മാത്രമായി എന്റെ പണി. അവൻ ഉറങ്ങു ന്നതുകണ്ടാൽ അവനെ തോണ്ടി ഉണർത്തി എടുത്തോണ്ടുനടക്കും. താമസിയാതെ കുഞ്ഞിത്താടെ കുഞ്ഞുവാവയും എത്തി. 'ഹലീമ ഷെറിൻ' എന്ന ഷെറിമോളുടെ കുളിപ്പിക്കുമ്പോളുള്ള ചീറിക്കരച്ചിൽ ഇന്നും എന്റെ കാതിൽ മുഴങ്ങുന്നു.

ബേബി സോപ്പിന്റെയും പൗഡറിന്റെയും രാസ്നാദിപ്പൊടിയുടെയും കുഴമ്പിന്റെയും സമ്മിശ്ര ഗന്ധമായിരുന്നു വീടിനകത്ത്. പ്രസവം നോക്കാൻ നിർത്തിയ താത്താമാരും പ്രസവാനന്തര തേച്ചു കുളി കളും അവർക്കു വേണ്ടിയുള്ള ഉള്ളി, തെങ്ങിൻ പൂക്കുല ലേഹ്യ ങ്ങളും പ്രസവിച്ചവർക്കുവേണ്ടിയുള്ള പ്രത്യേക വിഭവങ്ങളുമൊക്കെ യായി വീടിന്റെ അന്തരീക്ഷംതന്നെ മാറി.

ഉമ്മാക്കാണെങ്കിലോ നിന്നുതിരിയാൻ പറ്റാത്ത അത്ര തിരക്ക്. രണ്ടു മക്കളുടെയും പ്രസവ ശുശ്രൂഷകൾക്കു പുറമെ, കുഞ്ഞുങ്ങളെ കാണാൻ വരുന്ന അതിഥികളെ സൽക്കരിക്കുന്നതുമെല്ലാമായി ഉമ്മാക്ക് നാലു കൈകൾ ഉണ്ടായാലും പോരാത്ത അവസ്ഥയായി രുന്നു. അതിഥികൾ കൊണ്ടുവരുന്ന സമ്മാനപ്പൊതികൾ തുറന്നു നോക്കാനായിരുന്നു എനിക്കേറ്റവും ഇഷ്ടം.

എന്റെ ലോകം അക്കുമോനും ഷെറിമോളും മാത്രമായി ചുരുങ്ങി. രണ്ടിൽ ഒരാൾ ഏതുനേരവും എന്റെ കൈയിൽ ഉണ്ടാവും.

"നീ ഇങ്ങനെ മക്കളെ കൈച്ചൂടു മാത്രം കൊടുത്ത് എടുത്തുകൊണ്ടു നടന്നാൽ തിരിച്ചു വീട്ടിലേക്കു പോയിക്കഴിഞ്ഞു ഞങ്ങൾ പെടാപ്പാട് പെടേണ്ടിവരും", എന്ന് ഇത്താമാർ സ്നേഹത്തോടെ ശാസിക്കും.

രണ്ടുമാസം കഴിഞ്ഞ് അവരെല്ലാം തിരിച്ചുപോയിക്കഴിഞ്ഞപ്പോൾ ആളൊഴിഞ്ഞ അമ്പലപ്പറമ്പ് പോലെയായി വീട്. എനിക്കാണെങ്കിലോ സഹിക്കാൻ പറ്റാത്ത സങ്കടവുമായിരുന്നു. പ്രസവിക്കാതെ അമ്മ യായ ദിനങ്ങളായിരുന്നു എന്നിൽനിന്നും കൊഴിഞ്ഞുപോയത്.

പിന്നീട് കുഞ്ഞിത്ത രണ്ടാമത്തെ മോൻ ഷാബുവിനെ ദുബാ യിൽതന്നെയാണ് പ്രസവിച്ചത്. ഇത്താടെ രണ്ടാമത്തെ മോൾ ആയിഷ എന്ന അച്ചിയെയും അക്കുവിനെയും കൊഞ്ചിക്കാനും കളിപ്പി ക്കാനുമായി അവധി കിട്ടുമ്പോഴൊക്കെ ഞാൻ മാതാപിതാക്ക ളോടൊപ്പം കോഴിക്കോട് പോകുമായിരുന്നു. ഉമ്മയും വാപ്പയും തിരിച്ചുപോയാലും അവധി തീരുന്നതുവരെ ഞാൻ അവരെ കളി പ്പിച്ച് ഇത്താടെ വീട്ടിൽതന്നെ താമസിക്കും.

എന്റെ മകൾ നച്ചുവിന്റെ ജനനത്തിനുശേഷം എനിക്കു മുൻപത്തെ പ്പോലെതന്നെ എന്റെ കൂടപ്പിറപ്പുകളുടെ മക്കളെ കൊഞ്ചിക്കാനും ലാളിക്കാനും കഴിഞ്ഞിട്ടില്ലെങ്കിലും തഹ്സീനും ഖദീജയും അഫ്താബും അദ്നാനും ആദിലുമൊക്കെ എന്റെ പ്രിയപ്പെട്ട കുഞ്ഞുങ്ങൾതന്നെ യാണ്. എല്ലാ കുട്ടികളെയും സ്നേഹിച്ചും ലാളിച്ചും വളർത്താൻ ഉമ്മാക്കും വാപ്പാക്കും സാധിച്ചു. എന്നാൽ ആ ഭാഗ്യം നഷ്ടപ്പെട്ട പ്പോഴാണ് കുട്ടികൾ അവരുടെ സ്നേഹം കൂടുതൽ തിരിച്ചറിഞ്ഞത്.

മുൻപൊന്നും കുട്ടികളോട് വലിയ വാത്സല്യമൊന്നും കാണിക്കാ തിരുന്ന വാപ്പ ആദ്യ പേരക്കുട്ടികൾ ഉണ്ടായപ്പോൾതന്നെ ഓഫീസ് ടൂർ കഴിഞ്ഞു മടങ്ങിവന്നത് കൈനിറയെ കളിപ്പാട്ടങ്ങളുമായാണ്. കുഞ്ഞിക്കാടെ ഇരട്ടക്കുട്ടികളായ ആമുവും മോമുവും എന്തു വികൃതി കാണിച്ചാലും വാപ്പാടെ അലമാരയിലെ സാധനങ്ങൾ വാരിവലിച്ചി ട്ടാലും ചിരിച്ചുകൊണ്ടിരിക്കുന്ന വാപ്പാ ഞങ്ങൾക്ക് അത്ഭുതമായി രുന്നു. ഞങ്ങളുടെ ചെറുപ്പത്തിൽ ഒരു പേപ്പർ സ്ഥാനംതെറ്റിയാൽ ഞങ്ങളെ വഴക്കു പറഞ്ഞിരുന്ന, പുലിയെപ്പോലെയുണ്ടായിരുന്ന വാപ്പ, പേരക്കുട്ടികളുടെ മുന്നിൽ പൂച്ചയെപ്പോലെ നിന്ന് കളിക്കുന്നതു കണ്ട് ഞങ്ങൾക്കുണ്ടായ ആശ്ചര്യം ചെറുതൊന്നുമല്ലായിരുന്നു.

മക്കൾ കരളാണെങ്കിൽ മക്കളുടെ മക്കൾ കരളിന്റെ കരളാണെന്നു പറയുന്നതു വെറുതെയല്ലെന്ന് ഞങ്ങൾക്കു വാപ്പാടെ പ്രവൃത്തി യിൽനിന്നുതന്നെ മനസ്സിലായി. ■

താജ്മഹൽ നിർമ്മിച്ച രാജശില്പി...
ഷാജഹാൻ ചക്രവർത്തി...

യാത്രകൾ എന്നും എനിക്കൊരു ഹരമാണ്. പുതിയ സ്ഥലങ്ങൾ, ആളുകൾ, കാഴ്ചകൾ, ഭക്ഷണങ്ങൾ, സംസ്കാരങ്ങൾ... ഇതെല്ലാം എന്നും എനിക്ക് കൗതുകമാണ്.

ഓരോ യാത്രയും എന്നെ ഏറെ മോഹിപ്പിക്കും. ലോകം മുഴുവൻ ചുറ്റിക്കാണണം എന്നാണ് എന്റെ ഒരു ആഗ്രഹം. പ്രത്യേകിച്ച് ചില വൊന്നും ഇല്ലാത്ത ഒരു ചെറിയ ആഗ്രഹം, അത്രേയുള്ളൂ..!

നിർഭാഗ്യവശാൽ പല കാരണങ്ങൾകൊണ്ടും സ്കൂളിൽനിന്നുള്ള വിനോദയാത്രയിൽ ഒന്നും എനിക്കു പങ്കെടുക്കാൻ കഴിഞ്ഞില്ല. കൂട്ടുകാരികളിൽ പലരും ഡൽഹിയിലും ഊട്ടിയിലും കന്യാകുമാരിയിലുമൊക്കെ പോയ കഥകൾ പറയുമ്പോൾ കൊതിയോടെ ഞാൻ കേട്ടിരിക്കും.

മേരാ നമ്പർ ഭി ആയേഗാ... എന്ന ഒരു പ്രതീക്ഷയോടെ ഞാൻ മനസ്സിനെ ശാന്തമാക്കും. ഒമ്പതാം ക്ലാസിൽ പഠിക്കുമ്പോൾ, വെല്ലിമൂത്തമ്മയുടെ കുടുംബത്തിന്റെ കൂടെ, മൂത്താപ്പയുടെ ഓഫീസ് സ്റ്റാഫുമൊത്തു പോയ ബാംഗ്ലൂർ-ഊട്ടി യാത്രയാണ് എന്റെ ആദ്യത്തെ വിനോദയാത്ര. അധികം പരിചയമില്ലാത്തവരുടെ കൂടെയുള്ള യാത്രയായതുകൊണ്ട് എനിക്കതു വേണ്ടവിധത്തിൽ ആസ്വദിക്കാൻ സാധിച്ചില്ല.

പിന്നെ വിമല കോളേജിൽ ഡിഗ്രിക്കു പഠിക്കുമ്പോൾ പോയ ഗോവ യാത്ര, ഒരു തീർഥയാത്ര പോലെയായിരുന്നു. പത്തു വർഷത്തിലൊരിക്കൽ 6 ആഴ്ചത്തേക്കു മാത്രം ഗോവയിലെ 'ബസിലിക്ക ബോം ജീസസിൽ' പൊതുദർശനത്തിനു വെക്കാറുള്ള സെന്റ് സേവ്യറിന്റെ അഴുകാത്ത ഭൗതികശരീരം കാണുക എന്നതായിരുന്നു യാത്രയുടെ പ്രധാന ലക്ഷ്യം. അതുകൊണ്ടുതന്നെ കന്യാസ്ത്രീകളായ ടീച്ചേഴ്സും ക്രിസ്ത്യാനികളായ പല കുട്ടികളുടെയും

മാതാപിതാക്കളും കൂടെയുണ്ടായിരുന്നു. അപ്പോൾതന്നെ ഊഹിക്കാമല്ലോ ആ യാത്രയുടെ രസത്തിന്റെ പരിധി.

ഹണിമൂൺ ട്രിപ്പ് പോയത് ബാംഗ്ലൂർ - മൈസൂർ ആയിരുന്നു. സൽക്കാരങ്ങളുടെയും ബന്ധുഗൃഹ സന്ദർശനങ്ങളുടെയും തിരക്കിനിടയിൽ വീണുകിട്ടിയ ആ ദിവസങ്ങൾ ഏറെ ആസ്വദിച്ചു. എങ്കിലും ദുബായ്ക്കാരൻ പുതിയാപ്ലയുടെ ലീവ് തീരുന്നതിനാൽ താൽക്കാലികമായുള്ള വിരഹവേദന, ആ സന്തോഷത്തിലും നിഴലുകൾ വീഴ്ത്തിയിരുന്നു.

പിന്നീട് ദുബായിലെത്തി, പ്രസവവും മോളെ വളർത്തലും ഒക്കെയായി ജീവിതം തിരക്കിലായി. അപ്പോഴും എന്നിലെ യാത്രാകുതുകി ഇടയ്ക്കിടെ കുറുകിക്കൊണ്ടിരുന്നു.

യാത്രകളുടെ കാര്യത്തിൽ ഞാനും ഇക്കയും ഓപ്പോസിറ്റ് പോളിലായിരുന്നു. 'വീടാണ് സ്വർഗ്ഗം' എന്നു സ്വയം വിശ്വസിക്കുക മാത്രമല്ല, എന്നെക്കൂടെ അങ്ങനെ വിശ്വസിപ്പിക്കാൻ ശ്രമിക്കുകയും ചെയ്യുന്ന ആളാണ് ഇക്ക. സ്വന്തം സ്വർഗ്ഗത്തിൽനിന്നിറങ്ങി ഇടയ്ക്ക് ഭൂമിയിലെ മറ്റു കാഴ്ചകൾ കാണണമെന്ന എന്റെ പ്രലോഭനങ്ങൾ ഞാൻ ഭർതൃസമക്ഷം തുടർന്നുകൊണ്ടേയിരുന്നു.

നച്ചു സ്കൂളിൽ പോകാൻ തുടങ്ങിയിട്ടില്ലാത്തതിനാൽ, നാട്ടിൽ പോക്ക് ഗൾഫിലെ വേനലവധിക്കാലത്തുതന്നെ വേണമെന്നില്ലായിരുന്നതുകൊണ്ട്, ഒരു സെപ്റ്റംബറിൽ ഞങ്ങൾ നാട്ടിൽ പോകാൻ തീരുമാനിച്ചു.

പക്ഷേ, നാട്ടിലേക്കുള്ള ടിക്കറ്റ് കൊണ്ടുവന്നപ്പോൾ ഇക്ക എന്നെ ശരിക്കും ഞെട്ടിച്ചുകളഞ്ഞു. നാട്ടിലേക്കുള്ള പോക്ക് ഡൽഹി വഴിയാണ് ബുക്ക് ചെയ്തിരിക്കുന്നത്. 'താജ്മഹൽ' കാണണമെന്ന എന്റെ ചിരകാലാഭിലാഷം പൂവിടാൻ പോകുന്ന സന്തോഷത്തിൽ ഞാൻ തുള്ളിച്ചാടി.

സോഷ്യൽ സ്റ്റഡീസ് പുസ്തകത്താളുകളിലൂടെ മാത്രം പരിചയമുള്ള സ്ഥലങ്ങളും ചരിത്രങ്ങളുമൊക്കെ നേരിട്ടു കാണാനുള്ള അടക്കാനാവാത്ത അഭിവാഞ്ഛയോടെ ഞങ്ങൾ ഇന്ദ്രപ്രസ്ഥത്തിൽ പറന്നിറങ്ങി. അവിടെ പാഞ്ച്ശില പാർക്കിൽ, സൗദി എംബസിക്കു തൊട്ടടുത്ത് ഇക്കാടെ ജ്യേഷ്ഠന്റെ അളിയൻ അഹമ്മദലിച്ചയും കുടുംബവും താമസിച്ചിരുന്നതുകൊണ്ട്, താമസമൊന്നും ഞങ്ങൾക്ക് ഒരു പ്രശ്നമായിരുന്നില്ല.

ആദ്യ ദിവസംതന്നെ ഞങ്ങൾ റെഡ്ഫോർട്ട് (ലാൽ ഖില), കുത്തബ് മിനാർ, ലോദി ഗാർഡൻ, ലോട്ടസ് ടെമ്പിൾ, ഹുമയൂൺ ടോംബ്... ഇവയൊക്കെ കാണാൻ പോയി.

1648ൽ ഷാജഹാൻ ചക്രവർത്തി, ചുവന്ന സാൻഡ് സ്റ്റോണുകൾ കൊണ്ട്, ചന്ദ്രക്കലയുടെ ആകൃതിയിൽ പണികഴിപ്പിച്ച, കിടങ്ങുകളാൽ ചുറ്റപ്പെട്ട റെഡ് ഫോർട്ടിന്റെ ശില്പചാതുരി അവർണനീയമാണ്.

12-ാം നൂറ്റാണ്ടിൽ ഡൽഹിയിലെ ആദ്യത്തെ മുസ്ലീം ഭരണാധികാരിയായ കുത്ത്ബുദീൻ ഐബക് പണിത, ഇന്ത്യയിലെ ഏറ്റവും ഉയരം കൂടിയ മീനാരമായ കുത്തബ്മിനാർ കാണാനാണ് പിന്നീട് പോയത്. പക്ഷേ, ആ സമയം അവിടെ എന്തോ അറ്റകുറ്റപ്പണികൾ നടക്കുന്നതുകൊണ്ട്, ഞങ്ങൾക്ക് അതിനകത്തു പ്രവേശിക്കാൻ കഴിഞ്ഞില്ല. പുറത്തുനിന്ന് അതിന്റെ ഭംഗി ആസ്വദിക്കാനും ഫോട്ടോകളെടുത്തു മടങ്ങാനുമേ കഴിഞ്ഞുള്ളൂ. അതിന്റെ ഒരു സങ്കടം ഇപ്പോഴും മനസ്സിലുണ്ട്.

എന്റെ ഇഷ്ടവിഷയമായ ഹിസ്റ്ററി ക്ലാസിൽ, താൽപര്യത്തോടെ കേട്ടിരുന്ന പല ചരിത്രസംഭവങ്ങളും, ഉറക്കമിളച്ചിരുന്നു പഠിച്ച പല രാജാക്കന്മാരുടെ ഭരണപരിഷ്കാരങ്ങളും എല്ലാം മനസ്സിലൂടെ മിന്നിമറഞ്ഞു. ഒരിക്കലും നേരിൽ കാണാൻ പറ്റുമെന്നു ചിന്തിക്കുകപോലും ചെയ്യാതിരുന്ന എനിക്ക്, അവയൊക്കെ നേരിൽ കണ്ടപ്പോഴുണ്ടായ സന്തോഷം ചെറുതല്ലായിരുന്നു.

താജ്മഹൽ കാണാൻ പോകുന്ന ദിവസം, വെണ്ണക്കൽ കൊട്ടാരം കാണാനുള്ള ആവേശംകൊണ്ട് ഞാൻ പതിവിലും നേരത്തേ എഴുന്നേറ്റു. ടൂറിസ്റ്റ് ബസ്സുകാർ പറഞ്ഞതനുസരിച്ച് രാവിലെ ഏഴുമണിക്കു തന്നെ അവർ നിർദ്ദേശിച്ച സ്പോട്ടിൽ ഞങ്ങൾ കാത്തുനിന്നു. പക്ഷേ, അല്പം വൈകി എട്ടുമണിക്കാണ് ബസ് എത്തിയത്. ബസ് വൈകിയതിന് അവർ എന്തോ മുട്ടാപ്പോക്ക് ന്യായവും പറഞ്ഞു.

കൃത്യം ഏഴു മണിക്കുതന്നെ ഞങ്ങൾ പറഞ്ഞ സ്ഥലത്ത് നിങ്ങൾ ഉണ്ടായിരിക്കണം. ഇല്ലെങ്കിൽ അഞ്ച് മിനിറ്റിൽ കൂടുതൽ നിങ്ങളെ കാത്തുനിൽക്കാൻ ഞങ്ങൾ തയ്യാറല്ല. പിന്നെ പരാതി പറഞ്ഞിട്ടു കാര്യമൊന്നുമില്ല എന്നൊക്കെയുള്ള ബസ്സുകാരുടെ മുന്നറിയിപ്പ് ഓർത്ത്, രാത്രി സമാധാനമായി ഉറങ്ങാൻപോലും സാധിക്കാതിരുന്ന എനിക്ക്, ഈ ബസ്സുകാരുടെ വൈകൽനടപടിയിൽ നല്ല പ്രതിഷേധം തോന്നി. പിന്നെ, കുറച്ചു വൈകിയാണെങ്കിലും കാര്യം നടക്കുമല്ലോ എന്ന സമാധാനത്തിൽ ബസ്സിൽ കയറി.

പക്ഷേ, അടുത്ത സ്റ്റോപ്പിൽനിന്ന് കയറിയ ഇംഗ്ലീഷുകാരി അതു വലിയ പ്രശ്നമാക്കി. നമ്മൾ ഇന്ത്യക്കാർക്കു ബസ് വൈകുന്നതും അതിനായി ക്ഷമയോടെ കാത്തുനിൽക്കുന്നതുമൊന്നും പുത്തരിയല്ലല്ലോ. പക്ഷേ, കൃത്യനിഷ്ഠയിൽ കേമന്മാരായ ഇംഗ്ലീഷുകാർക്ക് ഇങ്ങനെയുള്ള സമയനഷ്ടം പെട്ടെന്നു ക്ഷമിക്കാൻ പറ്റില്ലല്ലോ.

ആ സ്ത്രീ ബസ് ജീവനക്കാരോട് വല്ലാതെ ക്ഷോഭിച്ചു. ഞങ്ങൾക്കു കാഴ്ചകൾ കാണാനുള്ള സമയനഷ്ടമാണ് ഉണ്ടാക്കിയതെന്നും അതിനുള്ള നഷ്ടപരിഹാരം നൽകണമെന്നും പറഞ്ഞു ബഹളം വച്ചു. പിന്നെ യാത്രക്കാർ എല്ലാവരും കൂടെ അവരെ പറഞ്ഞു സമാധാനിപ്പിച്ചാണ് യാത്ര തുടർന്നത്.

മുഗൾ ചക്രവർത്തി ഷാജഹാൻ തന്റെ പ്രിയപത്നി മുംതാസിന്റെ ഓർമ്മയ്ക്കായി യമുനാതീരത്തു പണികഴിപ്പിച്ച ആ മാർബിൾ കൊട്ടാരത്തിന്റെ ഭംഗി കണ്ണുകളിലേക്ക് ആവാഹിച്ച് എടുക്കുന്നതുപോലെ ഞാനത് കുറെനേരം നിർന്നിമേഷയായി നോക്കിനിന്നു. അപ്പോഴേക്കും ഫോട്ടോ എടുക്കാനുള്ള ആവശ്യവുമായി ഫോട്ടോഗ്രാഫർമാർ ഞങ്ങളെ പൊതിഞ്ഞു. അവർ പറഞ്ഞ പല പോസുകളിൽ ഇരുന്നും നിന്നും ഞങ്ങൾ ഫോട്ടോകൾ എടുത്തുകൂട്ടി.

ആഗ്രയിലെ മറ്റുചില ആകർഷണങ്ങളായ ഫത്തേപ്പൂർ സിക്രി, സിക്കെന്ദ്ര ഫോർട്ട്, അക്ബർ ചക്രവർത്തിയുടെ ശവകുടീരം, മെഹത്താബ് ബാഗ്, ആഗ്ര ഫോർട്ട് ഇവയൊക്കെ കണ്ടു.

തടവിലാക്കപ്പെട്ട ഷാജഹാൻ ചക്രവർത്തി, കുറച്ചകലെയായി തന്റെ പ്രാണപ്രേയസി മുംതാസ് മഹലിന്റെ പ്രേമകുടീരം നോക്കിയാണ് അവസാന നാളുകൾ കഴിച്ചുകൂട്ടിയിരുന്നത് എന്നു ഗൈഡ് പറഞ്ഞു. അനശ്വര പ്രേമത്തിന്റെ ഓർമ്മയിൽ തരളിതയായ ഞാൻ, ഓരോ ഭർത്താക്കന്മാർക്കു ഭാര്യയോടുള്ള പ്രണയം കണ്ടോ എന്ന മട്ടിൽ എന്റെ ഭർത്താവിനുനേരെ പരിഭവത്തോടെ ഒരു നോട്ടം എറിഞ്ഞിട്ട് പരാതി പറയാൻ തുനിഞ്ഞു.

‘‘മുംതാസ് മരിച്ചാൽ അല്ലേ ഷാജഹാനു താജ്മഹൽ കെട്ടാൻ സാധിക്കുകയുള്ളൂ’’ എന്ന ഡയലോഗ് ചുണ്ടുകളിൽ തത്തിക്കളിക്കുന്നുണ്ടോ എന്നൊരു സംശയം തോന്നിയ ഞാൻ, പറയാൻ വന്ന ഡയലോഗ്, വെറുതെ വടികൊടുത്ത് അടി വാങ്ങേണ്ടല്ലോ എന്ന ചിന്തയാൽ, തൊണ്ടതൊടാതെ വിഴുങ്ങി.

ആഗ്രയിലെ കാഴ്ചകളൊക്കെ കണ്ടുകഴിഞ്ഞ് ഞങ്ങൾ ഏകദേശം എട്ടുമണിയോടെ തിരിച്ച് ഡൽഹിയിലേക്ക് മടക്കയാത്ര ആരംഭിച്ചു. ഒരു സ്വപ്നസാഫല്യത്തിന്റെ നിർവൃതിയിൽ ഞാനങ്ങനെ അന്നു കണ്ട മനോഹര സൗധങ്ങളും പൂന്തോട്ടങ്ങളുമൊക്കെ ആലോചിച്ച് ഉറങ്ങിപ്പോയതറിഞ്ഞില്ല.

പെട്ടെന്ന് ബസ് നിന്നപ്പോൾ ഞാൻ ഞെട്ടിയുണർന്നു. എന്നെപ്പോലെതന്നെ ബസ്സിലെ മുക്കാൽഭാഗം യാത്രക്കാരും ഉറക്കത്തിലായിരുന്നു.

''ബസ്സിന്റെ ബ്രേക്കിന് എന്തോ കുഴപ്പം പറ്റി. ബസ് ഉടനെയൊന്നും തുടർന്ന് യാത്രചെയ്യാൻ പറ്റുന്ന അവസ്ഥയിലല്ല..'' എന്നു ബസ് ജീവനക്കാർ അറിയിച്ചതോടെ ഞങ്ങളെല്ലാം വിഷമത്തിലായി. പരിചയമില്ലാത്ത ഒരു സ്ഥലത്ത് നടുറോട്ടിൽ, അതും പാതിരാത്രി കൊച്ചുമോളെയും കൊണ്ട് എന്തുചെയ്യും എന്നറിയാതെ ഞങ്ങൾ അങ്കലാപ്പിലായി.

''നമ്മളെ കാത്തിരിക്കുന്ന വീട്ടുകാർ വിഷമിക്കുമല്ലോ. മോൾ ഉണർന്നു കരഞ്ഞാലോ, നമുക്ക് ഒരു ടാക്സി പിടിച്ചോ മറ്റോ പോയാലോ'', ഞാൻ ഇക്കാനോട് പറഞ്ഞു.

''ഈ രാത്രിയിൽ പരിചയമില്ലാത്ത സ്ഥലത്ത് അങ്ങനെയൊരു റിസ്ക് എടുക്കുന്നത് ബുദ്ധിയല്ല. ബസ്സുടനെ ശരിയാവും.'' ടെൻഷൻ മറച്ചുവെച്ച് അദ്ദേഹം ആശ്വസിപ്പിച്ചു.

അപ്പോഴാണ് ഇംഗ്ലീഷുകാരി എഴുന്നേറ്റുനിന്ന് എല്ലാവരോടുമായി പറഞ്ഞത്.

''ഒരാൾപോലും ബസ്സിൽനിന്ന് ഇറങ്ങരുത്. ഇങ്ങനെ ഉത്തരവാദിത്വം ഇല്ലാത്തവരെ ഒരു പാഠം പഠിപ്പിക്കണം'' എന്നൊക്കെ. എല്ലാവരും അത് തലകുലുക്കി സമ്മതിച്ചു. അതോടെ ഞങ്ങൾക്കും സമാധാനമായി, ബസ്സിൽ ആളുള്ളപ്പോൾപിന്നെ പേടിക്കണ്ടല്ലോ.

പക്ഷേ, സമയം കഴിയുന്തോറും ഒന്നുരണ്ട് യാത്രക്കാർ, കിട്ടിയ ഓട്ടോയിലും ടാക്സിയിലും സ്ഥലംവിടുന്നുണ്ടായിരുന്നു. ഏകദേശം അരമണിക്കൂർ കഴിഞ്ഞതോടെ വീരശൂര പരാക്രമിയായി, ഞങ്ങളുടെ മുന്നിൽ ഘോരഘോരം പ്രസംഗിച്ച ഇംഗ്ലീഷുകാരി, കൂടെയുണ്ടായിരുന്നവർ കൊണ്ടുവന്ന ടാക്സിയിൽ കയറി സ്ഥലം വിടുന്നതു കണ്ട് ഞങ്ങൾ അന്തംവിട്ടിരുന്നുപോയി. അവർ ടാക്സിയിൽ കയറിപ്പോയ അതേനിമിഷം ബസ് സ്റ്റാർട്ടായി, അല്ല, സ്റ്റാർട്ടാക്കി.

ശരവേഗത്തിൽ ഇംഗ്ലീഷുകാരി സഞ്ചരിച്ചിരുന്ന ടാക്സിയെ മറികടന്നു പോകുന്ന ബസ് നോക്കി പാവം ഇംഗ്ലീഷുകാരി അതിനേക്കാളും അന്തംവിട്ട് കുന്തം വിഴുങ്ങിയതുപോലെ ഇരുന്നുപോയി. അപ്പോഴാണ് ഞങ്ങൾക്കു സംഭവത്തിന്റെ സത്യാവസ്ഥ മനസ്സിലായത്. അവർ രാവിലെ ബസ് ജീവനക്കാരോടു കയർത്തതിനുള്ള പ്രതികാര നടപടിയായിരുന്നു ആ ബസ് കേടാകൽ നാടകം. വല്ലാത്ത ജാതി മനുഷ്യന്മാർ.

പ്രതികരിക്കുന്നവർക്കെന്നും പ്രതികാരനടപടികൾ ആണല്ലോ ലഭിക്കുക. എനിക്കു വല്ലാത്ത വിഷമം തോന്നി. അതിനെതിരെ പ്രതികരിച്ചാൽ ഞങ്ങളെയും അവർ ബസ്സിൽനിന്ന് ഇറക്കി വിട്ടെങ്കിലോ

എന്ന ഭയംമൂലം ആരും 'കമാ' എന്നൊരക്ഷരം മിണ്ടിയില്ല. എല്ലാവർക്കും മനസ്സിൽ പല ന്യായീകരണങ്ങളും ഉണ്ടാവും. അതിലൊരാളായി ഞാനുമിരുന്നു.

പ്രതികരണശേഷി നഷ്ടപ്പെട്ട്, ഇന്നത്തെ ബുദ്ധിമുട്ടുകളോർത്ത് പ്രതിഷേധിക്കാതിരിക്കുമ്പോൾ, അത് നാളത്തെ വലിയൊരു നഷ്ടമാണെന്ന തിരിച്ചറിവ് ഉണ്ടാകുമ്പോൾ പശ്ചാത്തപിക്കാൻ മാത്രമേ നമുക്കു സാധിക്കുകയുള്ളൂ.

എന്റെ ആദ്യ ഡൽഹി യാത്ര ഞാൻ ഏറെ ആസ്വദിച്ചു. ആ വിശേഷങ്ങൾ ഞാൻ വാതോരാതെ പറയുമ്പോൾ, എന്റെ മോൾ പരാതി പറയും, ''എനിക്കധികം ഓർമയില്ലാത്ത സമയത്താണ് നിങ്ങൾ ഡൽഹിയിൽ പോയത്. എന്നെ ഇനിയും അവിടെ കൊണ്ടു പോകണം.''

ഞാൻ ഇനിയും കാണാത്തതും എത്ര കണ്ടാലും മതിവരാത്ത കാഴ്ചകളുള്ളതുമായ ഇന്ദ്രപ്രസ്ഥത്തിലേക്ക് ഇനിയും കുടുംബവുമൊത്ത് ഒരു യാത്ര പോകണം എന്ന ആഗ്രഹം ഉണ്ട്.

■

കാർക്കൂന്തൽ കെട്ടിലെന്തിന് വാസനത്തൈലം?

ഇടതൂർന്ന കറുത്ത മുടി സൗന്ദര്യത്തിന്റെ ലക്ഷണമായാണ് കണക്കാക്കപ്പെടുന്നത്.

എന്റെ ഉമ്മ ഞങ്ങളുടെ ചെറുപ്പം മുതൽതന്നെ മക്കളുടെ മുടിയുടെ സംരക്ഷണ കാര്യത്തിൽ വളരെ ശ്രദ്ധാലുവായിരുന്നു, പ്രത്യേകിച്ച് പെൺകുട്ടികളുടെ മുടിയുടെ കാര്യത്തിൽ.

മുടിക്കു നല്ലതും തലയ്ക്കു തണുപ്പും എന്നുപറഞ്ഞ് എള്ളെണ്ണയാണ് ഞങ്ങളുടെ തലയിൽ തേപ്പിച്ചിരുന്നത്. റബ്ബർ ബോർഡ് ഓഫീസിന്റെ മുറ്റത്ത്, ചട്ടിയിൽ ധാരാളം കറ്റാർവാഴകൾ വളർത്തിയിരുന്നു. അവയിൽനിന്ന് ഇടയ്ക്ക് അതിന്റെ ചെറിയ കമ്പുകൾ മുറിച്ച് ഉമ്മ എണ്ണകാച്ചും. അതു മുടിക്കു വളരെ നല്ലതാണെന്നു പറഞ്ഞ് ഉമ്മ ഞങ്ങളുടെ തലയിൽ തേപ്പിക്കും. എനിക്കാണെങ്കിൽ അതിന്റെ മണം തീരെ ഇഷ്ടമല്ലായിരുന്നു.

എന്റെ ഉമ്മയും ഉമ്മാടെ കുഞ്ഞിത്ത ഷിഫയും ചെറുപ്പകാലത്തിൽ സൗന്ദര്യസംരക്ഷണത്തിൽ വളരെ ശ്രദ്ധാലുക്കളായിരുന്നു. അവർ കുളിക്കുന്നതിനു മുൻപ് എണ്ണയോ കസ്തൂരിമഞ്ഞളോ ദേഹമാസകലം പുരട്ടി കുളക്കടവിലെ കുളിപ്പുരയിൽ കുറെനേരം ഇരിക്കും. അതിനുശേഷം കുളത്തിൽ പരസ്പരം വെള്ളം തെറിപ്പിച്ച് കളിച്ചു രസിച്ചു കുളിക്കും. ഉമ്മാടെ ഈ കുളിയെക്കുറിച്ചുള്ള വർണ്ണനകൾ കേൾക്കുമ്പോൾ ഏതോ സിനിമയിലെ രംഗമാണ് മനസ്സിലേക്കു വരിക. എന്തൊരു രസമായിരിക്കും അങ്ങനെയുള്ള കുളിയൊക്കെ. അന്നൊക്കെ എല്ലാം ഒരുക്കിക്കൊടുക്കാൻ വീടുനിറയെ ജോലിക്കാരും കുളിക്കാനുള്ള സൗകര്യങ്ങളും ഉള്ള അവർക്ക് അതൊന്നും ഒരു പ്രശ്നമായിരുന്നില്ല.

പെൺമക്കളെ തന്നെപ്പോലെ സൗന്ദര്യവതിയാക്കാനായി പാവം ഉമ്മ കസ്തൂരിമഞ്ഞളും രക്തചന്ദനവും ഒക്കെ അരച്ച് ഞങ്ങളെ

പുരട്ടിക്കാനായി ശ്രമിക്കുമായിരുന്നു. ഉമ്മ കസ്തൂരിമഞ്ഞൾ അമ്മിയിൽവച്ച് അരയ്ക്കുന്നതു കാണുമ്പോഴേ, അത് മുഖത്തു പുരട്ടുന്നത് ഇഷ്ടമില്ലാത്ത ഞാൻ, പുറത്തേക്ക് ഓടും.

എനിക്ക് ഏകദേശം 17 വയസ്സുള്ളപ്പോഴോ മറ്റോ ആണ് ഒരു മാഗസിനിൽ ഒരു ടീസ്പൂൺ ഉലുവപ്പൊടി അൽപ്പം തേങ്ങാപ്പാലിൽ കലക്കി 40 ദിവസം കുടിച്ചാൽ മുടി തഴച്ചുവളരും എന്നു മാത്രമല്ല, ഉലുവ കഴിക്കുന്നതുമൂലം പാമ്പുകടിച്ചാൽപോലും ഏൽക്കാത്ത വിധത്തിൽ ശരീരത്തിനു പ്രതിരോധശക്തി ലഭിക്കും എന്നു വായിച്ചത്. എന്നാൽ അതൊന്നു പരീക്ഷിക്കണമല്ലോ.

ഞാൻ രണ്ടും കൽപ്പിച്ച് 40 ദിവസം ഉലുവ - തേങ്ങാപ്പാൽ മിശ്രിതം സേവിച്ചു. എന്തായാലും അതിനുശേഷം എന്റെ മുടി അൽപം നന്നായി. പാമ്പിനെക്കൊണ്ട് കടിപ്പിച്ച് പ്രതിരോധശക്തി പരീക്ഷിക്കാനുള്ള ധൈര്യം ഇല്ലാത്തതിനാൽ ആ സാഹസത്തിനു മുതിർന്നില്ല.

വിവാഹശേഷം ദുബായിൽ എത്തിയതോടെ ക്ലോറിൻ വെള്ളത്തിലുള്ള സ്ഥിരമായ കുളിയിലൂടെ എന്റെ മുടിയുടെ അവസ്ഥ മോശമായി തുടങ്ങി. 'പണ്ടേ ദുർബല, ഇപ്പോൾ ഗർഭിണിയും' എന്നു പറഞ്ഞമാതിരി സൗന്ദര്യസംരക്ഷണത്തിൽ അത്ര താല്പര്യമില്ലാതിരുന്ന എനിക്ക്, വീട്ടുപണികളും മോളെ വളർത്തലുമൊക്കെയായി അതൊന്നും തീരെ ശ്രദ്ധിക്കാൻ സമയമില്ലായിരുന്നു.

അങ്ങനെയിരിക്കെ ഒരിക്കൽ 'കാർകൂന്തൽ കെട്ടിലെന്തിന് വാസന തൈലം...' എന്ന പാട്ടുകേട്ട് ഞാൻ എന്റെ എലിവാൽകൂന്തലിൽ അറിയാതെ തഴുകിപ്പോയി. പനങ്കുല ഒന്നുമല്ലെങ്കിലും മോശമല്ലാതെ മുടിയുണ്ടായിരുന്ന എന്റെ മുടിയുടെ അവസ്ഥ കണ്ട് മനപ്രയാസം തോന്നി.

എന്റെ മകൾക്ക് അവളുടെ അമ്മായിമാരുടെപോലെ ചുരുണ്ട സ്പ്രിംഗ് മുടിയാണ് കിട്ടിയിരിക്കുന്നത്. ''ഉമ്മാടെ മുടിപോലത്തെ സിൽക്കി മുടി എനിക്കു കിട്ടിയില്ലല്ലോ. നല്ലതൊന്നും എനിക്ക് തരരുത്'', എന്നു പറഞ്ഞവൾ ഇടയ്ക്കിടെ കെറുവിക്കും. അവളുടെയത്ര തൊലിവെളുപ്പ് ഇല്ലാത്തതിനാൽ ഇച്ചിരി മനഃസ്താപം ഉള്ള എനിക്ക് അവളുടെ ഈ ഡയലോഗ് കേൾക്കുമ്പോൾ മനസ്സിൽ ഒരു ലഡ്ഡു പൊട്ടും.

അങ്ങനെയുള്ള മുടിയാണ് എന്നോട് സന്ധിയില്ലാസമരം പ്രഖ്യാപിച്ചു പൊഴിഞ്ഞുപോകുന്നത്. സത്യത്തിൽ മുടിയുടെ കാര്യത്തിൽ

ഞാൻ ഭാഗ്യവതിയാണ്. കാര്യമായ പരിചരണമൊന്നും ഞാനെന്റെ മുടിക്കു നൽകിയിരുന്നില്ല. ഒരു മാസംവരെ എണ്ണ തേയ്ക്കാതിരുന്നാലും ഒരു കുഴപ്പവും ഉണ്ടാകാറില്ല. എണ്ണമയമുള്ള മുടി ആയതുകൊണ്ട് ആഴ്ചയിൽ ഒരിക്കലോ പത്തു ദിവസത്തിൽ ഒരിക്കലോ മാത്രമേ എണ്ണതേയ്ക്കാറുള്ളൂ. അതും കുളിക്കുമ്പോൾ ഷാംപൂ ഉപയോഗിച്ച് മുഴുവനും കഴുകിക്കളയും. ഇല്ലെങ്കിൽ എനിക്കു ജലദോഷം വരും. എന്റെ ഈ അവഗണന പാവം കാർകൂന്തൽ ഇത്രയും കാലം സഹിച്ചു. ഇപ്പോൾ എന്നോട് പലിശ സഹിതം കണക്കു തീർക്കുകയാണ്. മുടി ചീകുമ്പോൾ 'എണ്ണാമെങ്കിൽ എണ്ണിക്കോ' എന്ന മട്ടിൽ ജാഥയായി പൊഴിഞ്ഞുവീഴുകയാണ്.

'വീണിതല്ലോ കിടക്കുന്നു ധരണിയിൽ...' എന്നപോലെയുള്ള മുടിയുടെ കിടപ്പ് കാണുമ്പോൾ എന്റെ അഹങ്കാരമെല്ലാം ഉരുകാൻ തുടങ്ങി. എന്നാലും ഇതു പ്രായത്തിന്റെ മുടികൊഴിച്ചിൽ ആയിരിക്കുമെന്ന് എന്നെത്തന്നെ സമാധാനിപ്പിച്ചുകൊണ്ടിരുന്നു.

അപ്പോഴതാ വരുന്നു എന്റെ മോള്, മുടികൊഴിച്ചിലിന്റെ ഒരു നീണ്ട കഥയുമായി.

''ഇങ്ങനെ പോയാൽ ഞാൻ ഉടൻ കഷണ്ടി ആകും ഉമ്മാ...''

''നീ മുടി ശരിക്കു ശ്രദ്ധിക്കാഞ്ഞിട്ടാണ്. എപ്പോഴും നനഞ്ഞ മുടി കെട്ടിവെച്ചിട്ടല്ലേ...'' എന്നൊക്കെ പറഞ്ഞു ഞാനവളെ ശകാരിച്ചു.

കുറച്ചു ദിവസത്തിനുശേഷം കൊച്ചുമോളുടെ മുടി ചീകുമ്പോൾ അവൾക്കും മുമ്പൊന്നും കാണാത്ത വിധത്തിൽ മുടി പൊഴിയുന്നുണ്ട്. അതു കണ്ടതോടെ എന്നിലെ വല്യുമ്മ സടകുടഞ്ഞെഴുന്നേറ്റു.

ഉടൻതന്നെ യൂട്യൂബ് ചേച്ചിയുടെ മുന്നിൽ ചെന്ന് 'പുരുഷു, എന്നെ രക്ഷിക്കണേ' എന്നു പറഞ്ഞു ശക്തിയായി ഒരൊറ്റ തോണ്ടായിരുന്നു. ഒരു പൂ ചോദിച്ചപ്പോൾ ദയാലുവായ ആ ചേച്ചി ഒരു പൂക്കാലംതന്നെ എന്റെ മുൻപിൽ തുറന്നുവെച്ചു.

മുടി തഴച്ചുവളരാനായി ധാരാളം എണ്ണകൾ ഉണ്ടാക്കുന്ന വിധം അതിലുണ്ടായിരുന്നു. അതിൽനിന്നും എനിക്കിഷ്ടപ്പെട്ട ഒരെണ്ണം ഞാൻ തിരഞ്ഞെടുത്തു. അതിൽ പറഞ്ഞ സാധനങ്ങൾ എല്ലാം തന്നെ എന്റെ വീട്ടിലെ ബാൽക്കണിയിലും അടുക്കളയിലും ഉണ്ടായിരുന്നു. എനിക്കാണെങ്കിൽ ഒരു മൂഡ് വന്നാൽ അപ്പോൾതന്നെ അതു ചെയ്യണം. ഇല്ലെങ്കിൽ പിന്നെ മടിപിടിക്കും.

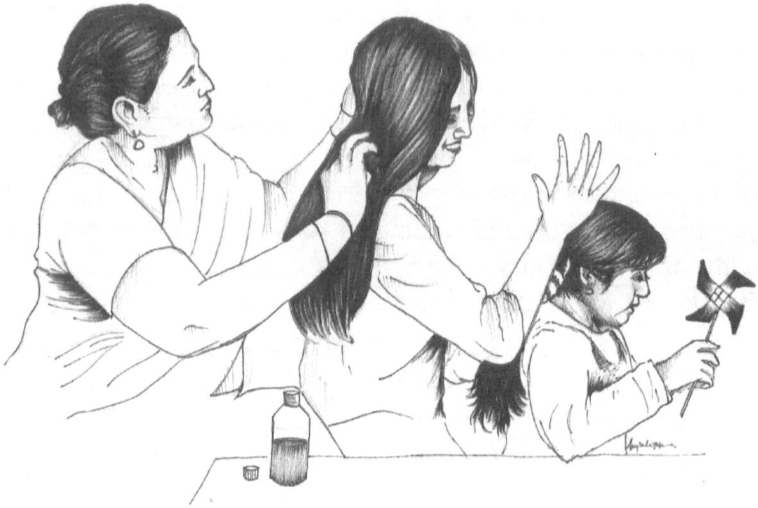

'ശുഭസ്യ ശീഘ്രം' എന്നാണല്ലോ.

എണ്ണകാച്ചാനായി ഞാനെടുത്തുവച്ച സാധനങ്ങൾ കണ്ട് എന്റെ ഭർത്താവ് വിചാരിച്ചത് ഞാൻ പുതിയ എന്തോ ഇറച്ചിക്കറി ഉണ്ടാക്കുവാൻ പോവുകയാണെന്നാണ്.

കറിവേപ്പില, തുളസിയില, ചെമ്പരത്തിയില (ഇതു മൂന്നും എന്റെ ബാൽക്കണിയിൽ ഉണ്ടായിരുന്നു), ചെറിയ ഉള്ളി, ഉലുവ, ജീരകം, കുരുമുളക്, നെല്ലിക്ക ഇവയെല്ലാം നന്നായി അരച്ച് ഇരുമ്പ് ചീനച്ചട്ടിയിൽ, നാട്ടിൽനിന്നു കൊണ്ടുവന്ന ചക്കിലാട്ടിയ വെളിച്ചെണ്ണ ഒഴിച്ച് നന്നായങ്ങു കാച്ചിയെടുത്തു. ഇപ്പോൾ ഈ എണ്ണയാണ് ഞങ്ങൾ മൂന്ന് തലമുറക്കാരും തലയിൽ തേയ്ക്കുന്നത്.

ഞാനാണെങ്കിൽ ഞങ്ങളുടെ മുടി തഴച്ചുവളർന്ന് പനങ്കുല പോലെയാകുന്നതും എണ്ണയ്ക്കുവേണ്ടി എന്റെ മുൻപിൽ ആവശ്യക്കാർ ക്യൂ നിൽക്കുന്നതും ഈ എണ്ണയുടെ പേറ്റന്റിനായി വിവിധ രാജ്യക്കാർ എന്നെ സമീപിക്കുന്നതും അതിലൂടെ ഞാൻ ഒരു എണ്ണമുതലാളി ആകുന്നതുമൊക്കെ സ്വപ്നം കണ്ടിരിക്കുകയാണ്.

ഉള്ള മുടിയും പോയി എന്നു പറഞ്ഞ് എന്റെ മോള് മാനനഷ്ടത്തിനു കേസ് കൊടുക്കുമോ എന്നൊരു ഭയവും ഇല്ലാതില്ല.

■

വണ്ടീ...വണ്ടീ...നിന്നെപ്പോലെ..
വയറിലെനിക്കും തീയാണ്...

ചെറുപ്പംതൊട്ടേയുള്ള എന്റെ വലിയൊരു മോഹമായിരുന്നു കാർ ഓടിക്കുകയെന്നത്. വിവാഹശേഷം ദുബായിൽ എത്തിയ ഉടൻ ഞാൻ ഇക്കാനോട് പറഞ്ഞു.

''എനിക്ക് ഡ്രൈവിംഗ് പഠിക്കണം.''

ഇതുവരെ ആരും ചെയ്യാത്ത ഒരു കാര്യം എന്ന മട്ടിൽ മൂപ്പരെന്നെ ഒരു നോട്ടം നോക്കിയിട്ട്, എന്റെ ആവശ്യത്തെ പുച്ഛിച്ചുതള്ളി. പക്ഷേ, ഞാൻ തോറ്റുപിന്മാറാൻ തയ്യാറല്ലായിരുന്നു. ഇടയ്ക്കിടെ എന്റെ ആഗ്രഹം പറഞ്ഞുകൊണ്ടിരുന്നു.

''ഹേയ്... പെണ്ണുങ്ങൾ കാർ ഓടിച്ചാൽ ശരിയാവില്ല. അവര് കാർ ഓടിക്കുന്നതു കാണുമ്പോൾതന്നെ ടെൻഷനാണ്. സ്റ്റിയറിങ് പിടിച്ച് ഇടംവലം നോക്കാതെ, ഷോക്കടിച്ച മാതിരി ഒറ്റ ഇരിപ്പാണ്...'', എന്നുപറഞ്ഞ് പെണ്ണുങ്ങളുടെ ഡ്രൈവിംഗ് എങ്ങനെയാണെന്ന് അഭിനയിച്ചു കാണിച്ചു. അടുത്തുകിടന്ന വടിയെടുത്ത് തലയ്ക്കിട്ടൊന്നു കൊടുക്കാനുള്ള ദേഷ്യം വന്നു. പിന്നെ കാര്യം കാണാൻ കാലു പിടിക്കണമല്ലോ.

ഇതിനുള്ള മറുപടി എന്റെ പ്രവൃത്തിയിലൂടെ കാണിച്ചു തരാം എന്നു വിചാരിച്ചുകൊണ്ട് എന്റെ ദേഷ്യം വളിച്ച ഒരു ചിരിയിലൊതുക്കി.

ഞാനാണെങ്കിൽ കാറോടിച്ചു പോകുന്ന പെണ്ണുങ്ങളെ കാണുമ്പോൾ കൊതിയോടെ നോക്കിനിൽക്കും. എനിക്കെന്നെങ്കിലും ഇങ്ങനെ പോകാൻ സാധിക്കുമോ?

ചെറിയ കുട്ടിയേയും വെച്ച് ഡ്രൈവിംഗ് പഠിക്കാൻ പറ്റില്ലെന്നായിരുന്നു പിന്നത്തെ ന്യായം. മോള് സ്കൂളിൽ പോയിത്തുടങ്ങിയപ്പോൾ വീണ്ടും ഞാൻ പഴയ പല്ലവി തുടങ്ങി. എല്ലാ കാര്യത്തിലും അല്പം ടെൻഷൻ കൂടുതലുള്ള ഇക്കായ്ക്ക് ഞാൻ ഡ്രൈവിംഗ്

പഠിക്കുന്നതിലും നല്ല ടെൻഷൻ ഉണ്ടെന്നതായിരുന്നു സത്യം. പക്ഷേ, അത് സമ്മതിച്ചുതരാൻ ഒരു മടി. അതിനു പകരം ഓരോ മുട്ടു ന്യായങ്ങൾ പറഞ്ഞ് എന്റെ ആവശ്യങ്ങൾ ഒഴിവാക്കിക്കൊണ്ടിരുന്നു.

അക്കൊല്ലം നാട്ടിൽ ലീവിനു പോയപ്പോൾ, ഞാൻ എന്റെ അമ്മായിയമ്മയോട് ഇക്ക ഡ്രൈവിംഗ് പഠിക്കാൻ വിടാത്ത കാര്യം സങ്കടത്തോടെ പറഞ്ഞു.

''പെണ്ണുങ്ങൾ ഡ്രൈവിംഗ് പഠിക്കുന്നത് നല്ല കാര്യമല്ലേ. ഏതു പഠിപ്പും നല്ലതുതന്നെയാണ്. അവളെ നീ എന്താണെങ്കിലും ഡ്രൈവിംഗ് പഠിപ്പിക്കണം'' എന്നൊക്കെ പറഞ്ഞ് ഉമ്മ ഇക്കാക്ക് കണക്കിനു കൊടുത്തു. ഡ്രൈവിംഗ് പഠിച്ചില്ലെങ്കിലും സാരമില്ല. മൂപ്പർക്ക് ഉമ്മയുടെ കൈയിൽനിന്നും വയറുനിറച്ച് ചീത്ത കിട്ടിയല്ലോ. ഒരു സമാധാനമായി.

നാട്ടിൽനിന്നും തിരിച്ചെത്തി കുറച്ചുനാൾ കഴിഞ്ഞപ്പോൾ എന്റെ അടുത്ത കൂട്ടുകാരി മറിയുവിനു ഡ്രൈവിംഗ് ലൈസൻസ് കിട്ടി. അതോടെ എന്റെ വാക്കുകൾക്കു മൂർച്ച കൂടി.

''കണ്ടോ, കണ്ടോ, മിടുക്കികളെ... അവരുടെയൊന്നും കെട്ടിയോന്മാർക്ക് ഒരു പേടിയുമില്ല. എന്റെ കെട്ടിയോനുമാത്രം എന്താ ഇത്ര പേടി. നിങ്ങളുടെ ഉമ്മാടെ പകുതി ധൈര്യം നിങ്ങൾക്കില്ലല്ലോ.'', എന്നൊക്കെ കല്പന സ്റ്റൈലിൽ ചില ഡയലോഗുകളങ്ങടിച്ചു.

ധിം തരികിട തോം... ഉമ്മാടെ റെക്കമെന്റേഷനും എന്റെ ഡയലോഗുകളുമെല്ലാം കുറിക്കു കൊണ്ടു. അവസാനം ഇക്ക പച്ചക്കൊടി കാണിച്ചു.

അപ്പോഴാണ് അടുത്ത കടമ്പ. ഞങ്ങൾ താമസിക്കുന്നത് ഷാർജയിലാണ്. ദുബായ് വിസ ആയതുകൊണ്ട് ദുബായിൽ പോയിത്തന്നെ ഡ്രൈവിംഗ് പഠിക്കണം. ഞാൻ എന്തിനും തയ്യാറായിരുന്നു. എത്ര ബുദ്ധിമുട്ട് സഹിച്ചും ഡ്രൈവിംഗ് പഠിക്കണമെന്നൊരു ചിന്ത മാത്രം.

അങ്ങനെ 1995 ഫെബ്രുവരിയിൽ ഒരു നോമ്പുകാലത്ത് ഞാനെന്റെ ഡ്രൈവിംഗ് പഠനം തുടങ്ങി. രാവിലെ മോളെ സ്കൂൾബസിൽ കയറ്റി വിട്ടതിനു ശേഷം ഇക്ക ദുബായിലെ ഓഫീസിലേക്കു പോകുമ്പോൾ ഞാനും കൂടെ പോകും. ഓഫീസിനടുത്തുള്ള സീനത്ത് എന്ന എന്റെ കൂട്ടുകാരിയുടെ വീട്ടിൽ ഇക്ക എന്നെ കൊണ്ടാക്കും. ഡ്രൈവിംഗ് സ്കൂളിന്റെ കാറ് എന്നെ അവിടെനിന്നും പിക്ക് ചെയ്യും. പഠിത്തം കഴിഞ്ഞ്, മോള് സ്കൂളിൽനിന്നെത്തുന്ന 12 മണിക്കു മുമ്പായി ഷാർജയിലേക്ക് ടാക്സിയിൽ തിരിച്ചുപോകും.

ആദ്യത്തെ കടമ്പയായ പാർക്കിംഗ്, ഹില്ല് എന്നിവയൊക്കെ പാസ്സായി ഒരു മാസം കൊണ്ടുതന്നെ എന്റെ ഡ്രൈവിംഗ് റോഡിലേക്കെത്തി. അന്നൊക്കെ ധാരാളം പ്രൈവറ്റ് ഡ്രൈവിംഗ് സ്കൂളുകൾ ഉള്ളതുകൊണ്ട് പഠിക്കാൻ കുറച്ചുകൂടെ സൗകര്യമായിരുന്നു. ടെസ്റ്റിനു ഡേറ്റ് കിട്ടിയാൽ പിന്നെ പത്തുദിവസം അടുപ്പിച്ച് ഡ്രൈവിംഗ് പഠിക്കും.

ലേഡി ഇൻസ്ട്രക്ടർ തന്നെ വേണം എന്ന ആഗ്രഹത്താൽ, മംഗലാപുരംകാരി ഒരു ഗീതയുടെ അടുത്താണ് ഞാൻ പഠിക്കാൻ പോയത്. ഡ്രൈവിങ്ങിനിടയിൽ റോഡിൽവച്ച് ചെറിയ ചെറിയ തെറ്റുകൾക്കുപോലും അവർ തുടയിൽ നല്ല പിച്ച് തരും. ചിലപ്പോൾ നല്ല അടിയും തരും. പലപ്പോഴും വേദനകൊണ്ട് ഞാൻ പുളയാറുണ്ട്. ഡ്രൈവിംഗ് ഗുരു അല്ലേ. കുരുത്തക്കേട് തട്ടിയാലോ. അതുകൊണ്ട് ഞാൻ ഒന്നും മിണ്ടാറില്ല. നാണക്കേടുകൊണ്ട് ഇക്കാനോട് ഇതിനെക്കുറിച്ചൊന്നും പറയാറുമില്ലായിരുന്നു.

അങ്ങനെ ആദ്യത്തെ ടെസ്റ്റിനുള്ള ഡേറ്റ് ഇങ്ങടുത്തു.

''ലൈസൻസ് കിട്ടാനുള്ള പഠിപ്പൊന്നും ആയിട്ടില്ല. എന്നാലും ഒരു എക്സ്പീരിയൻസ് അല്ലേ... പോയിട്ടു വാ'' എന്നാണ് ഇൻസ്ട്രക്ടർ ഗീത എന്നോടു പറഞ്ഞത്.

രാവിലെതന്നെ ഞാൻ ട്രാഫിക് ഡിപ്പാർട്ട്മെന്റിലെത്തി. എന്നെപ്പോലെ ടെൻഷനടിച്ച് വേറെയും കുറേപ്പേർ ഇരിക്കുന്നുണ്ടായിരുന്നവിടെ. എന്റെ പേര് വിളിച്ച ഉടൻ ഞാൻ ഓടിപ്പോയി അവർ പറഞ്ഞ കാറിന്റെ ബാക്ക് സീറ്റിൽ കയറിയിരുന്നു.

നാലുപേരാണ് ഒരു കാറിൽ. ഒന്നുരണ്ട് പേര് ഓടിച്ചുകഴിയുമ്പോഴേക്കും ടെൻഷൻ അല്പം കുറയുമല്ലോ എന്നതായിരുന്നു ഞാൻ പുറകിലിരുന്നതിന്റെ കാരണം. പക്ഷേ, എന്റെ മുഖത്തെ കള്ളലക്ഷണം കണ്ടതുകൊണ്ടായിരിക്കും, ടെസ്റ്റിനു വന്ന പൊലീസുകാരി എന്നെ വിളിച്ച് ഡ്രൈവിംഗ് സീറ്റിൽ ഇരുത്തി സ്റ്റാർട്ട് ചെയ്യാൻ പറഞ്ഞു. എന്റെ കൈയും കാലും വിറച്ചിട്ട് എനിക്ക് നേരാംവണ്ണം ആക്സിലറേറ്റർപോലും ചവിട്ടാൻ സാധിക്കുന്നില്ലായിരുന്നു.

പ്രാർത്ഥിച്ചുകൊണ്ട് ഞാൻ വണ്ടി എടുത്തു. ട്രാഫിക് ഡിപ്പാർട്ട്മെന്റ് കോമ്പൗണ്ടിൽ ആണെങ്കിൽ തലങ്ങും വിലങ്ങും ആളുകൾ നടക്കുന്നുണ്ട്. റോഡിലൂടെയും ആളുകൾ ക്രോസ് ചെയ്യുന്നതുകൊണ്ട് ഞാൻ കാർ വളരെ പതുക്കെയാണ് ഓടിച്ചത്. 20 കിലോമീറ്ററിൽ കൂടുതൽ സ്പീഡ് ആവാതെ സെക്കൻഡ് ഗിയർ ഇടരുത് എന്നു പഠിപ്പിച്ചിരുന്നതുകൊണ്ട്, ഞാൻ ഗിയർ മാറ്റാതെതന്നെ ഓടിച്ചു.

കോമ്പൗണ്ടിനു പുറത്തെത്തിയപ്പോൾതന്നെ എന്നോടു വണ്ടി നിർത്തി പുറകിൽ ഇരിക്കാനും അടുത്ത ആളോട് ഡ്രൈവിംഗ് സീറ്റിൽ ഇരിക്കാനും പൊലിസ് പറഞ്ഞു.

ഫസ്റ്റ് ഗിയറിലിട്ട് അധികനേരം ഓടിച്ചതുകൊണ്ട്, 'നോട്ട് ഫിറ്റ് ഫോർ ദി ടെസ്റ്റ്' എന്നാണ്, ടെസ്റ്റ് തോറ്റതിനു കാരണമായി പൊലീസിന്റെ ഫിറ്റ്നസ് പേപ്പറിൽ എഴുതിയിരുന്നത്.

രണ്ടാമത്തെ ടെസ്റ്റിന് ഞാൻ കുറച്ചു ദൂരം ഓടിച്ചു. പക്ഷേ, ലെഫ്റ്റ് എടുക്കാൻ പറഞ്ഞപ്പോൾ റൈറ്റിൽ കൊണ്ട് പാർക്ക് ചെയ്തു നിർത്തി. (റൈറ്റ്, ലെഫ്റ്റ് പ്രശ്നം എനിക്കിന്നുമുണ്ട്.) അതോടെ അതും പൊട്ടി.

മൂന്നാമത്തെ ടെസ്റ്റിനു രണ്ടുദിവസം മുമ്പ് ഞാൻ ഞൊണ്ടിഞൊണ്ടി നടക്കുന്നതു കണ്ടപ്പോൾ, ഇക്ക എന്നോട് എന്തുപറ്റി എന്നു ചോദിച്ചു. ഗീത പിച്ചിയിട്ട് എനിക്കു നല്ല വേദനയുണ്ട് എന്ന സത്യം ഞാൻ തുറന്നു പറഞ്ഞു.

''എവിടെ നോക്കട്ടെ...'' എന്നുപറഞ്ഞ് ഇക്ക നോക്കിയപ്പോഴാണ് എന്റെ തുടയിൽ മുഴുവനും പിച്ചിയതിന്റെ കരിനീലിച്ച പാടുകൾ കണ്ടത്. ഇക്കാടെ സകല നിയന്ത്രണവും വിട്ടു.

''നീയെന്തിനാണ് എല്ലാം സഹിച്ചിരുന്നത്. ഡ്രൈവിങ്ങിനിടയിൽ അടിക്കുകയും പിച്ചുകയുമൊന്നും ചെയ്യാൻ പാടില്ല. ഇപ്പോൾതന്നെ പൊലീസിൽ കംപ്ലൈന്റ് ചെയ്യണം'', എന്നൊക്കെ പറഞ്ഞ് മൂപ്പരാകെ ചൂടായി. ഇനി രണ്ടുദിവസം കൂടിയല്ലേ ഉള്ളൂ. ഫീസ് മുഴുവനും കൊടുത്തുപോയല്ലോ. ഒന്നും പറയണ്ട. എന്നൊക്കെ പറഞ്ഞ് ഞാൻ ഇക്കാനെ ശാന്തനാക്കി.

പിറ്റേന്ന് പഠിക്കുമ്പോഴും ഗീത പഴയതുപോലെതന്നെ പിച്ചും അടിയും ചീത്തയും ഷൗട്ടിങ്ങും. എന്റെ ക്ഷമയെല്ലാം പോയി. ഇക്ക തന്ന ധൈര്യത്തിൽ ഞാനും അവരോട് തിരിച്ചു ചൂടായി. ''പൊലീസിൽ കംപ്ലൈന്റ് ചെയ്യും'' എന്നൊക്കെ പറഞ്ഞു. അതോടെ പുലിയെപ്പോലെ നിന്ന ഗീത പൂച്ചയായി.

''ഞാൻ ഇങ്ങനെയൊക്കെ ചെയ്തത് നീ നന്നായി ഡ്രൈവ് ചെയ്യാൻ അല്ലേ.'' എന്നൊക്കെ പറഞ്ഞ് ഭയങ്കര സ്നേഹം.

''ഈ ബുദ്ധി എന്താ ദാസാ എനിക്കു നേരത്തേ തോന്നാഞ്ഞത്'' എന്നു ചിന്തിച്ച എനിക്ക് ''എല്ലാത്തിനും അതിന്റേതായ സമയമുണ്ട് വിജയാ..'' എന്നു ഞാൻതന്നെ മറുപടിയും പറഞ്ഞു.

എന്തായാലും മൂന്നാമത്തെ ടെസ്റ്റിലും ഞാൻ പൊട്ടി. അതോടെ എനിക്ക് മടുത്തുതുടങ്ങി.

''ഗീതയുടെ അടുത്ത് ഇനി പഠിക്കാൻ പോകണ്ട'' എന്ന് ഇക്ക നിർബന്ധം പറഞ്ഞു.

പിന്നെ നാലാമത്തെയും അഞ്ചാമത്തെയും ടെസ്റ്റിന് യാതൊരു പ്രിപ്പറേഷനും ഇല്ലാതെതന്നെ പോയി. സുന്ദരമായി പൊട്ടി. അപ്പോഴേക്കും ജൂലൈ ആയി. മോൾക്ക് സ്കൂൾ അവധി ആയിരുന്നതുകൊണ്ട് നാട്ടിൽ പോയി. സെപ്റ്റംബറിൽ നാട്ടിൽനിന്ന് തിരിച്ചുവരുമ്പോൾ ആദ്യമായി എനിക്ക് ദുബായിൽ പ്ലെയിൻ ലാൻഡ് ചെയ്യുമ്പോൾ വല്ലാത്ത മനപ്രയാസം തോന്നി. ഇനിയും ഡ്രൈവിംഗ് ടെസ്റ്റിനെ നേരിടാനുള്ള വിഷമംതന്നെയായിരുന്നു കാരണം.

ഡ്രൈവിംഗ് പഠിത്തത്തിന്റെ കാര്യം ഞാൻ മനപ്പൂർവ്വം വിസ്മരിക്കാൻ ശ്രമിച്ചു. പക്ഷേ ഇത്തവണ ഇക്കായ്ക്കായിരുന്നു നിർബന്ധം, ''പഠിച്ച കാര്യം അങ്ങനെ പാതിവഴി ഉപേക്ഷിക്കാൻ പാടില്ല'' എന്ന്.

അങ്ങനെ പരിചയക്കാരനും നാട്ടുകാരനുമായ ഷാഫിച്ചയുടെ അടുത്താണ് ഒക്ടോബറിൽ ഞാൻ വീണ്ടും ഡ്രൈവിംഗ് പഠിക്കാൻ പോയത്. മിറർ അഡ്ജസ്റ്റ് ചെയ്യാൻ പോലുമറിയാത്ത എന്റെ ഡ്രൈവിങ്ങിലെ വിവരമില്ലായ്മ കണ്ട് അയാൾ മൂക്കത്തു വിരൽ വച്ചു. ഗീത എന്നെ വേണ്ടവിധത്തിൽ ഒന്നും പഠിപ്പിച്ചിരുന്നില്ലെന്നു ചുരുക്കം.

''പാസാവാൻ കുറഞ്ഞത് ഇനിയൊരു അഞ്ചു ടെസ്റ്റും കൂടെ നിനക്ക് വേണ്ടിവരും'' എന്നു ഷാഫിച്ച പറഞ്ഞപ്പോൾ, കെട്ടിയോന്റെ കാശ് ഇനിയെത്ര പൊടിക്കേണ്ടിവരും എന്നോർത്ത് ഞാൻ നെടുവീർപ്പിട്ടു.

''നനഞ്ഞിറങ്ങിയില്ലേ. കുളിച്ചു കയറുകതന്നെ...''

ശരിക്കും ഡ്രൈവിംഗ് എന്താണെന്ന് സത്യത്തിൽ അപ്പോഴാണ് ഞാൻ പഠിച്ചത്. എന്റെ ഏഴാമത്തെ ടെസ്റ്റിൽ കൂടെയുണ്ടായിരുന്ന പൊലീസ് മിലി എന്ന റഫ് ആൻഡ് ടഫ് ലേഡി, ''ആകെ ഒരു ചെറിയ തെറ്റുമാത്രമേ നീ വരുത്തിയുള്ളൂ'' എന്നു പറഞ്ഞ് പേപ്പറിൽ വരച്ചു കാണിച്ചുതന്നു. അതുകണ്ട് ഷാഫിച്ച പറഞ്ഞു, ''ശ്രദ്ധിച്ചാൽ നിനക്ക് അടുത്ത ടെസ്റ്റിൽ പാസ്സാവാം.''

അങ്ങനെ എട്ടാമത്തെ ടെസ്റ്റിൽ ഞാൻ പാസായി. ലോകം കീഴടക്കിയ സന്തോഷമായിരുന്നു. പിന്നീട് കുറേക്കാലത്തേക്കു ഡ്രൈവിംഗ് പഠിക്കുന്നവരെ കാണുമ്പോൾ, എന്റെ ഡ്രൈവിംഗ് പഠനകാല വിഷമങ്ങളോർത്ത് എനിക്ക് വല്ലാത്തൊരു തരം ഫീലിംഗ് ആയിരുന്നു.

സത്യത്തിൽ കാർ ഓടിക്കാൻ തുടങ്ങിയപ്പോഴാണ് അതുകൊണ്ടുള്ള ഗുണങ്ങളെക്കുറിച്ച് എനിക്കു കൂടുതൽ മനസ്സിലായത്. ഞങ്ങൾ

വീടു മാറിയപ്പോൾ, പുതിയ വീട്ടിലേക്കു കറണ്ട് കണക്ഷൻ, ഫോൺ കണക്ഷൻ ഇവയൊക്കെ ശരിയാക്കുന്നതു തുടങ്ങി പല കാര്യങ്ങൾക്കും ഓഫീസിൽ തിരക്കിലായിരുന്ന ഇക്കാനെ എനിക്ക് ഏറെ സഹായിക്കാൻ സാധിച്ചു. പന്ത്രണ്ടാം ക്ലാസിൽവച്ച് ദൂരസ്ഥലങ്ങളിൽ ട്യൂഷനു പോകുന്ന മകളെയും കൂട്ടുകാരികളെയും കൊണ്ടുപോകാൻ ഡ്രൈവിംഗ് അറിയുന്നതുകൊണ്ട് എനിക്കു യാതൊരു ബുദ്ധിമുട്ടും ഇല്ലായിരുന്നു. കൂട്ടുകാരികളുമായി ദുബായിലും ഷാർജയിലും ഷോപ്പിങ്ങിനു പോകാൻ ഏറെ ഉത്സാഹമാണ്.

ഒരിക്കൽ കാൻസർ ബോധവൽക്കരണത്തിന്റെ ഭാഗമായി, ഗായകൻ വിജയ് യേശുദാസ് ഫ്ളാഗ് ഓഫ് ചെയ്ത, പിങ്ക് ഡ്രൈവിൽ പങ്കെടുത്ത് റാസൽഖൈമ വരെ തനിയെ ഡ്രൈവ് ചെയ്തപ്പോൾ ഉണ്ടായ സന്തോഷവും ചാരിതാർത്ഥ്യവും ചെറുതൊന്നുമല്ലായിരുന്നു.

സ്വന്തം ആവശ്യങ്ങൾക്കു മാത്രമല്ല, ദുബായ് സന്ദർശനത്തിനു വരുന്ന പ്രിയപ്പെട്ടവരെയുംകൊണ്ട് നാടുചുറ്റാൻ ഇറങ്ങുന്നതും ഒരു ത്രില്ലാണ്.

ഡ്രൈവിംഗ് അറിഞ്ഞിരിക്കുന്നതിന്റെ ഗുണങ്ങൾ മനസ്സിലാക്കിയ ഞാൻ, എന്റെ മകൾ നച്ചുവിനു 18 വയസ്സ് തികഞ്ഞ അന്നുതന്നെ ഡ്രൈവിംഗ് പഠിക്കാൻ ചേർത്തു. അതുകൊണ്ട് കോളേജിലേക്ക് അവൾക്കു സ്വയം ഡ്രൈവ് ചെയ്തുപോകാനായി സാധിച്ചു. അവൾ ഡ്രൈവിംഗ് തുടങ്ങിയതോടെ ഞാൻ അല്പം മടിച്ചിയായി എന്നത് ഒരു സത്യമാണ്.

പ്രത്യേകിച്ച് ലക്ഷ്യങ്ങൾ ഒന്നുമില്ലാതെ ഇഷ്ടമുള്ള പാട്ടുംകേട്ട് ദീർഘദൂരം ഡ്രൈവ് ചെയ്തുപോകുന്നത് എനിക്കു വലിയ ഇഷ്ടമുള്ള കാര്യമാണ്. കൂട്ടിനല്പം മഴയുംകൂടെയുണ്ടെങ്കിൽ പിന്നെ പറയേണ്ട, ആഹാ അന്തസ്സു തന്നെ...!

മരുഭൂമിയിലൂടെയുള്ള ഡ്രൈവിംഗാണ് എന്റെ അടുത്ത ലക്ഷ്യം.

എത്ര ബുദ്ധിമുട്ടിയാലും സാധിക്കുമെങ്കിൽ ഡ്രൈവിംഗ് പഠിക്കണം എന്നുതന്നെയാണ് എല്ലാവരോടുമായിട്ടുള്ള എന്റെ ഉപദേശം. അതുകൊണ്ട് നമുക്കു മാത്രമല്ല, മറ്റു പലർക്കും ഉപകാരം ചെയ്യാൻ സാധിക്കും. ഏതു കാര്യത്തിലും നാം സ്വയംപര്യാപ്തരായിരിക്കണം.

■

സഹ്യസാനുശ്രുതി ചേർത്തുവെച്ച മണിവീണയാണെന്റെ കേരളം

"**അ**ഞ്ചെയ്സക്ക് കപ്പലണ്ടി...."

"എന്നാ കൊച്ചേ ഈ പറയുന്നേ...?" ഇയാളെ ഞാനിനി എങ്ങനെ കാര്യം പറഞ്ഞു മനസ്സിലാക്കും എന്നു ചിന്തിച്ച് മിഠായിക്കടക്കാരന്റെ മുൻപിൽ നിന്ന ഞാനെന്ന അഞ്ചുവയസ്സുകാരി ഒന്നു പരുങ്ങി.

"അവൾക്ക് അഞ്ച് പൈസയ്ക്ക് നിലക്കടല വേണമെന്നാണ് പറഞ്ഞത്." എന്റെ കുഞ്ഞിക്ക രക്ഷയ്ക്കെത്തി.

"അയ്യോ... ഞാനങ്ങ് പേടിച്ചുപോയി. ഈ കൊച്ച് എന്റെ മുഖത്തു നോക്കി ഏതാണ്ട് വേണ്ടാതീനം പറയുവാണന്നല്ലേ ഞാൻ വിചാരിച്ചത്..."

"മിണ്ടിപ്പോകരുത്" എന്ന ഭാവത്തിൽ കുഞ്ഞിക്ക എന്നെ നോക്കി കണ്ണുരുട്ടിക്കാണിച്ചു.

തൃശ്ശൂർകാരായ ഞങ്ങൾ, കോട്ടയത്തു താമസമാക്കിയ ആദ്യകാലങ്ങളിലെ ചില സംഭാഷണങ്ങളാണ് ഞാനെഴുതിയത്.

സ്കൂളിൽ കൂട്ടുകാരുമായി സംസാരിക്കുമ്പോൾ തൃശ്ശൂർ ഭാഷയുടെ ഒരു പൊടിപോലും എന്റെ സംസാരത്തിൽ കടന്നുവരാതിരിക്കാൻ ഞാൻ പ്രത്യേകം ശ്രദ്ധിച്ചിരുന്നു. ഒരു ദിവസം കൂട്ടുകാരി ആനിയമ്മ പറഞ്ഞു, "ഇന്നലെ ഞങ്ങടെ കരോട്ടെ വീട്ടിൽ എന്നാ കാറിച്ചയായിരുന്നെന്നോ."

"വീടുകളിൽ കരാട്ടെയും പഠിപ്പിക്കുന്നുണ്ടോ? വെളിച്ചെണ്ണ കാറിയെന്നൊക്കെ ഉമ്മ പറയുന്നതു കേട്ടിട്ടുണ്ട്. കരാട്ടെയിൽ എന്താണ് കാറിച്ച?", എന്റെ ന്യായമായ സംശയങ്ങൾ കേട്ട് കൂട്ടുകാരികൾ കൂട്ടച്ചിരി.

"ഈ കൊച്ചിതെല്ലാം നല്ലപ്പം കേക്കുവാണോ?"

ദാണ്ടെ... പിന്നേം...

നെയ്യപ്പം എന്നു കേട്ടിട്ടുണ്ട്. നല്ലപ്പം എന്താണാവോ...? കൂട്ടുകാരിയുടെ കളിയാക്കാൻ ഭയന്ന് ഞാൻ വാതുറന്നൊന്നും ചോദിച്ചില്ല.

മുകളിലത്തെ വീട്ടിൽ ഉറക്കെയുള്ള കരച്ചിൽ ആയിരുന്നുവെന്നാണ് ആനിയമ്മ പറഞ്ഞത്. നല്ലപ്പം എന്നുപറഞ്ഞാൽ ആദ്യമായി എന്നാണ്. പിന്നീട് ''നല്ലപ്പം എന്ന വാക്ക് ഞാൻ നല്ലപ്പം കേക്കുവാ...'' എന്ന് തിരിച്ചടിച്ചു ഞാൻ കൂട്ടുകാരികളുടെ കൂടെ ചിരിക്കുമായിരുന്നു.

17 വർഷം കോട്ടയത്തു ജീവിച്ചിട്ടും എന്റെ ഉമ്മാടെ തൃശ്ശൂർ സംസാരഭാഷയിൽ കാര്യമായ വ്യത്യാസമൊന്നും ഇല്ലായിരുന്നു.

അതുകൊണ്ട് കോട്ടയത്തു താമസിക്കുമ്പോഴും വീട്ടിലെത്തിയാൽ ഞങ്ങൾ തനി തൃശ്ശൂർക്കാരാവും. ഒരിക്കൽ എന്റെ വീട്ടിൽ വന്ന് കൂട്ടുകാരികൾ ഞാൻ ഉമ്മാനോടു സംസാരിക്കുന്ന തൃശ്ശൂർ ശൈലി കേട്ടിട്ട്, ''നീയിത് എന്നാ ഭാഷയാടീ സംസാരിക്കുന്നേ'' എന്നുവരെ ചോദിച്ചു. ഇന്നിപ്പോ പല സിനിമകളിലൂടെയും മറ്റും എല്ലാവർക്കും തൃശ്ശൂർ ഭാഷ നല്ല പരിചയമാണ്.

എന്റെ ഉമ്മാടെ ആങ്ങള താമസിച്ചിരുന്നത് തിരുവനന്തപുരത്തായിരുന്നു. ഒരിക്കൽ ഞാനും ഉമ്മയും വാപ്പയും ട്രെയിനിറങ്ങി, മാമാടെ വീട്ടിലേക്കു പോകാൻ ഓട്ടോറിക്ഷക്കാരനോട് റേറ്റ് ചോദിച്ചപ്പോൾ മറുപടി. ''യാഴ്..''

''എന്ത്..? എന്ത്..?'' എന്നു വാപ്പാടെ ചോദ്യത്തിന് വീണ്ടുമയാൾ, ''യാഴ് തന്നപ്പീ.'' ഇനി ഇതിനപ്പുറം വല്ലതും കേൾക്കേണ്ടിവരുമോ എന്നു പേടിച്ച് കൂടുതലൊന്നും പറയാതെ ഞങ്ങൾ വേഗം ഓട്ടോറിക്ഷയിൽ കയറിയിരുന്നു. മാമാടെ വീട്ടിലേക്കു ബേക്കറിയിൽനിന്നും എന്തെങ്കിലും പലഹാരങ്ങൾ വാങ്ങാനായി പോകുന്ന വഴിയിലുള്ള ബേക്കറിയിൽ നിർത്തണമെന്ന് ഓട്ടോറിക്ഷക്കാരനോട് പറഞ്ഞു.

''എന്തരണ്ണാ... ബോഞ്ചികള് കുടിക്കാനക്കൊണ്ടാ?''

തിരോന്തരംകാരുടെ എന്തെങ്കിലും സ്പെഷ്യൽ ജ്യൂസ് ആയിരിക്കും എന്നാണ് ഞങ്ങൾ വിചാരിച്ചത്. പിന്നീടാണ് 'നാരങ്ങവെള്ളം' ആണ് അയാൾ ഉദ്ദേശിച്ചത് എന്നു മനസ്സിലായത്.

''അതോ... ആ തേരിയിൽ ഒരു ബേക്കറിയുണ്ട്.'' എന്ന് ഓട്ടോറിക്ഷക്കാരൻ.

''ബേക്കറി തേരിലോ?'' എന്റെ ചോദ്യം കേട്ട് ''എന്തരോ എന്തോ'' എന്നു പറഞ്ഞയാൾ തലയിൽ കൈവെച്ചു. ആ കയറ്റത്തിൽ ഒരു ബേക്കറിയുണ്ടെന്നാണ് മൂപ്പര് പറഞ്ഞത്.

'കണ്ട്രി ഫെല്ലോസ്' ആയ ഞങ്ങൾ ക്ഷീണം തീർക്കാൻ ആ ബേക്കറിയിൽനിന്ന് ഒരു ബോഞ്ചി വാങ്ങി കുടിക്കേണ്ടിവന്നു ചെല്ലക്കിളീ...

ഞങ്ങളുടെ അയൽവാസികൾ കൊല്ലത്തുകാരായിരുന്നു. അവരോടുള്ള ഇടപഴകലിൽ എന്തുവാ... അല്ലിയോ... ആന്നോ... ലവൻ... ലവൾ... എന്നൊക്കെ ഇടയ്ക്കിടെ എന്റെ സംസാരത്തിലും കടന്നുവരുമായിരുന്നു.

പിന്നീട് വാപ്പ റിട്ടയർ ചെയ്തതോടെ ഞങ്ങൾ തൃശ്ശൂരിലേക്കുതന്നെ തിരിച്ചുവന്നു. പഠനസൗകര്യങ്ങൾക്കായി ഞങ്ങൾ നാടായ കൊടുങ്ങല്ലൂരിലേക്കു പോകാതെ തൃശ്ശൂർ കുട്ടനല്ലൂരിലെ ഹിൽ ഗാർഡൻസിലായിരുന്നു താമസിച്ചിരുന്നത്. അപ്പോഴാണ് ഞാൻ ശരിക്കും തൃശൂർ ഭാഷ മനസ്സിലാക്കുന്നത്. കൊടുങ്ങല്ലൂർ ഭാഷ തൃശ്ശൂരിന്റെയും എറണാകുളത്തിന്റെയും ഒരു മിക്സ് ആണ്.

ആദ്യമൊക്കെ ''എന്താടാ കന്നാലി, ഇളിക്കുന്നത്... നിന്റപ്പൻ ചത്താ...'' എന്ന് ആരെങ്കിലും തമ്മിൽ പറയുന്നതു കേട്ടാൽ ഞാൻ അന്തംവിടുമായിരുന്നു. അപ്പൻ ചത്തെന്നൊക്കെ എത്ര ലാഘവത്തോടെയാണ് പറയുന്നതെന്ന് ആലോചിക്കും. പിന്നെ പതുക്കെ എല്ലാം ശീലമായി. എത്ര സീരിയസായ കാര്യങ്ങളിലും, ചില വാക്കുകളിലൂടെ നമ്മുടെ പിരിമുറുക്കം കുറയ്ക്കാൻ തൃശ്ശൂർ ഭാഷയ്ക്ക് ഒരു പ്രത്യേക കഴിവുണ്ട്.

''മ്മടെ ഈനാശുവേട്ടൻ പടായി...'', ഇതിലൂടെ ഈനാശുവേട്ടന്റെ മരണത്തിന്റെ ഞെട്ടൽ നമുക്കല്പം കുറയും.

''അമിട്ടാ പൊട്ടി... മേപ്പട്ടാ പോയി... എന്തൂട്ടാ രസം'', ഇതിലൂടെ നമുക്കൊരു പൂരത്തിന്റെ വെടിക്കെട്ടു കണ്ട സുഖം കിട്ടും.

''ഹായ്..! ഇന്ന് നല്ല ചുള്ളത്തിയായിട്ട്രണ്ടല്ല ശവി '', നമ്മുടെ സൗന്ദര്യത്തെ ഇങ്ങനെയും പുകഴ്ത്താം മ്മടെ തൃശ്ശൂർ ഗെഡിികൾക്ക്.

''എന്തൂട്രാ ക്ടാവേ നെന്റെ മോറിങ്ങനെ?'' (എന്താ കുട്ടി നിന്റെ മുഖം ഇങ്ങനെ?)

''ആ ദേവാസ്സേട്ടൻ... ഒരു ജാതി ഗെഡിയാണിഷ്ടാ... കൂട്ടാൻ കൊള്ളില്ലാന്നു പറഞ്ഞെന്നെ പൊരിച്ചു... ഞാൻ പുവ്വാ...'' കറി

മോശമായതിനെ ദേവസ്സിച്ചേട്ടൻ വഴക്കുപറഞ്ഞു. ഞാൻ പോവുക യാണ്... അത്രേയുള്ളൂ കാര്യം.

അതുവരെ ഭാഷാവ്യത്യാസങ്ങളൊക്കെ ഒരുവിധത്തിൽ മനസ്സിലാക്കി പിടിച്ചുനിന്ന ഞാൻ, വിവാഹശേഷം കുറച്ചു നക്ഷത്രങ്ങളെണ്ണേണ്ടി വന്നു. സപ്തഭാഷാ സംഗമഭൂമിയായ കാസർഗോഡിന്റെ മരുമകളായി എത്തിയ ഞാൻ, ഈ ഏഴ് ഭാഷകളുടെയും ഒരു സങ്കരഭാഷയ്ക്കു മുൻപിൽ അല്പം അടിപതറി. മലയാളം, കന്നട, തുളു, കൊങ്കിണി, മറാത്തി, ഉറുദു, ബ്യാരി ഇതെല്ലാം ഉള്ള അവിയൽഭാഷ പഠിക്കു ന്നത് അത്ര എളുപ്പമല്ലായിരുന്നു.

കല്യാണപ്പിറ്റേന്ന് എന്നെ കാണാൻ വന്ന അയൽപക്കക്കാരികൾ ഉമ്മാനോടു ചോദിച്ചു

''പുതുനാട്ടിക്ക് ഞമ്മളെ ബാസ മുണ്ടാൻ അറിയ്യോ...?''

''ഓള് സുദ്ധ മലയാളം മുണ്ടും... ഓളെ ഉപ്പ ഒക്കീല്...'' (അവൾ ശുദ്ധ മലയാളം സംസാരിക്കും. അവളുടെ വാപ്പ വക്കീലാണ്) എന്ന ഉമ്മാടെ വാക്കുകൾകേട്ട് മുഴുവനും പിടികിട്ടിയില്ലെങ്കിലും ഏതാ ണ്ടൊക്കെ പിടികിട്ടിയ ഞാൻ ഞെളിഞ്ഞിരുന്നു.

ഒരു അയൽക്കാരി ഉമ്മാനോടു പറഞ്ഞു...

''യാ കജ്ജാ... ഞാനിങ്ങളെ മങ്ങല്ത്തിനു ബെരാന്ന് ഒത്തതല്ലേ. ആലേല് കടിച്ചിട്ട പയ്യില്ലേ... അയിനിത്തിരി കുളുത്തഞ്ഞി കൊടു ത്തപ്പൊ അത് ബള്ളി പൊട്ടിച്ച് കീഞ്ഞുപാഞ്ഞു. അയിന്റെ ബയ്യിലെ പായാൻ ഞമ്മള് ബാല്യക്കാരാ..? തായ്ലെ ബളപ്പിലെ പുള്റ് പാഞ്ഞിട്ട് പയ്യിനെ ഓാറ തെങ്ങില് കെട്ടി. ഓാറെ മഞ്ഞചപ്പലെല്ലാം പയ്യു തുന്നെന്നും ചെല്ലീറ്റ് ആടത്തെ തൊണ്ടി ഒരേ കൗജി. ആ അറു കൊലേന്റെ കൗജി കണ്ടോർക്കല്ലാതെ ചെല്ലിയോർക്കൊന്നും തിരി യേല...''

ഇതെല്ലാം കേട്ട് ഞാൻ വേറേതോ രാജ്യത്താണ് വന്നതെന്ന സംശയത്തിൽ ചുറ്റും നോക്കിപ്പോയി.

''കദീജാ... ഞാൻ കല്യാണത്തിനു വരാമെന്നു സമ്മതിച്ചതല്ലേ... തൊഴുത്തിൽ കിടാവിനെ പ്രസവിച്ച ഒരു പശു ഉള്ളതല്ലേ. അതിന് ഇത്തിരി പഴങ്കഞ്ഞി കൊടുക്കാനായി ഞാൻ തൊഴുത്തിൽ ചെന്ന പ്പോൾ അത് കയറുപൊട്ടിച്ച് ഇറങ്ങി ഓടി. അതിന്റെ പുറകെ ഓടാൻ ഞാൻ ചെറുപ്പമൊന്നുമല്ലല്ലോ... താഴത്തെ വളപ്പിലെ കുട്ടികൾ ഓടി രണ്ടിനെയും അവരുടെ തെങ്ങിൽ പിടിച്ചുകെട്ടി. അപ്പോൾ അവി ടുത്തെ വയസ്സായ സ്ത്രീ അവരുടെ മഞ്ഞളിന്റെ ഇലയെല്ലാം പശു

തിന്നു എന്നുപറഞ്ഞ് ഭയങ്കര ബഹളം. ആ ബഹളം കണ്ടവർക്കല്ലാതെ, മറ്റുള്ളവർക്ക് പറഞ്ഞാൽ മനസ്സിലാവില്ല''.

ഇതാണ് അവർ അന്നു പറഞ്ഞതെന്ന് ഇപ്പോൾ എനിക്ക് പുഷ്പം പോലെ മനസ്സിലാവും.

''മോളെ,..ആ മാച്ചിൽ ഇങ്ങെടുത്തേ... ബാൾട്ടീല് കൊർച്ച് തണ്ണീം സാബൂനും കൂടെ എടുത്തോ... മുറിയിലെ ബണ്ണാൻ ബലേം മുറ്റത്തെ പാമ്പാഞ്ചിയുമൊന്ന് അടിക്കട്ടെ...''

പാമ്പ് എന്നു കേട്ടതും ഞാൻ ഈ നാട്ടുകാരിയേ അല്ല എന്ന മട്ടിൽ ബാത്റൂമിൽ കയറി വാതിൽ അടച്ചു. ''ഓളേടെ... മറെല് കേറിയാ...'' എന്ന് ഉമ്മ ചോദിക്കുന്നതു ഞാൻ കേൾക്കാത്തപോലെ നിന്നു.

''മോളെ ആ ചൂലിങ്ങെടുത്തേ... ബക്കറ്റിൽ കുറച്ച് വെള്ളവും സോപ്പുംകൂടെ എടുത്തോ.... മുറിയിലെ എട്ടുകാലിവലയും (കോട്ടയത്തതു ചുക്കിലിയാണ്.) മുറ്റത്തെ പായലും അടിക്കട്ടെ'' എന്നാണ് ഉമ്മ പറഞ്ഞത്.

ഒരിക്കൽ ഉമ്മാക്ക് പനി വന്നപ്പോൾ ഡോക്ടറെ വീട്ടിലേക്ക് കൂട്ടിക്കൊണ്ടുവന്നു. ഡോക്ടർ വന്ന് ഉമ്മാനോടു ചോദിച്ചു. ''പൈപ്പുണ്ടോ?'' എന്ന്. നാത്തന്മാരുടെ മക്കൾ, ഡോക്ടർ കാണാതെ തമാശയായി മുറ്റത്തുള്ള പൈപ്പ് ചൂണ്ടിക്കാട്ടി, ''അവിടെ ഉണ്ട്'' എന്നുപറഞ്ഞ് വായ് പൊത്തി ചിരിക്കുന്നതു കണ്ട ഞാൻ, ഇതിലെന്താ ഇത്ര ചിരിക്കാനെന്ന് അത്ഭുതപ്പെട്ടു.

ഡോക്ടർ ഉമ്മാനോട് ''വിശപ്പ് ഉണ്ടോ'' എന്നാണ് ചോദിച്ചതെന്ന്, പിന്നീട് നാത്തൂൻ പറഞ്ഞപ്പോഴാണെനിക്കു മനസ്സിലായത്. പൈക്കുക എന്നാൽ വിശക്കുക എന്നാണർത്ഥം.

അതുപോലെ അവിടെ മുഖത്തിന്, മൂട് എന്നാണ് പറയുക. ആദ്യമൊക്കെ രാവിലെ എഴുന്നേറ്റു വരുമ്പോൾതന്നെ 'മൂട് കഴുകിയാ' എന്ന ചോദ്യംകേട്ട് കിളിപോയി നിന്ന എന്നെ ഓർത്ത് എനിക്കുതന്നെ ചിരിവരും. അങ്ങനെ എഴുതിയാലും എഴുതിയാലും തീരാത്ത ഒരു പാട് 'കാസ്റോട്' ഭാഷാവിശേഷങ്ങളുണ്ട്.

എന്റെ മോളെ കെട്ടിച്ചതാണെങ്കിലോ കൊച്ചിയിലെ ഒരു കച്ചിക്കാരന്. ഭാഷാവൈവിധ്യങ്ങളുടെ ഒരു ഘോഷയാത്ര തന്നെയായിരുന്നു പിന്നെ. എന്റെ പൊന്നോ... കൊച്ചി കബൂറ് പ്ലേസാണ്... ഒന്നു പോടാപ്പാ... ഞങ്ങളിവിടെ ഇരിക്കാമ്പോണേണ്.... നിങ്ങ റേസാവല്ലേ മച്ചാനേ... ഇത് നുമ്മട മെട്രോയല്ലേ... എന്നാ പിന്നെ ഞങ്ങ തെറിക്കട്ടെ... ഡാർക്ക് സീനാണല്ലാ... ഇങ്ങനെപോകും കൊച്ചിക്കാരുടെ സംഭാഷണങ്ങൾ.

കച്ചി മരുമോനെ കിട്ടിയതിൽ ആ ഭാഷയും അല്പം പഠിച്ചു. ലിപി ഇല്ലാത്ത ഭാഷയാണത്. ഹിന്ദിയുമായി കുറെയൊക്കെ സാമ്യമുണ്ടെങ്കിലും മനസ്സിലാവാത്ത കുറേ വാക്കുകളുമുണ്ട്.

ടിവിയുടെ വളരെ അടുത്തുനിന്ന സയാനോട്, അർഫു ‘‘പൊട്ടിയ.. പൊട്ടിയ..’’ എന്നു പറഞ്ഞപ്പോൾ, ഞാൻ പറഞ്ഞു. ‘‘ഏയ്, പൊട്ടിയിട്ടൊന്നുമില്ല.’’ ടിവി സ്ക്രീനിന്റെ അടുത്തുനിന്ന് ദൂരേക്കു മാറി നിൽക്കാൻ കച്ചിയിൽ പറഞ്ഞതാണ്.

എന്റെ മരുമോനെ കൂട്ടുകാർ ഏറ്റവും കൂടുതൽ കളിയാക്കുന്ന ചില കച്ചി പ്രയോഗങ്ങളുണ്ട്.

ഒരിക്കൽ അവൻ സ്വന്തം അബ്ബാനെ കോളേജിൽ പോകുമ്പോൾ ബൈക്കിന്റെ പുറകിലിരുത്തി കൊണ്ടുവന്നിട്ടു ചോദിച്ചു.

‘‘ഐൻക്കെ ഷഡ്ഢി ഡിയാങ്കെ? (ഞാൻ നിന്നെ കൊണ്ടു വിടട്ടെ?)

ഇതൊന്നുമറിയാത്ത കൂട്ടുകാർ, ‘‘എടാ പഹയാ... സ്വന്തം വാപ്പാനോട് ഷഡ്ഢി ചോദിക്കുന്നോ.’’

വീട്ടിലേക്കു വന്ന കൂട്ടുകാരോട് ഉമ്മി പറഞ്ഞു, ‘‘മിൻചാർ അച്ചിവേ.’’ കൂട്ടുകാർ വിചാരിച്ചു, ‘‘ചോറിനു കറി മീൻചാർ’’ എന്നാണ് പറഞ്ഞതെന്ന്. പാവം സീമ. അവരോട് വീടിനകത്തേക്കു കയറിയിരിക്കാൻ പറഞ്ഞതാണ്.

‘മുജോ വട്ട് ഹേ..’ (എന്റെ അടുത്തുണ്ട്). ഇതു കേൾക്കുന്ന മലയാളികളുടെ മനസ്സിൽ എന്തായിരിക്കുമെന്ന് ഞാൻ പ്രത്യേകം പറയേണ്ടല്ലോ...

തലമുറകളായുള്ള കൊച്ചിവാസം കൊണ്ട് അവരുടെ സംസാര ഭാഷയിൽ മലയാളവും കച്ചിയും ഇടകലരാറുണ്ട്.

വാക്കത്തി കോ മൂർച്ച ഭി ന ഹെ... പിടി ഭി ന ഹെ....

ഗുഡ്സ് പാപ്പടി, ഗൂന്ത് ലഡ്ഡു, മുട്ടിയ... അങ്ങനെ മലയാളിക്ക് അന്യമായതും ഇപ്പോൾ പ്രിയപ്പെട്ടതുമായ കുറെ കച്ചി പലഹാരങ്ങളും ഞാൻ പഠിച്ചു.

ഞാനിപ്പോൾ വീടുവെച്ച് താമസിക്കുന്നതു ഖൽബിൽ തേനൊഴുകുന്ന കോയിക്കോടാണ്...

കോയിക്കോടൻ അലുവയും കായവറത്തതും ബീച്ചും ഉപ്പിലിട്ടതുമൊക്ക കാണിച്ചുള്ള ‘ഓന്റൊരു കുളൂസ്..’ ‘എന്തേനു ചങ്ങായി റോട്ടുമ്മലൊരു ഒച്ചപ്പാട്...’ ‘അങ്ങ് ക്ഷമിച്ചാള...’

ഭാഷ ഏതായാലും നമ്മളൊക്കെ ഒറ്റ കരളല്ലേ...

വാൽക്കഷണം: ഇന്റർവ്യൂവിനു വന്ന ഉദ്യോഗാർത്ഥി ഇന്റർവ്യൂവറോട് പറഞ്ഞു.

"എനിക്ക് 17 ഭാഷകൾ അറിയാം."

"ആഹാ... താൻ ആള് കൊള്ളാലോ... ആട്ടെ ഏതൊക്കെയാണാ ഭാഷകൾ"

"ഇംഗ്ലീഷ്, ഹിന്ദി, മലയാളം... പിന്നെ... കേരളത്തിലെ പതിന്നാല് ജില്ലകളിലെ വ്യത്യസ്തമായ മലയാളങ്ങളും..."

ഇയാളെ കുറ്റം പറയാൻ പറ്റില്ല... അതിനുമൊരു കഴിവ് വേണ്ടേ? എപ്പടി...?

നമ്മുടെ കേരളത്തിൽ, ആറു നാട്ടിൽ നൂറ് ഭാഷാരീതിയാണെങ്കിലും അതിലുമുണ്ടൊരു തനിമയും ഏകത്വവും.

'സഹ്യസാനു ശ്രുതി ചേർത്തുവെച്ച
മണിവീണയാണെന്റെ കേരളം...'

■

പെണ്ണേ നിൻ പേരെന്ത്... പേരയ്ക്ക...

ഒരു കുട്ടിക്കു പേരിടുന്നത് 'എമണ്ടൻ ടാസ്ക്' ആണെന്നു തോന്നിയത് എന്റെ പേരക്കുട്ടിക്കു പേരിടുമ്പോഴാണ്. ഒരു പേരിലെന്തിരിക്കുന്നു എന്നൊക്കെ തത്ത്വശാസ്ത്രം പറയാമെങ്കിലും പേരിടുന്ന കാര്യത്തിൽ പല സെന്റിമെന്റൽ ഘടകങ്ങളും അടങ്ങിയിട്ടുണ്ട് എന്നു കാലം എന്നെ പഠിപ്പിച്ചു.

എന്റെ മോളെ പ്രസവിച്ചത് ദുബായിലാണ്. പാസ്പോർട്ട്, വിസ തുടങ്ങിയ നൂലാമാലകൾ ഉള്ളതുകൊണ്ട് ഒരാഴ്ചയ്ക്കുള്ളിൽ പേരിടണം എന്നു നിർബന്ധമായിരുന്നു. ഞങ്ങൾ രണ്ടുപേരും കൂടി, ധാരാളം പേരുകളുള്ള ഒരു ബുക്കിൽനിന്ന് കുറേ പേരുകൾ സെലക്ട് ചെയ്തുവച്ചു. അതിൽനിന്ന് കൂടുതലൊന്നും ആലോചിക്കാതെ രണ്ടുപേർക്കും ഇഷ്ടപ്പെട്ട പേരായ 'നസ്രീൻ' എന്ന പേരങ്ങു തീരുമാനിച്ചു. 'നെച്ചു' എന്ന ചെല്ലപ്പേരുമിട്ടു.

"കാർന്നവരായ ഞാനല്ലേ നിങ്ങളുടെ കുട്ടിക്കു പേരിടേണ്ടത്?", കുട്ടിക്കു പേരിട്ടതറിഞ്ഞപ്പോൾ തൊട്ടടുത്തുതന്നെ താമസിച്ചിരുന്ന ഇക്കാടെ ഇച്ച ഞങ്ങളോടു ചെറിയൊരു പരിഭവത്തോടെ പറഞ്ഞു. നാട്ടിലൊക്കെ അങ്ങനെ ഒരു കീഴ്‌വഴക്കമുള്ള കാര്യം തിരക്കിനിടയിൽ ഞങ്ങളങ്ങ് മറന്നു. മോളുടെ പേര് ഔദ്യോഗിക രേഖകളിൽ ആയിപ്പോയതുകൊണ്ട് പിന്നെ ഒന്നും ചെയ്യാനും പറ്റില്ലല്ലോ.

പക്ഷേ, കാത്തുകാത്തിരുന്ന് ഞങ്ങളുടെ പേരക്കുട്ടി ഉണ്ടായപ്പോൾ സ്ഥിതി മൊത്തം മാറി. കാരണം രണ്ടു വീട്ടിലെയും ആദ്യത്തെ പേരക്കുട്ടി ആയതുകൊണ്ട് എല്ലാവരുടെ മനസ്സിലും ഓരോ പേരുകൾ ഉണ്ടാവുമല്ലോയ

അവളെയും പ്രസവിച്ചതു ദുബായിൽ ആയിരുന്നതുകൊണ്ട്, പേര് തീരുമാനിക്കാനുള്ള സമയം കുറവായിരുന്നു എല്ലാവരും പല

പല പേരുകൾ പറഞ്ഞു. പണ്ടൊക്കെ ആദ്യത്തെ കുഞ്ഞിന് പിതാവിന്റെ മാതാപിതാക്കളുടെ പേരും രണ്ടാമത്തെ കുഞ്ഞിന് മാതാവിന്റെ മാതാപിതാക്കളുടെ പേരുമാണ് ഇട്ടിരുന്നത്. അതുകൊണ്ടുതന്നെ കുടുംബത്തിൽ ഒരേ പേരിലുള്ള ധാരാളം കുട്ടികൾ ഉണ്ടായിരിക്കും. അപ്പോൾ മൂന്നാമത്തെ കുഞ്ഞിനോ...?

അതു സ്വന്തം ഇഷ്ടപ്രകാരം ഇടാമായിരിക്കും എന്നു തോന്നുന്നു.

ചിലർ കുട്ടികൾക്കു പേരിടുന്നത്, മാതാപിതാക്കളുടെ പേരിന്റെ ആദ്യ അക്ഷരം ഉപയോഗിച്ചായിരിക്കും. ജോണിന്റെയും ലീലാമ്മയുടെയും മകൾക്ക് 'ജോലി' എന്നും, ജയിലിൽ ജനിച്ച കുട്ടിക്ക് 'ജയിൽ കുമാർ' എന്നും, ദേശസ്നേഹിയായ ഒരാൾ മകൾക്കു 'ഡെമോക്രസി' എന്നും പേരിട്ടതായി കേട്ടിട്ടുണ്ട്.

'സ്വീഞ്ഞാൽ' എന്നൊരു പേരു കേട്ടാൽ, ഊഞ്ഞാലിൽ ഇരുന്ന് ആടിയപ്പോഴായിരിക്കും പ്രസവവേദന വന്നത്, അല്ലെങ്കിൽ ഊഞ്ഞാൽ അത്ര ഇഷ്ടമുള്ള ആളായിരിക്കും. അതുകൊണ്ടായിരിക്കും ഊഞ്ഞാലിന്റെ ഇംഗ്ലീഷ് സ്വിങ്ങും ഊഞ്ഞാലും കൂട്ടി കുട്ടിക്കു പേരിട്ടത് എന്നൊക്കെ തോന്നാം.

എന്റെ ആങ്ങളമാർക്ക്, ഞങ്ങളുടെ രണ്ടു പിതാമഹന്മാരുടെയും പേരായ അബ്ദുള്ള, ഇബ്രാഹിം എന്നാണ് ഇട്ടിരിക്കുന്നത്. പക്ഷേ, പെൺകുട്ടികളുടെ കാര്യത്തിൽ വാപ്പ ആ പതിവ് മാറ്റി. 'ന'യിൽ അവസാനിക്കുന്ന പരിഷ്കാര പേരുകളായ ബീന, സക്കീന, സാജന എന്നാണ് ഇട്ടത്.

കെ.എ. (കൊല്ലിയിൽ അലിക്കുഞ്ഞി) എന്ന ഇനീഷ്യൽ എല്ലാവർക്കും ഉണ്ടായിരുന്നു. ഇത്ത ഡെന്റൽ കോളേജിൽ പഠിക്കുമ്പോൾ കൂട്ടുകാർ, ഇനീഷ്യൽ ഒന്നിച്ചുകൂട്ടി 'ബിനാക്ക', അന്നത്തെ ഒരു പേസ്റ്റിന്റെ പേര് (പിന്നീട് അത് 'സിബാക്ക' എന്നായി മാറി) എന്നു വിളിക്കുമായിരുന്നു.

അങ്ങനെ എന്റെ പേരക്കുട്ടിക്കു പേരിടാനായി പേരുകളുടെ ഒരു സാഗരംതന്നെ മുന്നിൽ കൊണ്ടുവച്ചു. എന്നാൽ ഒരാൾക്ക് ഇഷ്ടപ്പെടുന്ന പേര് മറ്റൊരാൾക്ക് ഇഷ്ടമാകില്ല. ഒരുവിധം നല്ല പേര് എന്നു തോന്നുന്നതിന്..

ചിലതിന്റെ അർത്ഥം നന്നല്ല, ചില പേര് കേൾക്കാൻ രസമില്ല, ചിലത് വളരെ അടുത്ത ആർക്കെങ്കിലും ഉള്ളതായിരിക്കും....

ഏതു പേരുണ്ട് ഈ മൂന്ന് ഗുണവുമുള്ളത്....!

ഞങ്ങളുടെ ഈ ആശയക്കുഴപ്പം കണ്ടപ്പോൾ കുട്ടിക്ക് എന്തെങ്കിലും ഒരു പേരിട്ടാൽ മതിയെന്ന അവസ്ഥയിലായി അവളുടെ മാതാപിതാക്കളായ നച്ചുവും അർഫുവും. അങ്ങനെ നീണ്ട അന്വേഷണങ്ങൾക്കൊടുവിൽ എല്ലാവരും ഒരുവിധം യോജിപ്പിൽ എത്തിയ ഒരു പേരാണ് 'മെഹ്റീൻ'.

കുട്ടികൾക്കു പേരിടുമ്പോൾ കുട്ടിയുടെ മാതാപിതാക്കൾക്ക് ഇഷ്ടമുള്ള പേരിടുന്നതാണ് നല്ലത്. ഇല്ലെങ്കിൽ നൂറ് അഭിപ്രായങ്ങളും നിർദ്ദേശങ്ങളുമായി ആകെ ചിന്താക്കുഴപ്പത്തിലാവും. ആദ്യത്തെ അനുഭവം കൊണ്ടായിരിക്കും, നച്ചുവിന് മോൻ ജനിച്ചപ്പോൾ മോളും മരുമോനും നേരത്തെ തീരുമാനിച്ച പേര് 'സയാൻ' എന്ന് വേഗമങ്ങ് ഉറപ്പിച്ചു.

സാധാരണ മിക്കവർക്കും സ്വന്തം പേരിനോട് അത്ര മമത ഉണ്ടാവാറില്ല. എന്തിന് എനിക്കീ പേരിട്ടു എന്നു ചോദിക്കാത്തവരോ അല്ലെങ്കിൽ ചിന്തിക്കാത്തവരോ കുറവായിരിക്കും.

ചെറുപ്പത്തിൽ എന്റെ സ്ഥിതിയും വിഭിന്നമല്ലായിരുന്നു. സ്കൂളിലും കോളേജിലും പഠിക്കുമ്പോൾ എന്റെ പേരുള്ള മറ്റൊരു വ്യക്തി എന്റെ ക്ലാസ്സിൽ മാത്രമല്ല, സ്ഥാപനങ്ങളിൽപോലുമുണ്ടായിട്ടില്ല.

പുതിയ ക്ലാസ്സിൽ പോകുമ്പോഴോ അല്ലെങ്കിൽ പുതിയ ടീച്ചർ ക്ലാസ്സിൽ വരുമ്പോഴോ കുട്ടികൾ പേര് പറഞ്ഞു പരിചയപ്പെടുത്തുന്ന സമയങ്ങളിൽ, എനിക്ക് എന്റെ പേര് പറയാൻതന്നെ മടിയാണ്. കാരണം എന്റെ പേര് കേൾക്കുമ്പോൾ, കേട്ടു പരിചയമില്ലാത്ത പേരായതുകൊണ്ടാവും ഒരിക്കൽകൂടി ഞാൻ എന്റെ പേര് പറയേണ്ടി വരാറുണ്ട്. ഹിന്ദി പാട്ടുകളിൽ എന്റെ പേര് കേൾക്കുമ്പോൾ മാത്രമാണ് ഒരു സന്തോഷം തോന്നാറ്. പക്ഷേ ഇന്നത്തെപ്പോലെ ഹിന്ദി പാട്ടുകൾ അത്ര ജനകീയമായിരുന്നില്ല. അതുകൊണ്ടുതന്നെ എന്റെ പേരിന്റെ അപരിചിതത്വം തുടർന്നു. ദുബായിൽ എത്തിയ ശേഷം, എന്റെ പേര് പല വീട്ടിലെ കുട്ടികൾക്കും കേൾക്കാൻ തുടങ്ങിയപ്പോഴാണ് എനിക്ക് ഇത്തിരി ആശ്വാസമായത്.

എന്റെ പേര് ഉച്ചരിക്കുന്നതിലുമുണ്ട് വ്യത്യസ്തത. വീട്ടിൽ എന്നെ ഓമനപ്പേരായ 'സാന' എന്നാണ് വിളിക്കുന്നത്. സാജന എന്നു പുറത്തുള്ളവരോടു പറയും. എന്നാലും കൂടുതലാളുകളും 'സജ്ന' എന്നാണ് വിളിക്കുന്നത്. ടീച്ചർമാർ ക്ലാസ്സിൽ എന്റെ പേര് വിളിക്കുമ്പോൾ ആണ് ഏറ്റവും വൈവിധ്യം.

സാജന, സജ്ന, സജാന, സാജമ്മ, സഞ്ജന...

അങ്ങനെയുള്ള പല വിളികളും കേട്ട് ഞാൻ എന്റെ പേര് ഗസറ്റിൽ കൊടുത്ത് മാറ്റിയാലോ എന്നുവരെ ചിന്തിച്ചുപോയി.

കുറച്ചു നാളുകൾക്കു മുൻപ് ഒരു ഓപ്പറേഷനുവേണ്ടി ഹോസ്പിറ്റലിൽ അഡ്മിറ്റായി. അനസ്തേഷ്യ തരാൻ വന്ന നോർത്ത് ഇന്ത്യക്കാരിയായ ഡോക്ടർക്ക് എന്റെ പേര് കണ്ടപ്പോൾ ഭയങ്കര സന്തോഷം.

ഓ...സജ്നാ ബർഖ ബഹാറ് ആഓ...

ആന് മിലോ സജ്ന...

വാദാ കർലേ സാജ്നാ...

ഈ പാട്ടുകൾ പറഞ്ഞെന്നെ ഡോക്ടർ സന്തോഷിപ്പിച്ചു. ആരാണ് ഇത്ര നല്ല പേരിട്ടത് എന്നൊക്കെ ചോദിച്ചു. ഒരാളെങ്കിലും എന്റെ പേരിനെക്കുറിച്ച് നല്ലത് പറഞ്ഞല്ലോ എന്നാലോചിച്ച്, എന്റെ പേരിൽ ഞാൻ സന്തോഷിച്ചു.

ഡോക്ടർ പാട്ടുകളിലൂടെ എന്റെ പേര് പറഞ്ഞപ്പോൾ, ഇക്ക അവരോട് പറഞ്ഞു, 'അവൾ അത്യാവശ്യം പാടും' എന്ന്.

എന്നെയൊന്നു സുഖിപ്പിക്കാൻ ആയിരിക്കും.

ഓപ്പറേഷൻ തിയേറ്ററിൽ നമുക്ക് പാട്ടുപാടി തകർക്കാമെന്നു പറഞ്ഞ് അവർ പോയി.

തിയറ്ററിൽ പ്രവേശിപ്പിച്ച എന്നോട് ഡോക്ടർ പറഞ്ഞു, "പാട്ടു പാടി തുടങ്ങിക്കോളൂ."

തലേന്നുരാത്രി ഒമ്പതു മണി മുതൽ ഫാസ്റ്റിംഗിൽ ആയിരുന്ന എന്റെ ചുണ്ടുകളെല്ലാം പിറ്റേന്ന് ഉച്ചയ്ക്ക് 12 മണി ആയപ്പോഴേക്കും വരണ്ടുണങ്ങിയിരുന്നു. എന്നാലും ഡോക്ടറുടെ സ്നേഹപൂർണമായ നിർബന്ധത്താൽ ഞാൻ പാടാൻ ശ്രമിച്ചു.

എന്റെ പ്രിയ ഗായകനായ എസ്.പി.ബി. സാറിന്റെ വേർപാടിൽ മനസ്സ് നൊമ്പരപ്പെട്ടിരുന്ന സമയമായതിനാൽ അദ്ദേഹത്തിന്റെ പാട്ടല്ലാതെ മറ്റൊരു പാട്ടും മനസ്സിൽ വരുന്നില്ലായിരുന്നു.

'ഇദയനിലാ പൊഴിയിരതേ....'

പാടാൻ പറ്റുന്നില്ല. വായ് ആകെ കുഴഞ്ഞുപോകുന്നു. തമിഴ്ക്ക് 'ഴ' അഴകാണെങ്കിലും അസ്ഥാനത്തു കുഴഞ്ഞുവന്നപ്പോൾ അത് അരോചകമായി.

ഞാൻ വേഗം ഹിന്ദിയിലേക്ക് ചുവടുമാറ്റി.

'ഹം ബനേ തും ബനേ

ഏക് ദുജേ കേ ലിയേ..'

ഐ.. ഡോ...ണ്ട്.. നോ... വാ..ട്ട്...

അതോടെ എന്റെ ബോധം പോയി. സ്വന്തം പാട്ടുകേട്ട് ബോധം പോയ ലോകത്തിലെ ആദ്യത്തെ വ്യക്തി ഞാനായിരിക്കുമോ?

ബോധം പോകുന്നതിനിടയിൽ ഡോക്ടർ 'ഗുഡ്നൈറ്റ്' പറയുന്നത് ഞാൻ കേട്ടു. ഏകദേശം രണ്ടു മണിക്കൂർ കഴിഞ്ഞ് എനിക്കു ബോധം വരുമ്പോൾ ഡോക്ടറെ അവിടെയൊന്നും കണ്ടില്ല. എന്റെ പാട്ടുകേട്ട് പാവത്തിന്റ ബോധം പോയോ ആവോ?

ആശുപത്രിക്കഥ പറഞ്ഞപ്പോഴാണ് മറ്റൊരു കഥകൂടി ഓർമ്മ വന്നത്.

നച്ചുവിന്റെ കടിഞ്ഞൂൽ പ്രസവസമയം. ഡോക്ടർ പറഞ്ഞതനുസരിച്ച് അവളെ നേരത്തേതന്നെ ആശുപത്രിയിൽ അഡ്മിറ്റ് ആക്കി. ഡോക്ടർ ആശുപത്രിയുടെ അടുത്തുതന്നെയാണ് താമസം.

"പ്രസവവേദന തുടങ്ങുമ്പോൾ അറിയിച്ചാൽ മതി", എന്നു പറഞ്ഞ് അവർ പോയി.

രാത്രിയായപ്പോൾ മോൾക്ക് പ്രസവവേദന തുടങ്ങി. ലേബർ റൂമിൽ മോളുടെ കൂടെ ഒരാൾക്കുകൂടി കയറാം എന്നു നേരത്തെ പറഞ്ഞിരുന്നു.

"ചോര കണ്ടാൽ തല കറങ്ങും... പിന്നെ തലകറങ്ങി വീണ എന്നെ അവർ പരിചരിക്കേണ്ടിവരും", അർഫു ആദ്യംതന്നെ ഇങ്ങനെ പറഞ്ഞൊഴിഞ്ഞതോടെ, സന്തോഷത്തോടുകൂടി ഞാൻ ആ ദൗത്യം ഏറ്റെടുത്തു. അങ്ങനെ മോളുടെ കൂടെ ഞാൻ ലേബർ റൂമിൽ കയറി. മോൾക്ക് വേദന കൂടിയപ്പോൾ, ആദ്യം നോർത്ത് ഇന്ത്യക്കാരിയായ ഡ്യൂട്ടി ഡോക്ടർ വന്നു മോളെ പരിശോധിച്ചു.

"പ്രസവ സമയം അടുത്തു. മോളുടെ ഡോക്ടർ ഉടൻ വരും. നിങ്ങൾ റൂമിൽനിന്ന് പുറത്തിറങ്ങി നിൽക്കൂ", എന്ന് എന്നോടു പറഞ്ഞു. ഇതു കേട്ടതോടെ മോളെന്റെ കൈയിൽ മുറുകെ പിടിച്ചു. അടുത്തുനിന്ന നേഴ്സ്, ഡോക്ടറോടു പറഞ്ഞു,

"ഇത് ഈ കുട്ടിയുടെ ഉമ്മയാണ്."

"ഓ മൈ ഗോഡ്...! ഉമ്മയോ... ഞാൻ വിചാരിച്ചു, സഹോദരി ആയിരിക്കുമെന്ന്. നിങ്ങളെ കണ്ടാൽ ചെറുപ്പമാണല്ലോ."

ഹോ... എന്റെ സാറേ....

പിന്നെ എനിക്ക് ചുറ്റുമുള്ളതൊന്നും കാണാൻ കഴിഞ്ഞില്ല. ഡോക്ടറുടെ മുഖം മാത്രം.

പിന്നെ ഞാനും ഡോക്ടറും തമ്മിൽ ഭയങ്കര കുശലാന്വേഷണങ്ങൾ. വിശേഷം പറച്ചിലുകൾ...

അതുവരെ മോളുടെ വേദനയിൽ ആശ്വസിപ്പിച്ച്, അവളെ തലോടിക്കൊണ്ടിരുന്ന എന്റെ ഭാവമാറ്റം കണ്ട്, പ്രസവവേദന പോലും മറന്ന് അവളെന്നെ കുറച്ചുനേരം തുറിച്ചുനോക്കി. എന്നിട്ട് എന്റെ കൈയിൽ അള്ളിപ്പിടിച്ചു. അപ്പോഴാണ് എനിക്ക് പരിസരബോധം ഉണ്ടായത്.

സ്വന്തം പ്രായം കുറച്ചു പറഞ്ഞാൽ ഏതു പെണ്ണിനാണ് സന്തോഷം ഉണ്ടാകാത്തത്. പെണ്ണുങ്ങളുടെ ഈ സൈക്കോളജി അല്ലേ പരസ്യ കമ്പനിക്കാർ പല ഉൽപന്നങ്ങളിലൂടെ ചൂഷണം ചെയ്യുന്നത്.

ഏതായാലും ഇന്നും നച്ചുവും കൂട്ടുകാരികളും ഇതുപറഞ്ഞ് എന്നെ കളിയാക്കാറുണ്ട്.

■

ബാലികേറാമല

പേരക്കുട്ടികളുടെ സ്കൂൾ അവധിസമയത്ത് എവിടെയെങ്കിലും ഒരു ട്രിപ്പ് പോകാം എന്ന ആശയം ഭർത്താവ് പറഞ്ഞപ്പോൾ, എസ്. കെ. പൊറ്റക്കാട്ടിന്റെ സഞ്ചാരസാഹിത്യത്തിലൂടെ എന്നെ ഏറെ ആകർഷിച്ച ബാലിയിലേക്ക് പോകാമെന്ന നിർദ്ദേശം ഞാൻ വച്ചു. ഓൺ അറൈവൽ വിസ ആയതുകൊണ്ട് എല്ലാവർക്കും സമ്മത മായി. പിന്നെ പോകാനുള്ള ഒരുക്കങ്ങളൊക്കെ തകൃതിയിൽ നടന്നു. ഷോപ്പിങ് ആണല്ലോ പ്രധാനം. ബാലിയിൽ വാട്ടർ സ്പോർട്സു കൾ കുറെ ഉണ്ടെന്നു കേട്ട്, വെള്ളത്തിൽ കളിക്കാൻ വളരെ ഇഷ്ടമുള്ള എന്റെ മനസ്സ് തുള്ളിച്ചാടി. അവിടെ പോയി കുറേ ദിവസം വെള്ളത്തിൽ കളിക്കാൻ ഉള്ളതല്ലേ, ഒരാഴ്ച മുൻപേ കുളിയൊക്കെ ഞാനങ്ങ് നിർത്തി. വെള്ളത്തിന്റെ ബില്ല് അത്രയും ലാഭിക്കാമല്ലോ.

പഴയ സ്വിം സ്യൂട്ട് ഒന്നും പോരാ. ഞാൻ ഡിമാൻഡ് വെച്ചു. നാലാള് കാണുന്നതാണ്. പോരാത്തതിന് ഫോട്ടോയെടുത്ത് ഫേസ് ബുക്കിലും ഇൻസ്റ്റഗ്രാമിലും ഷൈൻ ചെയ്യാനുള്ളതാണ്.

'സൺ ആൻഡ് സാൻഡിൽ' പോയി അടിപൊളി സ്വിം സ്യൂട്ടും ഗോഗിൾസും തൊപ്പിയും വാങ്ങി. ഇതൊക്കെ നിന്റെ കൈയിൽ ഉള്ളതല്ലേ എന്ന മട്ടിലുള്ള ഭർത്താവിന്റെ ദയനീയ നോട്ടം കണ്ടി ല്ലെന്നു നടിച്ചുകൊണ്ട് ഞാൻ പുതിയ ചെരിപ്പും സൺ സ്ക്രീൻ ലോഷനുമൊക്കെ വാങ്ങുന്ന തിരക്ക് അഭിനയിച്ചു. എന്റെ ഒരുക്ക ങ്ങൾ കണ്ട് കണവൻ ആദ്യംതന്നെ പ്രഖ്യാപിച്ചു,

''രണ്ടുപേർക്കും വേറെ വേറെ പെട്ടി മതി''.

'ലെസ് ലഗേജ് മോർ കംഫർട്ട്' എന്ന റെയിൽവേ ആപ്തവാക്യ ത്തിൽ അടിയുറച്ച് വിശ്വസിക്കുന്ന ആളാണ് എന്റെ കെട്ടിയോൻ. അതു കൊണ്ട് മിക്കവാറും യാത്രകളിൽ എന്റെ 'മോർ ലഗേജി'ന്റെ പേരിൽ ഞങ്ങൾ തമ്മിൽ സൗന്ദര്യപ്പിണക്കങ്ങളും ഉണ്ടാവാറുണ്ട്. ആശ്വാസം.

ഈ യാത്രയിൽ അത് ഉണ്ടാവില്ലല്ലോ എന്ന സമാധാനത്തിൽ ഞാൻ, 'വൈദ്യൻ കല്പിച്ചതും പാല്.. രോഗി ഇച്ഛിച്ചതും പാല്..' എന്ന മട്ടിൽ ''ഇക്കാടെ ഇഷ്ടം പോലെ'' എന്ന് വിനയാന്വിതയായി പറഞ്ഞു.

രാവിലെ ഒമ്പതു മണിക്കായിരുന്നു ഞങ്ങളുടെ ഫ്ളൈറ്റ്. ആറു മണിക്ക് വീട്ടിൽനിന്നും ഇറങ്ങി എയർപോർട്ടിലേക്കു പോകാനായി ടാക്സിക്കു കാത്തുനിൽക്കുമ്പോൾ മകൾ പറഞ്ഞു,

''ഇത്രയും പെട്ടികളേ ഉള്ളോ... ഇപ്രാവശ്യം ലഗേജ് കുറവാണല്ലോ?''

''ആകെ ആറുദിവസമല്ലേ ഉള്ളൂ മോളേ..'' പേരക്കുട്ടികൾ റോഡിലേക്ക് ഓടുന്നുണ്ടോ എന്നു ശ്രദ്ധിച്ച് ഞാൻ പറഞ്ഞു.

പിന്നീട് പ്ലെയിനിൽ കയറുന്നതുവരെ എന്റെ ശ്രദ്ധ കൂടുതലും കുട്ടികളെ പരിപാലിക്കുന്നതിലായിരുന്നു. ഏകദേശം ഒമ്പതുമണിക്കൂർ ഫ്ളൈയിങ് ടൈം ഉണ്ട് ബാലിക്ക്. മാത്രമല്ല ബാലി സമയം ദുബായ് സമയത്തെക്കാൾ നാലുമണിക്കൂർ മുൻപിലും ആണ്. എന്തായാലും എയർപോർട്ട് ടാക്സിയിൽ കയറി ബാലിയിലെ സാനൂരിൽ ഞങ്ങൾ ബുക്ക് ചെയ്ത വീട്ടിലെത്തുമ്പോൾ രാത്രി 12 മണി കഴിഞ്ഞു. ആ വീടിന്റെ കെയർടേക്കറും ഭാര്യയും ഞങ്ങളെ കാത്ത് ആ വൈകിയ നേരത്തും അവിടെ ഉണ്ടായിരുന്നു. അവിടെ എത്തിയ ഉടനെ വേഷം മാറാനായി പെട്ടി തിരഞ്ഞ ഞാൻ, ഞെട്ടലോടെ തിരിച്ചറിഞ്ഞു, എന്റെ പെട്ടി കാണാനില്ല. പെട്ടി എയർപോർട്ടിൽനിന്നും എടുത്തിട്ടില്ല എന്നു തോന്നുന്നു. ഞാൻ നിങ്ങളുടെ മക്കളെ പൊന്നുപോലെ നോക്കിയിട്ട് എന്റെ പെട്ടി ഒന്നുനോക്കാൻ നിങ്ങൾക്കു പറ്റിയില്ലല്ലോ എന്ന ധ്വനിയിൽ ഞാനെന്റെ മകളെയും മരുമകനെയും ഒന്നു നോക്കി. എന്റെ നോട്ടത്തിന്റെ അർത്ഥം മനസ്സിലായ മകൾ പറഞ്ഞു, ദുബായിൽനിന്ന് നാലു പെട്ടികളേ എടുത്തിട്ടുള്ളൂ. ആ നാലും ഇവിടെയുണ്ടെന്ന്. ഭൂമി പിളർന്നു താഴോട്ടുപോയെങ്കിൽ എന്ന് ഞാൻ ആഗ്രഹിച്ചുപോയി. കാരണം ഉടുതുണിക്കു മറുതുണിയില്ലാത്ത അവസ്ഥ.

ഫ്ളാറ്റിൽനിന്നും ഇറങ്ങുന്ന സമയത്ത് ഇക്ക എല്ലാ പെട്ടികളും വാതിലിനടുത്ത് കൊണ്ടുവച്ചിരുന്നു. ഒരു എക്സ്ട്രാ ചെരിപ്പും കൂടെ കണവൻ കാണാതെ, പൂർണ ഗർഭിണിയായിരിക്കുന്ന ബാഗിൽ കുത്തിക്കയറ്റാൻ പെട്ടി പതുക്കെ റൂമിലേക്ക് ഉരുട്ടിക്കൊണ്ടുപോയ ഞാൻ, മേക്കപ്പ് ഇടുന്ന തിരക്കിൽപ്പെട്ട് പെട്ടി തിരിച്ചു കൊണ്ടുവെയ്ക്കാൻ മറന്നു. പെട്ടികളുടെ എണ്ണം ശ്രദ്ധിക്കാതിരുന്ന കെട്ടിയവന് ഒരു പെട്ടി കുറഞ്ഞതു മനസ്സിലായതുമില്ല.

മലപ്പുറം കത്തി, അമ്പും വില്ല്, സ്വിംസ്യൂട്ട്, ഗോഗിൾസ്... എന്തൊക്കെയായിരുന്നു എന്ന ഡയലോഗ് മനസ്സിൽ പറയുന്ന ഭർത്താവിന്റെയും മകളുടെയും മുഖത്തേക്കു നോക്കിയ എനിക്ക് കരച്ചിൽ പൊട്ടി. എന്നിട്ടും രണ്ടു പേരും 'കമാ' എന്നൊരക്ഷരം മിണ്ടിയില്ല. കാരണം മുൻകാലാനുഭവങ്ങളിൽനിന്ന് അവർക്കറിയാം, അവർ മിണ്ടിയാൽ ഉടൻ കുറ്റം അവരുടെ തലയിലേക്കു ചാർത്താൻ ഞാൻ മിടുക്കിയാണെന്ന്.

''ഇനി ആറു ദിവസം ഞാൻ ഇവിടെത്തന്നെ ഇരുന്നോളാം. നിങ്ങൾ സ്ഥലങ്ങളൊക്കെ ചുറ്റിക്കണ്ടോളൂ...'', എന്ന് കലിപ്പിൽ പറഞ്ഞ് ഞാനെന്റെ നിസ്സഹായത വെളിപ്പെടുത്തി, കണ്ണുനീർ വാർത്തു.

''നമുക്ക് നാളെ രാവിലെതന്നെ പോയി ഡ്രസ്സ് വാങ്ങാം. ഉമ്മ വിഷമിക്കേണ്ട'', എന്നുപറഞ്ഞ് മരുമകൻ എന്നെ ആശ്വസിപ്പിച്ചു.

മകളുടെ പുറകെ ഒരു നൈറ്റ് ഡ്രസ്സിനായി കെഞ്ചിക്കൊണ്ട് പോയ എനിക്കായി മറ്റൊരു ഞെട്ടൽ അവിടെ കാത്തിരിപ്പുണ്ടായിരുന്നു.

''ഉമ്മാ എന്റെ ഫോൺ കാണുന്നില്ല''. മകൾ പരിഭ്രാന്തിയോടെ പറഞ്ഞു.

''ഇത് നിന്റെ സ്ഥിരം പരിപാടി അല്ലേ. ആരുടെയെങ്കിലും ബാഗിൽ വെച്ചിട്ടുണ്ടാകും.''

''ഇല്ല ഉമ്മാ.. എല്ലായിടത്തും നോക്കി.''

''നിന്റെ നോട്ടമല്ലേ... ദേ, ഞാൻ ഇപ്പൊ എടുത്തുതരാം'', എന്നു പറഞ്ഞ് 'ദിദൊക്കെ എന്ത്' എന്ന മട്ടിൽ ഞാനൊരു സൂപ്പർ മോമിനെപ്പോലെ ഫോൺ തപ്പാൻ തുടങ്ങി. പിന്നെയവിടെ ഒരു തപ്പൽ യജ്ഞം തന്നെയായിരുന്നു.

നോ രക്ഷ...

ബാലി വരെ ഫോൺ എത്തിയിട്ടുണ്ട്. കാരണം എയർപോർട്ടിൽ നിന്നും ടാക്സിയിൽനിന്നും എല്ലാം വീടിന്റെ കെയർടേക്കർ 'ഭക്തി'യെ അതിൽനിന്നും വിളിച്ചിരുന്നു. ടാക്സിയിലാണ് ഫോൺ പോയതെന്നു മനസ്സിലായി.

ഭക്തി ഉടൻ എന്റെ മരുമകനോട് പറഞ്ഞു, ''നമുക്ക് ഇപ്പോൾതന്നെ എയർപോർട്ടിലേക്ക് എന്റെ സ്കൂട്ടറിൽ പോകാം. അരമണിക്കൂർ ദൂരമേ ഉള്ളൂ അവിടേക്ക്'' എന്ന്. ഉടനെ അവർ രണ്ടുപേരും എയർ

പോർട്ടിലേക്ക് പോയി. അവിടെ ചെന്നപ്പോൾ 'ആട് കിടന്നിടത്ത് പൂട പോലുമില്ല' എന്ന അവസ്ഥ. അന്നത്തെ അവസാനത്തെ ഫ്ളൈറ്റ് ആയിരുന്നു ഞങ്ങളുടേത്.

ഇനി രാവിലെ ഏഴുമണിക്കേ അടുത്ത ഫ്ളൈറ്റ് ഉള്ളൂ. അതു കൊണ്ട് എയർപോർട്ട് പൂട്ടി താക്കോൽ പരണത്തുവച്ച് എല്ലാവരും സ്ഥലം വിട്ടിരിക്കുന്നു.

അന്നത്തെ രാത്രി എല്ലാവർക്കും ഒരു കാളരാത്രി ആയിരുന്നു. ഫോൺ പോയതോടെ ബാഗ് എടുക്കാത്ത കാര്യമെല്ലാം ഞാൻ പാടെ മറന്നു. വസ്ത്രങ്ങൾ പിറ്റേന്നാണെങ്കിലും വാങ്ങാം. പക്ഷേ, ഇപ്പോൾ നമ്മുടെ ചരിത്രവും ഭൂമിശാസ്ത്രവും എല്ലാം ഫോണിലല്ലേ...! കാലം പോയ പോക്കേ... ഫോൺ ഇല്ലെങ്കിൽ രണ്ട് കൈയും കെട്ടിയിട്ടപോലെയാണ്. 'ഫോണായ നമഹ' എന്നു പറഞ്ഞല്ലേ മിക്കവരും എഴുന്നേൽക്കുന്നതും ഉറങ്ങുന്നതും. പെറ്റമ്മ പറയുന്നതിനെക്കാളും വിശ്വാസവും വേദവാക്യവും ഗൂഗിൾ അമ്മച്ചിയെയാണ്.

രാവിലെ ഒമ്പതു മണിക്കുതന്നെ ഞങ്ങളെ ആറു ദിവസവും സേവിക്കാനായി നേരത്തെ ബുക്ക് ചെയ്തിരുന്ന കാറുമായി ഡ്രൈവർ 'ബ്രാണു' എത്തി. ആ സമയത്ത് എയർപോർട്ടിലേക്കു പോകുന്നത്, ട്രാഫിക്കിൽപെട്ട് വളരെ സമയനഷ്ടം ഉണ്ടാക്കുമെന്നും ചുറ്റിക്കറങ്ങലൊക്കെ കഴിഞ്ഞ് നമുക്ക് വൈകുന്നേരം എയർപോർട്ടിൽ പോയി ഫോൺ അന്വേഷിക്കാം എന്നും ബ്രാണു പറഞ്ഞു. ട്രിപ്പിനു പോകുമ്പോൾ ഞങ്ങൾ സാധാരണ പാക്കേജുകൾ എടുക്കാറില്ല. എല്ലാം സ്വന്തമായി പ്ലാൻ ചെയ്തു പോകും. മോളാണ് ട്രിപ്പുകളിലെ ഞങ്ങളുടെ പ്ലാനിങ് കമ്മീഷണർ. മോൾ അതിൽ മിടുക്കിയാണ്. ഈ യാത്രയിലും ആറു ദിവസവും ഒട്ടും സമയം കളയാതെ എവിടെയൊക്കെ, എങ്ങനെയൊക്കെ പോകണമെന്നത് അവളാണ് പ്ലാൻ ചെയ്തിരുന്നത്. പക്ഷേ, ആ പ്ലാനിങ് മുഴുവനും ഫോണിൽ ആണെന്നു മാത്രം.

കാറിൽ കയറിയാൽ ഓഫീസ് ആവശ്യങ്ങളുടെ പേരിൽ ഇടയ്ക്കിടെ ഫോൺ നോക്കുന്നതിന് ഞാൻ അവളുമായി ഉടക്കാറുണ്ട്. പക്ഷേ, ഇപ്പോൾ അവളുടെ പരാതി, ഞാനാണ് അവളെക്കാൾ അധികം ഫോൺ നോക്കുന്നത് എന്നാണ്. ബൂമറാങ്..!

പക്ഷേ, അപ്പോൾ 'കുരങ്ങ് ചത്ത കുറവന്റെ' പോലെയുള്ള അവളുടെ ഇരിപ്പ് കണ്ടപ്പോൾ എനിക്ക് സങ്കടം തോന്നി.

അന്ന് ഞങ്ങൾ ഉബൂദ് മങ്കി ഫോറസ്റ്റ്, വോൾക്കാനിക് മൗണ്ടനായ മൗണ്ട് ബാത്തുർ, റൈസ് ടെറസ്, ലോകത്തിലെതന്നെ ഏറ്റവും

വിലകൂടിയ കാപ്പികളിൽ ഒന്നായ 'ലുവാക് 'ഉണ്ടാക്കുന്ന പുലിന കോഫി പ്ലാന്റേഷൻ ഒക്കെ കറങ്ങി.

ഈ ലുവാക് കോഫി ഉണ്ടാക്കുന്ന വിധം രസകരമാണ്. 'സിവറ്റ്' എന്ന ചെറിയ കീരി പോലെയുള്ള ഒരു മൃഗത്തിന് കോഫി ചെറീസ് തിന്നാൻ കൊടുക്കും. ശരിക്ക് ദഹിക്കാതെതന്നെ അവ ഇത് അപ്പിയിടും. അതെടുത്ത് വൃത്തിയാക്കിയാണ് ഈ വില കൂടിയ കോഫി പൗഡർ ഉണ്ടാക്കുന്നത്. എത്ര രസകരമായ ആചാരങ്ങൾ അല്ലേ? സിവറ്റിന്റെ കൂടിനടുത്തുപോയി കുറച്ചുനേരം നിന്നപ്പോൾ അത് സുരേഷ് ഗോപി സ്റ്റൈലിൽ എന്നെ നോക്കി കൈപൊക്കി 'ഭാ പുല്ലേ... ഷിറ്റ്' എന്നു പറഞ്ഞോ, എന്ന് എനിക്കൊരു സംശയം. അങ്ങനെ ചെയ്താലും അതിനെ തെറ്റ് പറയാനാവില്ലല്ലോ.

ഈ യാത്രയിലെല്ലാം 'കുറുക്കന്റെ കണ്ണ് കോഴിക്കൂട്ടിൽ' എന്നു പറഞ്ഞപോലെ എന്റെ നോട്ടം മുഴുവൻ തുണിക്കടകളിൽ ആയി രുന്നു. ഷഡ്ജവും പഞ്ചമവും അടക്കം എല്ലാം വാങ്ങണമല്ലോ. പല കടകളിലും കയറിയിറങ്ങിയെങ്കിലും ത്രീറോസ് ചായപ്പൊടിയുടെ പരസ്യംപോലെ, 'ഭംഗിയുള്ളതിനു കൈയില്ല, കൈയുള്ളതിന് ഇറക്കമില്ല, ഇതു രണ്ടും ഒത്തുവന്നാൽ സൈസില്ല... ഈ മൂന്ന് ഗുണവും ഒത്തു ചേർന്നതെവിടെ?' പിറ്റേന്ന് ഡ്രസ്സില്ല എന്ന പേരിൽ ആണുങ്ങളുടെ ഡ്രസ്സ് അടിച്ചുമാറ്റുമോ എന്ന ഒരു പേടി കാരണമാണെന്നു തോന്നുന്നു, ഞാൻ പറഞ്ഞ കടകളിലൊക്കെ ക്ഷമയോടെ കാത്തു നിന്ന് എന്റെ കുടുംബം എന്നോട് സഹകരിച്ചു, സഹിച്ചു.

വൈകുന്നേരം വീണ്ടും എയർപോർട്ടിലേക്ക്. ഭാഗ്യത്തിന് ടാക്സി ഡ്രൈവറുടെ പേര് 'വയാങ്' എന്നാണെന്ന് ഞങ്ങൾക്ക് ഓർമ്മയു ണ്ടായിരുന്നു. കാലക്കേടിന് അയാൾ അന്ന് ലീവായിരുന്നു. ടാക്സി ഇൻ ചാർജിനെ കണ്ട് ഞങ്ങൾ പരാതി എഴുതിക്കൊടുത്തു. അപ്പോൾ അയാൾ പറഞ്ഞു, അങ്ങനെ എന്തെങ്കിലും കിട്ടിയാൽ തീർച്ചയായും ഡ്രൈവർമാർ അത് അവിടെ ഏൽപ്പിക്കും. അങ്ങനെ അങ്ങോട്ടു മിങ്ങോട്ടും ഫോൺനമ്പറുകളൊക്കെ കൈമാറി നിരാശരായി ഞങ്ങൾ മടങ്ങി. ഫോൺ ഇല്ലാത്തതു കാരണം, പ്ലാനിങ് ഒക്കെ ആകെ താറു മാറായി. അതുകൊണ്ട് ട്രിപ്പ് നന്നായി ആസ്വദിക്കാൻ പറ്റുന്നില്ലാ യിരുന്നു.

പിറ്റേന്നു മുഴുവൻ ഞങ്ങൾ വാട്ടർ സ്പോർട്സിനായി ചിലവിട്ടു. ബനാന ബോട്ട് റൈഡ്, ജെറ്റ് സ്കീയിങ്, സീബെഡ് വാക്കിങ്, പാരാസൈലിങ്... എല്ലാം കഴിഞ്ഞ് വീണ്ടും വൈകുന്നേരം എയർ പോർട്ടിലേക്കു വിട്ടു. അതിനിടയ്ക്കു ടാക്സി ഇൻ ചാർജിന്റെ

നമ്പറിലേക്ക് ഞങ്ങൾ പലതവണ വിളിച്ചിരുന്നു. ഫോൺ കിട്ടിയില്ല എന്ന മറുപടിയാണ് ലഭിച്ചത്. എയർപോർട്ടിന്റെ അടുത്തുള്ള കൃഷ്ണ സൂപ്പർമാർക്കറ്റിൽ ഞങ്ങളെ ഇറക്കിവിട്ടപ്പോൾ ഞാൻ മരുമകനോട് ചോദിച്ചു,

''ഇനിയും എയർപോർട്ടിലേക്ക് പോകണോ?''

''ലാസ്റ്റ് അറ്റംറ്റ്'' എന്നു പറഞ്ഞ് ഡ്രൈവർ ബ്രാണുവിനെയും കൂട്ടി അർഫു പോയി. എയർപോർട്ടിലെ ടാക്സി ഇൻചാർജിനെ കണ്ടപ്പോൾ അയാൾ പഴയ പല്ലവിതന്നെ ആവർത്തിച്ചു. അങ്ങനെ നിരാശനായി ടാക്സികളുടെ മുന്നിലൂടെ നടന്ന മോൻ, പെട്ടെന്ന് അല്പം ദൂരെയായി കൂട്ടംകൂടി നിന്ന ഡ്രൈവർമാർക്ക് ഇടയിൽ നിന്ന വയാങ്ങിനെ തിരിച്ചറിഞ്ഞു. വേഗം അയാളുടെ അടുത്തേക്കു ചെന്നു. വായാങ്ങിന് പെട്ടെന്ന് മോനെ മനസ്സിലായില്ല. (അയാൾ അങ്ങനെ അഭിനയിച്ചതാണോ എന്ന് എനിക്കു സംശയമുണ്ട്.)

കാര്യം പറഞ്ഞപ്പോൾ അയാൾ പറഞ്ഞു, അങ്ങനെയൊന്നും കളഞ്ഞുകിട്ടിയിട്ടില്ല. വീണ്ടും വീണ്ടും ചോദിച്ചപ്പോൾ അയാൾ എന്തോ ഓർമവന്നതുപോലെ പെട്ടെന്നു പറഞ്ഞു. തലേന്ന് ഉച്ച യ്ക്ക് ടാക്സിയിൽ കയറിയ ഒരു ഫാമിലിക്ക് നിലത്തുകിടന്ന ഒരു ഫോൺ എടുത്തുകൊടുത്തു എന്ന്. സംശയം തോന്നിയ മോൻ പറഞ്ഞു, എന്തായാലും ഞാൻ നിങ്ങടെ ടാക്സിയിൽ ഒന്നുകൂടെ നോക്കട്ടെ എന്ന്. അയാൾ അതിനു സമ്മതിക്കുന്നുണ്ടായിരുന്നില്ല.

മോന്റെ നിർബന്ധം കൂടിയപ്പോൾ മറ്റ് ടാക്സി ഡ്രൈവർമാർ അയാളോടു പറഞ്ഞു, നിങ്ങൾ കസ്റ്റമറുടെ സംശയം തീർത്തുകൊടു ക്കണമെന്ന്. ഗത്യന്തരമില്ലാതെ വയാങ് മോനെയും കൂട്ടി ടാക്സിക്ക് അടുത്തേക്കു നടന്നു. ടാക്സിയുടെ അടുത്ത് എത്താറായപ്പോൾ അയാൾ വേഗത്തിൽ ഓടാൻ തുടങ്ങി. മോനും പുറകെ ഓടി. വയാങ് ഡോർ തുറന്ന് ഡാഷ് ബോർഡിൽനിന്നും എന്തോ എടുത്ത് സീറ്റി നടിയിലേക്ക് ഇടുന്നതു മോൻ പുറകെ ഓടുന്നതിനിടയിൽ കാണു ന്നുണ്ടായിരുന്നു. മോൻ വേഗം ടാക്സിയുടെ ഡോർ തുറന്ന് സീറ്റ് മുൻപോട്ടു നീക്കിയപ്പോൾ....

യുറേക്കാ.. യുറേക്കാ...

അതാ കിടക്കുന്നു മോളുടെ ഫോൺ. ഫോൺ തിരിച്ചുകിട്ടിയ സന്തോഷത്തിൽ, വയാങ്ങിനെതിരെ ഒരു കംപ്ലയിന്റ് എഴുതിക്കൊടു ക്കാൻപോലും മോൻ മറന്നു. ഐ ഫോൺ ആയതുകൊണ്ട് ലോക്ക് തുറക്കാതെ, അതു കിട്ടിയിട്ടും നിങ്ങൾക്ക് യാതൊരു ഗുണവുമില്ല എന്നൊക്കെ നേരത്തേതന്നെ അയാളോട് പറഞ്ഞതാണ്. എന്നിട്ടും

ആ മണ്ടൻ കൊണാപ്പിയുടെ ഒരു സാമർത്ഥ്യം നോക്കിയേ... അയാൾ പലതവണ അത് അൺലോക്ക് ചെയ്യാൻ ശ്രമിച്ചതായും ഞങ്ങൾക്കു മനസ്സിലായി.

പിന്നീടുള്ള നാലു ദിവസം റിവർ റാഫ്റ്റിംഗ്, ബാലി സഫാരി, അപ്സൈഡ് ഡൗൺ വേൾഡ്, കുത്താ ബീച്ച്, ഉലുവാത്ത് ടെമ്പിൾ ആൻഡ് ഫയർ ഡാൻസ് എല്ലാമായി അടിച്ചുപൊളിച്ചു.

തിരിച്ച് ദുബായിലെ ഫ്ളാറ്റിൽ എത്തിയപ്പോൾ...

'എവിടെയായിരുന്നു ഇതുവരെ? ഇങ്ങനെ ഒരു പെട്ടി ഇവിടെ കാത്തിരുന്നത് മറന്നു അല്ലേ?' എന്ന മട്ടിൽ എന്റെ പെട്ടി.

'നിന്നെ ഒരിക്കൽ ഞാൻ കൊണ്ടുപോകാം... ഇന്നു വേണ്ടിന്നു വേണ്ട.. പെട്ടിമോളെ...' എന്നു പാടി നഷ്ടബോധത്തോടെ ഞാൻ തിരിഞ്ഞുനടന്നു.

■

മലയാളഭാഷതൻ മാദകഭംഗി മലർമന്ദഹാസമായ്...

നമ്മുടെ പെറ്റമ്മയോളംതന്നെ മധുരമുണ്ട് നമ്മുടെ മാതൃഭാഷയായ മലയാളത്തിന്. ലോകത്തിന്റെ ഏതു കോണിൽ പോയാലും പെട്ടെന്ന് ആരെങ്കിലും മലയാളം പറയുന്നതു കേട്ടാൽ മനസ്സിൽ ഒരു കുളിർമഴ പെയ്യും. പലരും അത് പുറത്തു പ്രകടിപ്പിക്കാറില്ല എന്നു മാത്രം.

'ആറു നാട്ടിൽ നൂറ് ഭാഷ' എന്ന പഴമൊഴി നമ്മുടെ കൊച്ചു കേരളത്തിന് വളരെയധികം ചേരും. 14 ജില്ലകളിൽതന്നെ ഓരോന്നിനും വ്യത്യസ്തമായ സംസാരരീതിയാണ്. ഓരോ ജില്ലയിലും ഒരറ്റംതൊട്ട് മറ്റേ അറ്റംവരെ പലവിധമായ സംസാരരീതിയും പ്രയോഗങ്ങളുമുണ്ട്. ഞാൻ ജനിച്ചതും വളർന്നതും പഠിച്ചതും വിവാഹം കഴിച്ചയച്ചതും വീട് വെച്ചതും എല്ലാം കേരളത്തിലെ പലപല ജില്ലകളിലായതുകൊണ്ട് അത്യാവശ്യം ഭാഷാരീതികൾ എനിക്കു വഴങ്ങും. ഓരോ ജില്ലയിലെ ആളുകളെ കാണുമ്പോൾ അവരുടെ രീതിയിൽ സംസാരിക്കാൻ ശ്രമിക്കുന്നത് എനിക്ക് ഒരു രസമാണ്. അതെത്രത്തോളം വിജയിക്കുന്നുണ്ട്, കേൾവിക്കാർക്കു മാത്രമേ അറിയുകയുള്ളൂ.

മലയാളത്തെ ശ്രേഷ്ഠഭാഷയിലേക്ക് ഉയർത്തിയത് അടുത്ത കാലത്താണെങ്കിലും നമ്മൾ മലയാളികൾക്കു മലയാളം ആണ് ഏറ്റവും ശ്രേഷ്ഠമായത്. പക്ഷേ, പുതിയ തലമുറയ്ക്ക് മലയാളത്തോട് ഒരു അകൽച്ച വന്നതുപോലെയാണ് തോന്നുന്നത്. ഒരു മൂന്നുവയസുവരെ നല്ല മലയാളം പറയുന്ന കുട്ടികളൊക്കെ സ്കൂളിൽ ചേരുന്നതോടെ പതുക്കെ ഇംഗ്ലീഷിലേക്കു സംസാരം മാറ്റും. പ്രത്യേകിച്ച് കേരളത്തിനു പുറത്തുള്ളവർ. എന്റെ മകൾ സ്കൂളിൽ പോകാൻ തുടങ്ങിയതോടെയാണ് എനിക്കിതു മനസ്സിലായത്. ആദ്യമൊക്കെ മകളുടെ ഇംഗ്ലീഷ് കേൾക്കുമ്പോൾ ഒരു രോമാഞ്ചമായിരുന്നു. അവൾ

ഞാൻ ചോദിക്കുന്ന ചോദ്യങ്ങൾക്കെല്ലാം ഇംഗ്ലീഷിൽ മറുപടി പറയാൻ തുടങ്ങിയതോടെ മലയാളത്തിന്റെ കടുത്ത ആരാധികയായ ഞാൻ അപകടം മണത്തറിഞ്ഞു. അസൂയക്കാർ വിചാരിക്കും, എനിക്ക് ഇംഗ്ലീഷ് അറിയാത്തതുകൊണ്ടാണ് എന്ന്. ഞാൻ പച്ചവെള്ളം പോലെ ഇംഗ്ലീഷ് പറയും. പക്ഷേ, അത് കോർപ്പറേഷൻ പൈപ്പിലെ പച്ചവെള്ളംപോലെയാണ്. വന്നാൽ വന്നു, ഇല്ലെങ്കിൽ ഇല്ല... ചിലപ്പോൾ ശു, ശീ, ഹൂ എന്ന ശബ്ദം മാത്രം വരും. അതോടെ ഞാൻ വീട്ടിൽ അടിയന്തരാവസ്ഥ പ്രഖ്യാപിച്ചു, വീട്ടിൽ മലയാളം അല്ലാതെ മറ്റൊന്നും പറയാൻ പാടില്ല എന്ന്. ഹോ... തൽക്കാലം രക്ഷപ്പെട്ടു. അതുകൊണ്ട് പല ഗുണങ്ങളും ഉണ്ടായി. നന്നായി മലയാളം പറയുന്നതുകൊണ്ട് എന്റെ മകൾക്ക് ചെറുപ്പംതൊട്ടേ റേഡിയോ ടോക് ഷോകളിൽ പങ്കെടുക്കാനും ടിവി പരിപാടികൾ അവതരിപ്പിക്കാനും സ്റ്റേജ് ഷോകൾ അവതരിപ്പിക്കാനും അവസരം ലഭിച്ചു. ഇപ്പോഴും ലഭിച്ചുകൊണ്ടിരിക്കുന്നു. ഇവിടെ ദുബായിലുള്ള മകളുടെ കൂട്ടുകാരികളെയും ഭർത്താവിന്റെ സഹപ്രവർത്തകരെയും കാണുമ്പോൾ ഞാൻ എന്റെ കോർപ്പറേഷൻ പൈപ്പ് തുറന്ന് 'ഹായ്, ഹോയ്, ഹൂയ്, ശുയ്....' എന്നൊക്കെ ശബ്ദമുണ്ടാക്കി ഞാനൊരു വലിയ സംഭവമാണെന്നൊക്കെ അങ്ങു ഭാവിച്ചു, പിടിച്ചുനിന്നു.

പക്ഷേ, എന്റെ പേരക്കുട്ടി നഴ്സറിയിൽ പോകാൻ തുടങ്ങിയതോടെയാണ് പ്രശ്നമായത്. ഒരുദിവസം ബ്രിട്ടീഷുകാരി ടീച്ചറുടെ വക നിർദ്ദേശം, കുട്ടിക്കു ക്ലാസ്സിൽ കമ്മ്യൂണിക്കേറ്റ് ചെയ്യാൻ ബുദ്ധിമുട്ടുണ്ട്. അതുകൊണ്ട് നിങ്ങൾ വീട്ടിൽ ഇംഗ്ലീഷ് തന്നെ സംസാരിക്കണമെന്ന്. ഇനി എന്റെ തുരുമ്പെടുത്തിരിക്കുന്ന കോർപ്പറേഷൻ പൈപ്പ് നന്നാക്കിയേ പറ്റുകയുള്ളൂ.

അപ്പോഴാണ് എനിക്കൊരു കാര്യം മനസ്സിലായത്. 52 അക്ഷരങ്ങൾ ഉള്ള മലയാളഭാഷ പഠിക്കുന്നതിന്റെ പകുതി ബുദ്ധിമുട്ട് മാത്രമേ ഉള്ളൂ 26 അക്ഷരങ്ങളുള്ള ഇംഗ്ലീഷ് പഠിക്കാൻ എന്ന്. അതായത് ബുദ്ധി കൂടുതലുള്ളവർക്കേ മലയാളം നന്നായി പഠിക്കാൻ പറ്റുകയുള്ളൂ. ഇംഗ്ലീഷ് മടിയന്മാരുടെ ഭാഷയാണ്. അതാണ് എല്ലാവരും വളരെ പെട്ടെന്ന് ഇംഗ്ലീഷ് പഠിക്കുന്നതും 'ചറപറ' എന്ന് ഇംഗ്ലീഷ് പറയുന്നതും. ഞാനേതായാലും എന്റെ ബുദ്ധിയെ പണയം വെയ്ക്കാൻ തയ്യാറായില്ല. പക്ഷേ, ലോകം കീഴടക്കാൻ അധികം ബുദ്ധിയൊന്നും വേണ്ട എന്നു മനസ്സിലായതോടെ ഞാനിപ്പോൾ ഒരു സന്ധിമാർഗത്തിൽ ആണ്.

കുട്ടികൾക്ക് ബുദ്ധിമുട്ട് വരാതിരിക്കാനായി ഞാൻ ഇംഗ്ലീഷിൽ സംസാരിക്കാൻ തുടങ്ങി. അതോടെ പേരക്കുട്ടികൾ തീരെ മലയാളം

പറയാതെയായി. എന്റെ മകൾ ഒറ്റക്കുട്ടി ആയിരുന്നതുകൊണ്ട് മലയാളം സംസാരിക്കണമെന്ന എന്റെ നിർബന്ധബുദ്ധിക്കു വഴങ്ങിയിരുന്നു. പക്ഷേ, ഇപ്പോൾ പേരക്കുട്ടികൾ രണ്ടുപേർ ആയതോടെ എന്റെ ശ്രമങ്ങളൊന്നും വിലപ്പോകുന്നില്ല.

അപ്പോഴാണ് ഞാൻ പുതിയൊരു തന്ത്രം പ്രയോഗിക്കാൻ തുടങ്ങിയത്. രണ്ടുപേർക്കും മാസാദ്യംതന്നെ 20 ദിർഹം കൊടുക്കും. വീട്ടിൽ അവർക്ക് രണ്ടുപേർക്കും തമ്മിൽ ഇംഗ്ലീഷ് പറയാം. പക്ഷേ, ബാക്കിയുള്ളവരോട് മലയാളത്തിൽ മാത്രം സംസാരിക്കണം. ഇംഗ്ലീഷ് സംസാരിച്ചാൽ ഓരോ ഇംഗ്ലീഷ് വാക്കിനും 50 ഫിൽസ് കട്ട് ചെയ്യും. അങ്ങനെ ഒരുവിധം സമാധാനത്തിൽ കഴിഞ്ഞിരുന്ന എനിക്കുനേരെ ഒരു ബ്രഹ്മാസ്ത്രവും ആയാണ് ഒരു ദിവസം മൂന്നാം ക്ലാസ്സുകാരിയായ പേരക്കുട്ടി ഇന്നുമോൾ സ്കൂളിൽനിന്നും വന്നത്. ടീച്ചർ ക്ലാസ്സിൽ ചോദിച്ചുപോലും ഏതെങ്കിലും ഗ്രാൻഡ്മ ക്ലാസ്സിൽ വന്ന് ഗ്രാൻഡ്മ സ്റ്റോറി പറയുമോ എന്ന്? കുട്ടിക്ക് എന്നിലുള്ള അമിതവിശ്വാസം കാരണമാണെന്നു തോന്നുന്നു, അവൾ എന്റെ പേര് കൊടുത്തു.

ഇതിൽനിന്ന് ഒന്ന് തലയൂരാനായി ഞാൻ മൂക്കുകൊണ്ട് ക്ഷ, ഢ, ഞ ഒക്കെ വരച്ചു. ഇന്നുമോൾ ഒറ്റവാശിയിൽ, ഉമ്മു വന്നേ പറ്റൂ. നിങ്ങൾ തെറ്റിദ്ധരിക്കേണ്ട, ഉമ്മു എന്നാൽ ഞാൻതന്നെയാണ്. ഉമ്മുമ്മ എന്നാണ് വിളിക്കേണ്ടത്. കുട്ടിക്ക് ഒരുപാട് 'മ' അടുപ്പിച്ചുവരുമ്പോൾ വലിയ ബുദ്ധിമുട്ടാകുമല്ലോ എന്നു വിചാരിച്ച് അവസാനത്തെ 'മ്മ' ഞാനങ്ങ് സൈലന്റ് ആക്കി കൊടുത്തു. എന്റെ വിട്ടുവീഴ്ചാമനോഭാവത്തിൽ നിങ്ങൾക്ക് ഒരു മതിപ്പൊക്കെ തോന്നുന്നില്ലേ?

അല്പസ്വല്പം വായനാശീലം ഉള്ളതുകൊണ്ട് കഥ പറയുക എന്നത് എനിക്കു വളരെ എളുപ്പമാണ്. എന്റെ മകൾക്കു ചെറുതായിരുന്നപ്പോൾ തൊട്ടേ എല്ലാ ദിവസവും ഒരു കഥ കേട്ടുറങ്ങുന്ന ശീലമുണ്ടായിരുന്നു. അതെന്റെ പേരക്കുട്ടികളുടെ അടുത്തും തുടരുന്നു. പണ്ട് വായിച്ച ബാലരമയിലെയും അമ്പിളി അമ്മാവനിലെയും കഥകളൊക്കെ പറഞ്ഞാണ് ഞാനിപ്പോഴും പിടിച്ചുനിൽക്കുന്നത്.

ബ്രിട്ടീഷ് സിലബസ് സ്കൂളിൽ പഠിക്കുന്ന ഇന്നുമോളുടെ ക്ലാസ്സിൽ വിരലിലെണ്ണാവുന്ന മലയാളി കുട്ടികളേ ഉള്ളൂ. അങ്ങനെയുള്ള ക്ലാസ്സിൽ പോയി ഞാൻ എന്റെ കോർപ്പറേഷൻ പൈപ്പ് തുറന്നാൽ എന്താകും ഗതി...?

ഞാൻ കഥ വായിക്കാനായി ക്ലാസ്സിലേക്കു വരാം എന്നു സമ്മതിച്ചതോടെ, ഇന്നുമോൾ ആകെ ആവേശത്തിലായി. അവൾ അവളുടെ

കഥാപുസ്തകങ്ങളുടെ ഭണ്ഡാരപ്പെട്ടി തുറന്നു, ഇഷ്ടപ്പെട്ട പുസ്തകങ്ങളൊക്കെ നിരത്താൻ തുടങ്ങി. കൂടുതലും അവളുടെ പ്രിയപ്പെട്ട എനിഡ് ബ്ലിട്ടൻ പുസ്തകങ്ങൾ. പക്ഷേ, എനിക്ക് താല്പര്യം കുട്ടികളെ ചിരിപ്പിച്ചു കൈയിലെടുക്കാൻ പറ്റുന്ന ലളിതമായ കഥകളായിരുന്നു. പിന്നെ എന്റെ കോർപ്പറേഷൻ പൈപ്പിന് താങ്ങുന്നതും ആയിരിക്കണമല്ലോ... അവസാനം 'Gerald Roseന്റെ 'Tiger skin rug', ലളിതമായ കഥയും എന്നാൽ ധാരാളം കളർഫുൾ ആയുള്ള ചിത്രങ്ങളും ഉള്ള പുസ്തകം ഞാൻ തിരഞ്ഞെടുത്തു.

അതിനിടയ്ക്കും എന്റെ കുനുഷ്ട് ബുദ്ധി ഈ കഥപറച്ചിലിൽ നിന്നും എങ്ങനെ ഒഴിവാകാം എന്നു ചിന്തിച്ചുകൊണ്ടിരുന്നു. കുളി കഴിഞ്ഞ് തലതോർത്താതെ പനി പിടിപ്പിച്ചാലോ... വല്ല ആവണക്കെണ്ണയും കുടിച്ച് വയറ്റിളക്കം പിടിപ്പിച്ചെങ്കിലോ എന്നൊക്കെ ചിന്തിച്ചു. പക്ഷേ, എന്തു തടസ്സം ഉണ്ടായാലും മറ്റൊരു ദിവസമെങ്കിലും എന്റെ സീമന്ത പേരക്കുട്ടി എന്നെക്കൊണ്ട് കഥ പറയിപ്പിച്ചേ അടങ്ങുകയുള്ളൂ എന്നു മനസ്സിലായപ്പോൾ, ഞാൻ അവളുടെ മുന്നിൽ ആയുധംവെച്ച് കീഴടങ്ങി.

ഇനി രണ്ടു ദിവസം കൂടിയേ ഉള്ളൂ എന്റെ ഗ്രാൻഡ്മാ സ്റ്റോറിക്ക്. WD 40 (തുരുമ്പ് കളയാൻ ഉപയോഗിക്കുന്ന സ്പ്രേ) ഒക്കെ അടിച്ച് ഞാനെന്റെ കോർപ്പറേഷൻ പൈപ്പ് നന്നായി വൃത്തിയാക്കി. പിന്നെ കണ്ണാടിയുടെ മുൻപിൽനിന്ന് പലതവണ പ്രാക്ടീസ് ചെയ്തു. ഞാൻ കഥ പറഞ്ഞു തിളങ്ങിയില്ലെങ്കിൽ എന്റെ കുട്ടിക്കല്ലേ ക്ഷീണം..?

അങ്ങനെ കഥപറച്ചിലിന്റെ ദിവസമെത്തി. പത്തുമണിക്കാണ് ഇംഗ്ലീഷ് പിരീഡ്. അപ്പോഴാണ് എന്നോട് ചെല്ലാൻ പറഞ്ഞിരിക്കുന്നത്. ഞാൻ സാരിയൊക്കെ ഉടുത്ത് ഒരു കണ്ണടയും ഫിറ്റ് ചെയ്ത് റെഡി ആയി. കുട്ടികൾക്ക് ലുക്കിൽ എങ്കിലും എന്നോട് ഒരു ബഹുമാനം തോന്നണമല്ലോ.

ഇന്ത്യക്കാരടക്കം ഏകദേശം ഏഴ് രാജ്യങ്ങളിലെ കുട്ടികൾ അവളുടെ ക്ലാസ്സിൽ ഉണ്ട്. എല്ലാം നല്ല ശിമിടുകൾ ആണ്. ബോധംകെട്ട് വീണാൽ പിടിക്കണമല്ലോ എന്നു വിചാരിച്ചായിരിക്കും എന്റെ മകളും എന്റെ കൂടെ സ്കൂളിലേക്ക് വന്നു. 'ഇതൊക്കെ യെന്ത്..? ചീള് കേസ്...' എന്ന മട്ടിലാണ് ഞാൻ സ്കൂൾ കോറിഡോറിലൂടെ നടന്നത്. പക്ഷേ, എന്റെ ഹൃദയം പെരുമ്പറ കൊട്ടുകയാണെന്ന സത്യം എനിക്കു മാത്രമല്ലേ അറിയുകയുള്ളൂ.

ക്ലാസ്സിലേക്ക് കുട്ടികൾ എന്നെ വളരെ സ്നേഹത്തോടെ സ്വാഗതം ചെയ്തു. ആ നിഷ്കളങ്ക മുഖങ്ങൾ കണ്ടതോടെ എന്റെ ഉള്ളിലെ

പേടിയൊക്കെ വാത്സല്യം ആയി മാറി. പിന്നെ എന്റെ മുൻപിൽ ഇരിക്കുന്ന കുരുന്നുകൾ എന്റെ പേരക്കുട്ടികളായ ഇന്നുമോളും സയാനും ആയി തോന്നി. പിന്നെ ഇടംവലം നോക്കാതെ കഥ പറയാൻ തുടങ്ങി. ഇംഗ്ലീഷ് ടീച്ചറും ക്ലാസ്സിന്റെ ഏറ്റവും പുറകിൽ ഒരു കസേരയിട്ട് കേൾവിക്കാരിയായി ഇരിക്കുന്നുണ്ടായിരുന്നു. ഞാൻ ആ ഭാഗത്തേക്കു നോക്കിയതേയില്ല. നിങ്ങൾ ഏതു ഭാഷയിലാണ് കഥ പറയുന്നത് എന്നെങ്ങാനും ചോദിച്ചാൽ ഞാൻ കുടുങ്ങിയില്ലേ... കുട്ടികളാരും കടിച്ചാൽ പൊട്ടാത്ത ചോദ്യങ്ങളൊന്നും ചോദിക്കല്ലേ എന്നായിരുന്നു എന്റെ പ്രാർത്ഥന. എന്റെ പൊട്ട തമാശകൾ കേട്ട് കുട്ടികൾ ചിരിക്കാനും എന്റെ ചെറിയ ചോദ്യങ്ങൾക്ക് അവർ ഉത്തരം പറയാനും തുടങ്ങിയതോടെ എനിക്കും ആവേശമായി. അവർ ചോദിച്ച ചോദ്യങ്ങൾക്കൊക്കെ പറ്റാവുന്ന രീതിയിൽ ഞാനും ഉത്തരങ്ങളൊക്കെ കൊടുത്തു. അതോടെ എനിക്ക് നല്ല കോൺഫിഡൻസ് ആയി. ചിരിച്ചും കളിച്ചും അത്യാഹിതങ്ങൾ ഒന്നും സംഭവിക്കാതെ അരമണിക്കൂർ ഞാൻ കുട്ടികളെ രസിപ്പിച്ചു. കഥ പറഞ്ഞു കഴിഞ്ഞ സമാധാനത്തിൽ ഞാൻ വെറുതെ കുട്ടികളെ സുഖിപ്പിക്കാനായി ചോദിച്ചു...

'കൂടുതൽ കഥകൾ വേണോ...?' എന്ന്.

കുട്ടികൾ 'വേണം... വേണം...' എന്നു പറഞ്ഞ് ബഹളമായി. പടച്ചവനേ... ചതിച്ചു. എന്റെ ആവനാഴിയിലെ അസ്ത്രങ്ങൾ എല്ലാം തീർന്നു. ഇനിയെന്തു ചെയ്യും എന്നു വിചാരിച്ച് വിഷമിച്ചുനിന്ന എന്റെ കാതിനെ കുളിർപ്പിച്ചുകൊണ്ട് പിരീഡ് തീർന്നു എന്ന മണിയടിശബ്ദം കേട്ടു. ആ ബെല്ലിനെ കെട്ടിപ്പിടിച്ച് ഒരുമ്മ കൊടുക്കാൻ തോന്നിപ്പോയി.

അങ്ങനെ പരിക്കുകളൊന്നുമില്ലാതെ വിജയശ്രീലാളിതയായി തിരിച്ച് വീട്ടിലെത്തിയ എന്നോട് ഒന്നാം ക്ലാസ്സുകാരൻ സയാനുവിന്റെ ചോദ്യം...

'When are you coming to my class for telling grandma's story...'

പകച്ചു പോയെന്റെ ബാല്യം.

■

കൊണ്ടാട്ടം താൻ കൊണ്ടാട്ടം
ഇന്ത ഊരെല്ലാം കൊണ്ടാട്ടം...

എന്നതാണ് പ്രയാസം. നിങ്ങളിൽ പലർക്കും ഇതേ അഭിപ്രായം ആയിരിക്കും എന്നെനിക്കറിയാം.

ഒരാൾക്ക് മധുരം ഇഷ്ടമെങ്കിൽ വേറെ ഒരാൾക്ക് എരിവിനോടാ യിരിക്കും താല്പര്യം. മീൻ ഇഷ്ടമുള്ള ആൾക്ക് പച്ചക്കറി പറ്റില്ല. ഇതു രണ്ടും ഇഷ്ടമുള്ളവർക്ക് ഇറച്ചി പറ്റില്ല. അങ്ങനെയങ്ങനെ വീട്ടി ലുള്ളവരുടെ ഇഷ്ടാനിഷ്ടങ്ങളെക്കുറിച്ച് എഴുതാൻ ആണെങ്കിൽ, വീട്ടമ്മമാർക്ക് ഒരു പ്രബന്ധംതന്നെ എഴുതാനുണ്ടാവും. അതുകൊണ്ട് തൽക്കാലം ഞാൻ ആ സാഹസത്തിനു മുതിരുന്നില്ല.

ചിലപ്പോൾ ഞാൻ ഓർക്കും, നമ്മുടെ ഭക്ഷണങ്ങൾ എല്ലാം ഒരു ക്യാപ്സ്യൂൾ മാതിരി സൂക്ഷിച്ചുവയ്ക്കാൻ പറ്റുമായിരുന്നെങ്കിൽ പണികളൊക്കെ എത്ര എളുപ്പമായേനേ...

രാവിലെതന്നെ ഒരു ഇഡ്ഡലി ക്യാപ്സ്യൂളിന്റെ കൂടെ ഒരു ചമ്മന്തി ക്യാപ്സൂൾ എടുത്ത് വായിലിട്ട് തിന്നുകഴിഞ്ഞ്, ഒരു ചായ ക്യാപ് സ്യൂൾ കൂടെ ഇട്ടാൽ കാര്യം കഴിഞ്ഞു.

ആഹാ... എന്തെളുപ്പം, എല്ലാം ഞൊടിയിടയിൽ കഴിഞ്ഞു.

അങ്ങനെ ഒരു കാലം അത്ര വിദൂരമല്ലെന്നാണ് എന്റെ ഒരു തോന്നൽ.

തൽക്കാലം ഭാവിയെ വിട്ട് നമുക്ക് വർത്തമാനകാലത്തിലേക്ക് വരാം.

എന്നും രാത്രി കിടക്കുന്നതിനു മുൻപ് മനസ്സിനകത്തിട്ട് പലതും കൂട്ടിക്കിഴിച്ച് ആലോചിച്ചു തീരുമാനിക്കും, പിറ്റേന്ന് ഓരോ നേര ത്തെയും മെനു എന്തുവേണമെന്ന്.

മീനും ഇറച്ചിയുമൊന്നുമില്ലാത്ത ചില ദിവസങ്ങളിൽ ആ ആലോ ചന പോലും മടുപ്പ് തോന്നിപ്പിക്കും. അങ്ങനെയുള്ള ദിവസങ്ങളിൽ

വരുന്നതുപോലെ വരട്ടെ, എന്തെങ്കിലും തട്ടിക്കൂട്ടുകൾ ഒപ്പിക്കാം എന്നു വിചാരിച്ചാണ് രാവിലെ എഴുന്നേൽക്കുന്നത്.

അങ്ങനെയുള്ള ഒരു ദിവസത്തെക്കുറിച്ചാണ് ഞാൻ ഇവിടെ എഴുതുന്നത്.

ഇന്നെന്താ കറി വെയ്ക്കുക എന്നാലോചിച്ച് ഫ്രിഡ്ജ് തുറന്ന് തപ്പിയപ്പോൾ ആദ്യം കണ്ണിൽപെട്ടതു വെണ്ടയ്ക്കയും പാവയ്ക്കയും ആണ്. വെണ്ടയ്ക്ക മുളക് ചാറ് വെയ്ക്കുന്നത് എനിക്കു വലിയ ഇഷ്ടമാണ്. പക്ഷേ, മുളക് ചാർ ഇഷ്ടമില്ലാത്ത ചിലരുണ്ട്. അപ്പോൾ പിന്നെ അതിന്റെ കൂടെ ഒരു തേങ്ങാ ചാറും വേണമല്ലോ...

അപ്പോഴാണ് ബാൽക്കണിയിൽ യൗവനയുക്തയായി തളിർത്തു നിൽക്കുന്ന ബസ്ളച്ചീര (വള്ളിച്ചീര) ഓർമ്മ വന്നത്.

നാട്ടിൽനിന്ന് എന്റെ പുന്നാരനാത്തൂൻ സുലേഖ, സ്വന്തം വീട്ടുമുറ്റത്തുണ്ടായ ചീര വലിയ തണ്ടുകളടക്കം മകൻവശം സ്നേഹത്തോടെ എനിക്കു കൊടുത്തുവിട്ടു. നാത്തൂന്മാരുടെ സ്നേഹത്തിന്റെ കാര്യത്തിൽ ഞാൻ ഭാഗ്യവതിയാണ്. ഓരോ പ്രാവശ്യവും നാട്ടിൽ പോയിവരുമ്പോൾ ഉന്നക്കായ, ചക്കയപ്പം, ബീഫ് കറി, കാസർഗോഡിന്റെ തനതായ പലവിധ എണ്ണപ്പലഹാരങ്ങൾ, മുളകു മല്ലി മഞ്ഞൾപ്പൊടികൾ എന്നു വേണ്ട, എടുത്താൽ പൊങ്ങാത്ത സാധനങ്ങൾ നാത്തൂന്മാരായ ബീഫാത്തിമ, ഉമ്പിച്ചി, ഐഷ എന്നിവരുടെ സ്നേഹസമ്മാനമായി ഉണ്ടാകും. അതെല്ലാംകൂടി ലഗേജിൽ കൊള്ളിക്കാൻ ഞങ്ങൾ പഠിച്ച പണി പതിനെട്ടും നോക്കേണ്ടിവരാറുണ്ട്.

ഞാനാണെങ്കിൽ ചീര മാത്രം തണ്ടിൽനിന്ന് അടർത്തിയെടുത്ത് കറിവെച്ചതിനു ശേഷം ആ കമ്പുകളൊക്കെ ഒരു ചട്ടിയിൽ നട്ടു. എന്റെ നാത്തൂന്റെ സ്നേഹം പോലെ തന്നെ ആ ബസ്ളച്ചീര നന്നായിട്ട് വളർന്നു. നല്ല പച്ചനിറത്തിൽ ഇലകളൊക്കെ പപ്പടവട്ടത്തിൽ എന്നെ കറി വെയ്ക്കുമോ.., എന്നെ കറി വെയ്ക്കുമോ.. എന്നു പറയുന്ന ചേലിലായി.

ഓരോ ഇലയായി വേദനിപ്പിക്കാതെ നുള്ളിയെടുത്ത്, ചെറുതായി ചെറുതായി നുറുക്കിവെച്ചു. പരിപ്പ് വേവിച്ച് ചീര നുറുക്കിയിട്ട് തേങ്ങയും ജീരകവും കൂടെ അരച്ച കറികൂടെ ആയാൽ ബലേഭേഷ്...

അപ്പൊപ്പിന്നെ പാവയ്ക്ക എന്തുചെയ്യും..?

ഉടൻ എനിക്ക് ഉമ്മാടെ പാവയ്ക്ക കൊണ്ടാട്ടം ഓർമ്മ വന്നു. പിന്നെ ഒന്നും ആലോചിച്ചില്ല.

രണ്ട് പാവയ്ക്ക എടുത്ത് നേരിയതായി ഒരേവട്ടത്തിൽ അങ്ങനെ മുറിച്ചുമുറിച്ച് എടുത്തു.

ആഹാ... അച്ചിലിട്ട് മുറിച്ചതുപോലെ ഒരേ കനത്തിൽ അങ്ങനെ കിടക്കുന്ന പാവയ്ക്ക കണ്ടപ്പോൾ കമ്മല്, മൂക്കുത്തി, വള... ഇവയൊക്കെ ആക്കി ഒരു ശകുന്തള മോഡലിൽ അണിഞ്ഞൊരുങ്ങിയെങ്കിലോ എന്നൊരു ചിന്ത വന്നു. തൽക്കാലം എന്റെ ഭ്രാന്തൻ ചിന്തകളൊക്കെ മനസ്സിനകത്തുതന്നെ ഇട്ട് കുഴിച്ചുമൂടി.

വേഗം ഉപ്പും മഞ്ഞൾപ്പൊടിയും മുളകുപൊടിയും രണ്ടു സ്പൂൺ തൈരും (ഇരിക്കട്ടെ എന്റെ വക ഒരു പരിഷ്കാരം) കൂട്ടിത്തിരുമ്മി രണ്ട് ട്രേയിൽ അങ്ങനെ നിരത്തി ബാൽക്കണിയിൽ വെയിൽ കൊള്ളുന്നതിനായി കൊണ്ടുവെച്ചു.

രണ്ടു ദിവസം കഴിഞ്ഞ് മക്കൾക്ക് അതു പൊരിച്ചുകൊടുക്കുന്നതും ഈ ഉമ്മാടെ ഒരു കൈപ്പുണ്യം എന്ന് അവർ പറയുന്നതുമൊക്കെ ഞാൻ ഭാവനയിൽ കണ്ടു.

ആ ആവേശത്തിൽ ഇച്ചിരികൂടെ കൂടുതൽ വെയിലുകൊണ്ടാൽ നാളെത്തന്നെ പൊരിച്ചു കൊടുക്കാമല്ലോ എന്ന അത്യാഗ്രഹത്തിൽ ബാൽക്കണിയുടെ കൈവരിയുടെ അറ്റത്തേക്കു പാവയ്ക്കയുടെ ട്രേ നീക്കിവെച്ചു.

വൈകുന്നേരം അഞ്ചേമുക്കാൽ ആയപ്പോൾ ഡോർബെൽ അടിച്ചു. ഓഫീസിൽ പോയവരൊക്കെ തിരിച്ചുവരുന്ന നേരമായല്ലോ.

ഭർത്താവിന്റെ മുഖം പ്രതീക്ഷിച്ച് വാതിൽ തുറന്ന ഞാൻ ഞെട്ടിപ്പോയി. ഞങ്ങളുടെ ബിൽഡിംഗ് സെക്യൂരിറ്റിയും ഒരു ദുബായ് പൊലീസുകാരനും നിൽക്കുന്നു. ഞെട്ടൽ പുറത്തുകാണിക്കാതെ ഞാനെത്ര പൊലീസുകാരെ കണ്ടിരിക്കുന്നു എന്നമട്ടിൽ ചിരിച്ചുകൊണ്ട് ആഗമന ഉദ്ദേശ്യം ചോദിച്ചു.

ഉടൻ പോലീസ് മൊബൈലിൽനിന്ന് ഒരു ഫോട്ടോ കാണിച്ചുകൊണ്ട് ചോദിച്ചു, ''ഇത് നിങ്ങളുടേതാണോ...?''

അച്ചിൽ മുറിച്ചെടുത്ത പോലെയെന്ന് ഞാൻ അഹങ്കരിച്ച (എന്റെ തന്നെ കണ്ണ് തട്ടിയതാണോ...) പാവയ്ക്ക അടക്കം മറിഞ്ഞുകിടക്കുന്ന ട്രേയുടെ ഫോട്ടോ.

വീണിതല്ലോ കിടക്കുന്നു ധരണിയിൽ... എന്റെ പാവയ്ക്ക. ഞാൻ എന്തെല്ലാം സ്വപ്നം കണ്ടതാണ്.

സത്യം പറഞ്ഞാൽ, അൽപസമയം കഴിയുമ്പോൾ പാവയ്ക്ക കൈവരിയുടെ അറ്റത്തുനിന്നും എടുത്തു വെയ്ക്കണം എന്നു ഞാൻ വിചാരിച്ചതാണ്. ജോലിത്തിരക്കിനിടയിൽ ഞാനതങ്ങു മറന്നുപോയി.

പൊലീസുകാരന്റെ ചോദ്യംകേട്ട്, സപ്ത ഭാവങ്ങളും എന്റെ മുഖത്ത് മിന്നിമറഞ്ഞു. എന്റെ അപ്പോഴത്തെ മുഖഭാവം കണ്ടിരുന്നെങ്കിൽ, ജഗതിക്കു ശേഷം ആര് എന്ന ചോദ്യത്തിന് വേറെ ഉത്തരം വേണ്ടായിരുന്നു.

ഞാനൊരു വളിച്ച ചിരിയുമായി തൊഴുകൈയോടെ പറഞ്ഞു

"പറ്റിപ്പോയി സാർ..."

ഞാൻ മനസ്സിലോർത്തു, ഇതിന് എത്രയായിരിക്കും ഫൈൻ കിട്ടുക...? 2000, 3000... അതോ 5000. ഇപ്പൊ കരയും എന്ന മട്ടിൽ നിൽക്കുന്ന എന്നോട് പൊലീസ് ചിരിച്ചുകൊണ്ട് ചോദിച്ചു

"ആദ്യമായാണോ നിങ്ങൾക്ക് ഇങ്ങനെ പറ്റുന്നത്?"

"ഏഴു കൊല്ലമായി ഞാൻ ഇവിടെ താമസിക്കുന്നു. ഒരു കരിയിലപോലും ഇതുവരെ ഞാൻ താഴേക്കിട്ടിട്ടില്ല." ഞാൻ വിനയകുനിതയായി പറഞ്ഞു.

കള്ളന്മാരെ തൊണ്ടിമുതൽ എടുപ്പിക്കാൻ കൊണ്ടുപോകുന്നതുപോലെ മൂപ്പര് എന്നെ ബാൽക്കണിയിലേക്കു കൊണ്ടുപോയി. ഞാൻ വളരെ വിനയാന്വിതയായി, നിഷ്കളങ്കയായി കാര്യങ്ങൾ വിവരിച്ചു. കുറെ സോറിയൊക്കെ പറഞ്ഞു.

"നിങ്ങളുടെ ട്രേ വീണ് ആർക്കും അപകടമൊന്നും സംഭവിക്കാത്തതു കൊണ്ട് തൽക്കാലം കുഴപ്പമില്ല. ഇനിയിത് ആവർത്തിക്കരുത്." പൊലീസുകാരൻ സൗമ്യനായി പറഞ്ഞു.

എന്റെ വിഷണ്ണ ഭാവം കണ്ട് "വിഷമിക്കേണ്ട... ഇനി ഇങ്ങനെ ഉണ്ടാവാതെ ശ്രദ്ധിക്കണം" എന്നു പറഞ്ഞ് പൊലീസുകാരൻ എന്നെ കുറെ ആശ്വസിപ്പിച്ചു. എന്നിട്ട് എന്റെ എമിറേറ്റ്സ് ഐഡി കാർഡ് വാങ്ങിച്ചുകൊണ്ട് താഴേക്കുപോയി. അഞ്ചുമിനിറ്റ് കഴിഞ്ഞ് അത് തിരിച്ചുകൊണ്ടു തരികയും ചെയ്തു.

എന്തൊരു മാന്യമായ പെരുമാറ്റം. ഐഡി കാർഡ് എടുത്ത് എന്റെകൂടെ താഴേക്കു വരൂ എന്നുപോലും അദ്ദേഹം പറഞ്ഞില്ല. ആ കാർഡ് തിരിച്ചുതരാനും ഏഴാംനിലയിൽ താമസിക്കുന്ന എന്റെ വീട്ടിലേക്ക് അദ്ദേഹം വീണ്ടും വന്നു. അദ്ദേഹത്തിന് അത് സെക്യൂരിറ്റിയുടെ കൈയിൽ കൊടുത്തയയ്ക്കാമായിരുന്നു. പൊലീസുകാരിൽ നിന്നും ഇത്രയും മാന്യമായ പെരുമാറ്റം ലോകത്തെവിടെയെങ്കിലും കിട്ടുമെന്ന് എനിക്കു തോന്നുന്നില്ല.

"ആ സ്ത്രീ വളരെ സത്യസന്ധമായി പറ്റിയ വീഴ്ച സമ്മതിച്ചു. ചിലർ വെറുതെ തർക്കിച്ചുനിൽക്കും. അതുകൊണ്ടാണ് ഞാൻ

അവർക്ക് ഫൈൻ ഒന്നും ഇടാതിരുന്നത്'', എന്ന് പൊലീസ് സെക്യൂരിറ്റിക്കാരനോട് പറഞ്ഞതായി സെക്യൂരിറ്റി പിന്നീട് എന്നോടു പറഞ്ഞു.

എന്റെ ബിൽഡിങ്ങിന്റെ താഴെയുള്ള റസ്റ്റോറന്റുകാരുടെ പരാതി പ്രകാരം ഒന്നാം നില മുതൽ റോഡ് സൈഡിലേക്കുള്ള ഓരോ വീട്ടിലും കയറിയിറങ്ങിയാണ് പൊലീസ്, ഏഴാം നിലയിലെ എന്റെ വീട്ടിലും എത്തിയത് എന്ന് ഓർക്കണം. എന്നിട്ടും എത്ര സൗമ്യമായാണ് അദ്ദേഹം എന്നോടു സംസാരിച്ചത്.

ദുബായ് പൊലീസിനെക്കുറിച്ച് നല്ലതുമാത്രമേ പറയാനുള്ളൂ. പ്രത്യേകിച്ച് സ്ത്രീകൾക്ക് അവർ തരുന്ന ബഹുമാനം. ഈ അനുഭവത്തോടെ എനിക്ക് അവരോടുള്ള മതിപ്പും ആദരവും ഒന്നുകൂടി വർദ്ധിച്ചു. ദുബായ് പൊലീസിന് ഒരു ബിഗ് സല്യൂട്ട്... ■

സ്വപ്നമൊരു ചാക്ക്...
തലയിലതു താങ്ങി ഒരു പോക്ക്...

ചെമ്മീനും പച്ചക്കായയും തേങ്ങ വറുത്തരച്ചു നല്ല പുളിയുള്ള മാങ്ങയുമിട്ട്.... ചെറിയ ഉള്ളി വട്ടത്തിൽ അരിഞ്ഞതും ഉലുവയും കറിവേപ്പിലയും എണ്ണയിൽ മൂപ്പിച്ചൊഴിച്ച കറി കണ്ട് എന്റെ കൺ ട്രോൾ പോയി. കൂട്ടിന് കൂർക്ക മെഴുക്കുപുരട്ടിയും നല്ല പൊരിച്ച ആവോലിയും... ഇനിയെന്നെ പിടിച്ചാൽ കിട്ടില്ല. ഡയറ്റ് ഒക്കെ കാറ്റിൽ പറത്തി, അന്നൊരു ചീറ്റ് ഡേയാക്കും.

നല്ല കുശാലായി ഊണും കഴിഞ്ഞ്, കിടക്കയിൽ കിടന്നൊരു ബുക്ക് വായിക്കാൻ ആരംഭിച്ചതു മാത്രമേ ഓർമ്മയുള്ളൂ. കൂർക്കം വലിച്ചുറക്കമായി. പെട്ടെന്നതാ... എന്റെ ഫോൺ ബെൽ അടി ക്കുന്നു.

നാശം... ഇതാരാണീ നേരത്ത്...?

സാധാരണ ഉറങ്ങാൻ കിടക്കുമ്പോൾ ഞാൻ ഫോൺ സൈലന്റ് ആക്കി വയ്ക്കാറുണ്ട്. കാരണം ഒരു ചെറിയ ശബ്ദംപോലും എന്റെ ഉറക്കത്തിനു ഭംഗം വരുത്തും. ഉറക്കത്തിൽനിന്നുണർന്നാലോ... ഭയ ങ്കര ദേഷ്യവുമാണ്. പാരമ്പര്യമായി കിട്ടിയ ഒരു സ്വത്താണത്. പാവം എന്റെ മോളും ഇക്കയും ഞാൻ ഉറങ്ങിയാൽപിന്നെ മാർജാര പാദ ങ്ങളോടെയേ വീട്ടിൽ നടക്കാറുള്ളൂ.

ഒരിക്കൽ ഞാൻ ഇക്കാനോടു പറഞ്ഞു, ''നിങ്ങൾ ഉറക്കെ ശ്വാസം വിടുന്നതുകാരണം എനിക്ക് ഉറങ്ങാൻ പറ്റുന്നില്ല'' എന്ന്.

''എന്നാ പിന്നെ രണ്ട് പഞ്ഞി എടുത്തു മൂക്കിൽവെച്ച് ഞാൻ കിടന്നോളാം. പിന്നെ നിനക്കൊരു ഒച്ചയും കേൾക്കേണ്ടിവരില്ല'' എന്നു മറുപടി.

അതോടെ ആ പരാതിപറച്ചിൽ ഞാനങ്ങ് നിർത്തി.

ഫോൺ നിർത്താതെ അടിക്കുന്നുണ്ട്. എന്റെ കൂട്ടുകാർ ആരും ആവില്ല. അവരെല്ലാം ലാൻഡ് ലൈനിലേക്കാണ് വിളിക്കാറ്. മിക്കവാറും ഏതെങ്കിലും ടെലിസെയിൽസ്കാർ... അല്ലെങ്കിൽ റോങ്ങ് നമ്പർ ആയിരിക്കും.

എന്തു കുന്തമായാലും ശരി... ഫോണെടുത്തു നാലു ചീത്ത പറയാം എന്നു വിചാരിച്ച് എടുത്തപ്പോൾ...

''ഹലോ... ഐ ആം ജോർജ്...''

'ഐ ആം ജോൺ... ജോൺ ഹോനായ്...' എന്ന ഇൻ ഹരിഹർ നഗറിലെ ഡയലോഗ് പോലെ തോന്നി.

പേടിച്ച് റോങ്ങ് നമ്പർ എന്ന് പറഞ്ഞു ഞാൻ വേഗം ഫോൺ കട്ട് ചെയ്തു.

ഏതായാലും ഉറക്കം പോയി. വായിച്ചുകൊണ്ടിരുന്ന ബുക്കെടുത്ത് ഞാൻ വായന തുടർന്നു. അതാ പിന്നെയും ഫോൺ അടിക്കുന്നു. നേരത്തേ വന്ന നമ്പറിൽനിന്നു തന്നെയാണല്ലോ. അതൊരു ഇന്ത്യൻ നമ്പർ ആണെന്ന് ഞാനപ്പോഴാണ് ശ്രദ്ധിച്ചത്.

ചുമ്മാ പേടിക്കുന്നതെന്തിനാ...?

ഞാൻ ധൈര്യത്തിൽ ഫോണെടുത്തു.

''സജ്നയല്ലേ...?'' അപ്പുറത്തുനിന്ന് ഒരു ചോദ്യം.

ഓ... അപ്പൊ നമ്പർ ഗലത്ത് അല്ല... സഹി തന്നെ...

''യെസ്... സ്പീക്കിങ്....''

ഇങ്ങോട്ട് ആദ്യം ഇംഗ്ലീഷ് പറഞ്ഞു പേടിപ്പിച്ചതല്ലേ. ഞാനും വിട്ടുകൊടുത്തില്ല. നമ്മളും മോഡേൺ ആണെന്ന് അറിയട്ടെ...

''നിങ്ങളല്ലേ... സജ്നയുടെ കഥകൾ എന്ന പുസ്തകം എഴുതിയത്..?''

''അതെയതെ...പക്ഷേ, ഇന്ത്യയിൽ അത് ഇപ്പോൾ കിട്ടില്ല കേട്ടോ. യു.എ.ഇ യിൽ മാത്രമേ കിട്ടുകയുള്ളൂ''.

''വിഷമിക്കേണ്ട, എന്റെ കൈയിൽ അതിന്റെ കോപ്പി ഉണ്ട്.''

എന്റെ സഹോദരങ്ങൾ കേരളത്തിലങ്ങോളമിങ്ങോളമുള്ള അവരുടെ കൂട്ടുകാർക്ക്, എന്റെ ബുക്കുകൾ എത്തിച്ചുകൊടുത്തിരുന്നു. അതിലാരെങ്കിലും കഥകൾ വായിച്ച് ചീത്തവിളിക്കാനോ മറ്റോ ആണോ ഈ ഫോൺ... മനസ്സിലൂടെ അങ്ങനെ പലവിധ ചിന്തകൾ മിന്നിമറഞ്ഞു.

''നിങ്ങൾക്ക് ഇത് എങ്ങനെ കിട്ടി...?'', ശബ്ദത്തിൽ കഴിയുന്നത്ര മാധുര്യം വരുത്തി ഞാൻ ചോദിച്ചു.

''മമ്മുക്ക തന്നതാണ്.''

''ഹാര്.... എന്ത പറഞ്ഞെ..?''

എന്റെ അടിവയറ്റിൽനിന്നാണോ ചോദ്യം വന്നതെന്ന് എനിക്ക് തോന്നിപ്പോയി.

''മമ്മുട്ടി... ഫിലിം സ്റ്റാർ മമ്മുട്ടി.''

എനിക്ക് കാര്യങ്ങളുടെ കിടപ്പ് ഏകദേശം മനസ്സിലായി. ദുബായിൽവെച്ച് ഒരിക്കൽ ഞാൻ മമ്മൂക്കക്ക് എന്റെ ബുക്ക് നൽകിയിരുന്നു. അതിൽ 'മഹാനടൻ മമ്മൂക്കക്കും ബീവി സുൽഫത്തിനും സ്നേഹപൂർവ്വം സജ്ന' എന്നെഴുതിയാണ് കൊടുത്തത്. മൂപ്പരത് ചവറ്റുകൊട്ടയിൽ എറിഞ്ഞിട്ടുണ്ടാകും. അവിടന്ന് ജോർജ് എന്ന മഹാനു കിട്ടിയിട്ട് എന്നെ ഒന്നു വട്ടുപിടിപ്പിക്കാനായിരിക്കും ഈ വിളി.

എന്നാലും എന്നോട് ഇതു വേണ്ടായിരുന്നു മമ്മൂക്കാ... ഇങ്ങളെ ബീവിയെക്കൊണ്ടുകൂടെന്റെ ബുക്ക് ഒന്നു വായിപ്പിക്കണം എന്നു മാത്രമല്ലേ ഞാൻ ആവശ്യപ്പെട്ടുള്ളൂ. നിങ്ങളെപ്പോലെ തിരക്കുള്ള ഒരാൾക്ക് അതൊന്നും ഓർമ്മയുണ്ടാവില്ല എന്നെനിക്കറിയാം. എന്നാലും താങ്കളുടെ നൂറുകണക്കിനു ബുക്കുകളുടെ ശേഖരത്തിനിടയിൽ പരാതികളൊന്നുമില്ലാതെ ഈ പാവത്തിന്റെ ബുക്കും ഒതുങ്ങിയേനേ...

''മാഡമെന്താ ഒന്നും മിണ്ടാത്തത്..?'', എന്റെ നിശ്ശബ്ദത കണ്ട് അങ്ങേത്തലയ്ക്കൽനിന്ന് വീണ്ടും ചോദ്യം.

മാഡമല്ല... എടവം എന്ന പതിവു തർക്കുത്തരം വായിൽ വന്നെങ്കിലും, നമ്മള് ഡീസന്റ് ആവണമല്ലോ. അതല്ലേ നമ്മുടെ പൈതൃകം. വീട്ടുകാരെ പറയിപ്പിക്കാൻ പാടില്ല.

''അ.. അത്... എനിക്കൊന്നും മനസ്സിലായില്ല...'', എന്ന് ഞാൻ വിക്കിവിക്കി പറഞ്ഞു.

''ഞാൻ മമ്മൂട്ടിയുടെ മാനേജർ ജോർജ്. മമ്മൂക്ക പറഞ്ഞിട്ടാണ് ഞാൻ വിളിക്കുന്നത്.''

''ഓ.. മമ്മുക്കയുടെ മാനേജർ ജോർജേട്ടൻ. ഞാൻ കേട്ടിട്ടുണ്ട്.'' ഇങ്ങനെ പറയുമ്പോഴും എന്റെ മനസ്സിൽ സംശയത്തിന്റെ പല അമിട്ടുകൾ പൊട്ടി.

ഇനി വല്ല മിമിക്രിക്കാരും എന്നെ കളിപ്പിക്കുന്നതായിരിക്കുമോ..? ഏയ്... അങ്ങനെയെങ്കിൽ മമ്മൂക്കാടെ ശബ്ദത്തിൽതന്നെ വിളിച്ചാൽ പോരെ. ഞാൻ എന്റെ മനസ്സിൽ പൊട്ടിത്തുടങ്ങിയ വെടിമരുന്നിലേക്ക് വേഗം വെള്ളം കോരിയൊഴിച്ചു തണുപ്പിച്ചു.

''നിങ്ങളുടെ ബുക്കിലെ 'ജലമർമ്മരം' എന്ന കഥ സിനിമയാക്കണമെന്നു മമ്മൂക്കാക്ക് ആഗ്രഹമുണ്ട്. സിനിമ ദുൽഖർ തന്നെ പ്രൊഡക്ഷൻ ചെയ്യും.''

പടച്ചോനേ... ഒരു വെടിക്ക് രണ്ടു പക്ഷി. മനസ്സിൽ ആയിരം ലഡ്ഡു ഒന്നിച്ചുപൊട്ടി.

ജോർജേട്ടൻ തുടർന്നു... ''ഒറ്റപ്ലാക്കൽ സ്കറിയ എന്ന കറിയാച്ചന്റെ റോൾ, മമ്മൂക്ക തന്നെ ചെയ്യും. പിന്നെ കഥയിൽ കുറച്ച് ചേഞ്ച് വരുത്തണം. കറിയാച്ചന്റെ മക്കളായ ജാസ്മിനെയും ജോമോനെയും തൽക്കാലം കറിയാച്ചന്റെ സഹോദരങ്ങളാക്കിക്കൊണ്ട് തിരുത്തണം. അത്രയും വലിയ മക്കളൊക്കെ ഉള്ളത് അദ്ദേഹത്തിന്റെ ഇമേജിനു ചേരില്ലെന്ന് അറിയാമല്ലോ. ദുൽഖറിനെയും നസ്റിയയെയുമാണ് ആ കഥാപാത്രങ്ങളായി മനസ്സിൽ കണ്ടിരിക്കുന്നത്.''

''അപ്പൊ കറിയാച്ചന്റെ ഭാര്യ സാറാമ്മ...?'', ഞാൻ അറിയാതെ ചോദിച്ചുപോയി.

''അതൊക്കെ നമുക്ക് വഴിയെ തീരുമാനിക്കാം. ഏതായാലും സജ്ന ഉടനെതന്നെ അതിന്റെ ഒരു തിരക്കഥ തയ്യാറാക്കിക്കൊള്ളൂ...''

''മമ്മൂക്കയുടെ ദുബായിലെ മാനേജർ നസീർ നിങ്ങളെ വന്നു കണ്ട് എല്ലാം സംസാരിക്കും''. അദ്ദേഹം എല്ലാം പറഞ്ഞുതീർന്നതു പോലെ ഫോൺ വെയ്ക്കാൻ ഭാവിച്ചു.

''ജോർജേട്ടാ... വെയ്ക്കല്ലേ... ഫോൺ ഒന്ന് മമ്മൂക്കാക്ക് കൊടുക്കുവോ...?''

ഒരു നിമിഷം ആ മഹാനടനെ ഞാൻ തെറ്റിദ്ധരിച്ചല്ലോ എന്ന പശ്ചാത്താപത്തിൽ ഞാൻ ജോർജേട്ടനോട് അപേക്ഷിച്ചു. പക്ഷേ, അപ്പോഴേക്കും അങ്ങേര് ഫോൺ കട്ട് ചെയ്തു. അതറിയാതെ ഞാൻ മമ്മൂക്കാ... മമ്മൂക്കാ... എന്ന് വിളിച്ചുകൊണ്ടിരുന്നു.

''ഏതു മമ്മൂക്ക?''

''തൊട്ടടുത്തു കിടക്കുന്ന കെട്ടിയോന്റെ വിചാരമല്ല അവൾക്ക്. കണ്ട സിനിമയെല്ലാം കണ്ടിട്ട് പാതിരാക്ക് മനുഷ്യന്റെ ഉറക്കം കെടുത്താൻ ഓരോ നടന്മാരുടെ പേര് വിളിച്ചോളും. ഇനി ഇവിടെ ടീവിയും വേണ്ട, സിനിമയും വേണ്ട'', കണവന്റെ ശകാരം കേട്ട് സ്ഥലകാലബോധമില്ലാതെ ഞാൻ ചാടിയെണീറ്റ് വീണ്ടും മമ്മൂക്കാ, ജോർജേട്ടാ എന്നൊക്കെ പിറുപിറുത്തു.

''രാത്രി കുത്തിയിരുന്ന് ആ 'ദൃശ്യം' സിനിമ കാണല്ലേയെന്ന് ഞാനെത്ര പ്രാവശ്യം പറഞ്ഞു''. ലാലേട്ടന്റെ ജോർജുകുട്ടിയെയാണ് ഞാൻ വിളിച്ചത് എന്നു വിചാരിച്ച് മൂപ്പരുടെ വക പിന്നെയും വഴക്ക്.

''അതിപ്പൊ ഉറക്കത്തിനിടയ്ക്ക് എല്ലാർക്കും ചിലപ്പോൾ ഇങ്ങനെയൊക്കെ പറ്റും''. ഞാനും വിട്ടുകൊടുത്തില്ല.

''എന്നിട്ട് എനിക്ക് അങ്ങനെയൊന്നും പറ്റാറില്ലല്ലോ...''

''ആരു പറഞ്ഞു.... നിങ്ങൾ ഇന്നാളൊരുദിവസം സിൽക്ക്, സിൽക്ക് എന്നു പറഞ്ഞല്ലോ. എന്റെ മാന്യത കൊണ്ട് ഞാനതു പറഞ്ഞില്ല എന്നേയുള്ളൂ''. തൽക്കാലം പിടിച്ചുനിൽക്കാനായി, നട്ടാൽ കുരുക്കാത്ത ഒരു നുണ ഞാനങ്ങ് തട്ടി.

''ആര് ഞാനോ...?''

''ങാ...നിങ്ങള് തന്നെ.''

എന്റെ ഉറച്ച മറുപടി കേട്ട്, കുറേ വർഷങ്ങളായി ഒരു സിനിമ പോലും കാണാത്ത എന്റെ നല്ലപാതി കിളി പോയതുപോലെ, അന്തം വിട്ട് കുന്തം വിഴുങ്ങിയതുപോലെ ഇരുന്നു.

ഇത്തിരി നേരത്തേക്കെങ്കിലും ഇക്കാനെ പറ്റിക്കാൻ സാധിച്ചല്ലോ എന്ന സന്തോഷത്തിൽ,

> 'ഉന്നംമറന്ന് തെന്നിക്കളിച്ച
> പൊന്നുംകിനാക്കളെല്ലാം
> ഒന്നിച്ചെടുത്ത് കരളിനകത്ത്
> ചില്ലിട്ടടച്ചതല്ലേ....'

എന്നു പാടിക്കൊണ്ട്, പിടിക്കപ്പെടുന്നതിനുമുമ്പായി മധുരസ്വപ്നങ്ങളെ ഒന്നുകൂടെ അയവിറക്കാനായി ബാത്റൂമിലേക്ക് ഞാൻ ഓടിക്കയറി.

എങ്ങാനും ബിരിയാണി കിട്ടിയാലോ... സ്വപ്നം സഫലീകരിച്ചാലോ... ■

മേരി ആവാസ് സുനോ

ഞാൻ യു.എ.ഇ.യിൽ വന്ന കാലത്ത് റേഡിയോയിലും ടിവിയിലും അറബിയിലും ഇംഗ്ലീഷിലും മാത്രമായിരുന്നു പരിപാടികൾ ഉണ്ടായിരുന്നത്. വ്യാഴാഴ്ച രാത്രി ദുബായ് ടിവിയിൽ ഒരു ഹിന്ദി ഫിലിം ഉണ്ടായിരിക്കും. മഴ കാത്തിരിക്കുന്ന വേഴാമ്പലിനെപ്പോലെ അതു കാത്താണ് എന്റെ ഇരിപ്പ്. സ്കൂളിലാകെ അഞ്ചുവർഷം മാത്രം ഹിന്ദി പഠിച്ച എനിക്ക്, ഹിന്ദി സിനിമയിലെ ഡയലോഗുകൾ കാര്യമായി ഒന്നും മനസ്സിലാവില്ലെങ്കിലും അതു കാണുമ്പോൾ നാടിനെക്കുറിച്ചുള്ള നഷ്ടബോധം കുറച്ചെങ്കിലും കുറഞ്ഞുകിട്ടുമായിരുന്നു. എന്തായാലും ഹിന്ദി സിനിമകൾ സ്ഥിരമായി കാണാൻ തുടങ്ങിയതോടെ എന്റെ ഹിന്ദിയിലുള്ള പരിജ്ഞാനം അല്പം മെച്ചപ്പെട്ടു.

ആദ്യമായി യു.എ.ഇ.യിൽ മലയാളം റേഡിയോ തുടങ്ങിയപ്പോൾ, നിധി കിട്ടിയ കുഞ്ഞിനെപ്പോലെ ഞാൻ തുള്ളിച്ചാടി. 1992ൽ ആർ.എ.കെ. റേഡിയോ തുടങ്ങി. പിന്നീടത് റേഡിയോ ഏഷ്യ എന്ന പേരിലാണ് അറിയപ്പെട്ടത്. ഉച്ചയ്ക്കുശേഷം ആകെ രണ്ടു മണിക്കൂർ മാത്രമാണ് മലയാളം പരിപാടികൾ ഉണ്ടായിരുന്നത്. വളരെ ആവേശത്തോടെയാണ് ഞാൻ ആ റേഡിയോ കേട്ടുതുടങ്ങിയത്. അതിൽ ശ്രോതാക്കൾക്കു പങ്കെടുക്കാൻ പറ്റുന്ന ടോക്ക് ഷോകളും മത്സരപരിപാടികളും ഉണ്ടായിരുന്നു. അവയിലൊക്കെ പങ്കെടുക്കണമെന്ന് ആഗ്രഹമുണ്ടായിരുന്നെങ്കിലും ഭയംമൂലം ഞാനതിനൊന്നും മുതിർന്നില്ല.

95 ൽ യു.എ.ക്യു. റേഡിയോ കൂടി തുടങ്ങിയതോടെ, ഞാൻ റേഡിയോ പരിപാടികളുടെ ഒരു ആരാധികയായി മാറി. അടുക്കളയിലെ ജോലികൾ റേഡിയോ പരിപാടികൾ കേട്ട് ചെയ്യുന്നത് എനിക്കൊരു ശീലമായി. ന്യൂസുകൾ കേൾക്കുന്നതിലൂടെ ധാരാളം ലോക പരിജ്ഞാനം ലഭിച്ചു എന്നുമാത്രമല്ല, പരിപാടികൾ കേൾക്കുന്നതിലൂടെ ലഭിക്കുന്ന മാനസികോല്ലാസം മൂലം അടുക്കളജോലികളുടെ മടുപ്പറഞ്ഞതുമില്ല.

പതിയെപ്പതിയെ ഞാനീ രണ്ട് റേഡിയോകളിലെയും ഫോൺ ഇൻ പരിപാടികളിൽ പങ്കെടുക്കാൻ ആരംഭിച്ചു. കെ.പി.കെ. വേങ്ങര, മൊയ്‌ദീൻ കോയ, മധു, സത്യഭാമ, ജയ, രമേശ് പയ്യന്നൂർ, ആശാലത, ആൽബർട്ട് അലക്സ്, ആശ ശരത്, ദീപ, കബീർ... ഇവരുടെയൊക്കെ ശബ്ദം എന്റെ വീട്ടിൽ നിറഞ്ഞുനിന്നു. അന്താക്ഷരി, ക്വിസ് എന്നിവയിലെല്ലാം പങ്കെടുത്ത് ഞാൻ കൈനിറയെ സമ്മാനങ്ങൾ വാങ്ങി. നമ്മൾ തമ്മിൽ എന്ന ടോക്ക് ഷോയിൽ ഞാനൊരു സ്ഥിരം സാന്നിധ്യമായി. സ്റ്റുഡിയോയിൽ പോയിത്തന്നെ പല പരിപാടികളിലും ഞാൻ പങ്കെടുത്തിരുന്നു.

എന്റെ കൂട്ടുകാരും പരിചയക്കാരും എന്നെ ഒരു റേഡിയോക്കാരി എന്നുവരെ വിളിക്കാൻ തുടങ്ങി. എന്റെ ഈ താല്പര്യം കണ്ടിട്ടാകാം എന്റെ മകൾ നസ്രീനും (നച്ചു) പലപ്പോഴും റേഡിയോ പരിപാടികളിൽ പങ്കെടുക്കാൻ തുടങ്ങി. നന്നായി മലയാളം സംസാരിക്കുന്ന കുട്ടി എന്നനിലയിൽ പലപ്പോഴും റേഡിയോക്കാർ ഇങ്ങോട്ടു വിളിച്ചുതന്നെ അവളെ ടോക്ക് ഷോകളിൽ പങ്കെടുപ്പിച്ചു.

റേഡിയോയോടുള്ള എന്റെ ഈ താല്പര്യംമൂലമാകാം, ദൈവം എനിക്ക് റേഡിയോയിൽ ജോലിചെയ്യുന്ന ഒരു മരുമകനെത്തന്നെ നൽകിയത്.

യു.എ.ഇ.യിലെ ലീഡിങ് മലയാളം റേഡിയോ സ്റ്റേഷനായ ഹിറ്റ് എഫ്.എമ്മിലെ പ്രസന്ററായ അർഫാസ് എന്റെ മകളെ കല്യാണം കഴിച്ചതും വളരെ ആകസ്മികമായാണ്.

നച്ചു ചെറുപ്പം മുതൽതന്നെ മാഗസിനിൽ ആർട്ടിക്കിളുകൾ എഴുതിത്തുടങ്ങിയിരുന്നു. അവൾ പന്ത്രണ്ടാം ക്ലാസിൽ പഠിക്കുമ്പോഴാണ്, യു.എ.ഇയിലെ റേഡിയോ ജോക്കികളെക്കുറിച്ച് ഒരു ആർട്ടിക്കിൾ ചെയ്യാൻ മാഗസിൻ അവളോട് ആവശ്യപ്പെട്ടത്. മലയാളം റേഡിയോയിൽനിന്നും അന്നവൾ ഇന്റർവ്യൂ ചെയ്ത ഏക വ്യക്തി അർഫാസ് ആയിരുന്നു.

അന്നു തുടങ്ങിയ ആ സൗഹൃദം പിന്നീട് വിവാഹത്തിൽ എത്തുകയും ചെയ്തു. അങ്ങനെ ഹിറ്റ് എഫ്.എം. റേഡിയോ കുടുംബം എന്റെ സ്വന്തം കുടുംബം പോലെയായി.

മിഥുൻ, നൈല, ഷാബു, നിമ്മി, റിയാസ്, ജോൺ, ഫസ്‌ലു, മായ, സിന്ധു, സൂരജ്, ഡോണ തുടങ്ങിയവരൊക്കെ ഞങ്ങളുടെ സ്വന്തം കുടുംബാംഗങ്ങൾ ആയി.

ആദ്യ പുസ്തകമായ 'സജ്നയുടെ കഥകൾ' എന്ന പുസ്തകത്തിന്റെ പ്രകാശന കർമ്മത്തിന്റെ ഭാഗമാകാൻ സൗകര്യം ഉണ്ടാകുമോ

എന്നു ചോദിച്ച എന്നോട്, ''ആന്റിയുടെ ബുക്ക് പ്രകാശനം ചെയ്യാനായി വരുമോ എന്ന് എന്നോടു ചോദിക്കരുത്. വരണമെന്നു പറഞ്ഞാൽ മതി. തീർച്ചയായും ഞാൻ അവിടെ എത്തിയിരിക്കും'' എന്നു പറഞ്ഞ്, പ്രശസ്ത സാഹിത്യകാരൻ ശിഹാബുദ്ദീൻ പൊയ്ത്തും കടവിൽനിന്ന് എന്റെ പുസ്തകം സ്വീകരിക്കാനായി നൈല വളരെ സന്തോഷത്തോടെ എത്തിച്ചേർന്നു. മാത്രമല്ല എന്റെ സ്വന്തം കുട്ടികളെന്നപോലെ റേഡിയോയിലെ ന്യൂസ് ഹെഡ് ആയ ഷാബു, ആ അവസരത്തിൽ എന്റെ പുസ്തകം പരിചയപ്പെടുത്തുകയും ന്യൂസ് പ്രസന്റർ ഫസ്‌ലുവിന്റെ ഭാര്യയും പ്രശസ്ത സാഹിത്യകാരിയുമായ ഷമി പുസ്തകത്തെക്കുറിച്ച് ആ അവസരത്തിൽ സംസാരിക്കുകയും ചെയ്തു.

ഹിറ്റ് എഫ്.എമ്മിലെ എല്ലാവരും കുടുംബാംഗങ്ങളോടൊപ്പം തന്നെ എന്റെ പുസ്തക പ്രകാശനത്തിന്, സ്വന്തം കുടുംബത്തിലെ ഒരു പരിപാടി എന്ന നിലയ്ക്ക് നേരത്തേതന്നെ എത്തിയത് ഞങ്ങൾക്ക് ഇരട്ടിമധുരം പകർന്നു.

അതുപോലെ 21 സ്ത്രീകളുടെ കഥകൾ അടങ്ങിയ 'ഇരുപത്തിയൊന്ന് വാരിയെല്ലുകൾ' എന്ന പുസ്തകത്തിനു വീഡിയോ ആശംസകൾ നൈലയും ഫസ്‌ലുവും ഷാബുവും സന്തോഷത്തോടെ നൽകി.

റേഡിയോ കുടുംബത്തിൽ അംഗമായതോടെ ഒരുപാട് പ്രശസ്ത വ്യക്തികളെ നേരിട്ടു കാണാനും പരിചയപ്പെടാനും ഉള്ള അവസരം എനിക്കു ലഭിച്ചു.

എന്തൊക്കെ പുതിയ മാധ്യമങ്ങൾ വന്നാലും അന്നും ഇന്നും റേഡിയോയ്ക്ക് ജനമനസ്സുകളിൽ ഒരു പ്രത്യേക സ്ഥാനംതന്നെയാണ്.

ഡ്രൈവിങ്ങിനിടയിലും വീട്ടുജോലിക്കിടയിലും പ്രഭാത സവാരിക്കിടയിലുമെല്ലാം യാതൊരു തടസ്സങ്ങളുമില്ലാതെ കേൾക്കാനാവുന്നത്, റേഡിയോയുടെ സ്വീകാര്യതയ്ക്ക്, നിലനിൽപ്പിന് ഒരു കാരണമാണ്.

■

ഈ ആരോഗ്യസാമിക്ക് ഡബ്ബറ് മുട്ടായി

ആരോഗ്യമുള്ള ശരീരത്തിലേ ആരോഗ്യമുള്ള മനസ്സ് ഉണ്ടാവുക യുള്ളൂ എന്നു പറയുന്നത് വളരെ ശരിയാണ്. വ്യായാമം നമ്മുടെ ജീവിതത്തിന്റെ ഒരു ഭാഗമായി, ദിനചര്യയായി ചെയ്യണം.

ചെറുപ്പത്തിൽ ഞാൻ നന്നേ മെലിഞ്ഞാണ് ഇരുന്നത്. വിവാഹം കഴിയുന്നതുവരെ ഞാൻ അണ്ടർവെയ്റ്റ് ആയിരുന്നു. പ്രസവശേഷം തടികൂടാൻ തുടങ്ങിയപ്പോഴാണ് വ്യായാമത്തിന്റെ ആവശ്യകതകൾ തോന്നിത്തുടങ്ങിയത്.

''ഇവളെന്താ ഇങ്ങനെ മെലിഞ്ഞിരിക്കുന്നത്?''

''ഇവൾക്ക് നിങ്ങൾ ഒന്നും തിന്നാൻ കൊടുക്കാറില്ലേ?''

''ഇവൾ ഉണങ്ങി ചുള്ളിക്കമ്പ് പോലെയായി. ഒരു നല്ല കാറ്റ് വന്നാൽ ഇവളങ്ങ് പറന്നുപോകുമല്ലോ...!''

ഇങ്ങനെ മെലിഞ്ഞിരിക്കുന്ന എന്റെ നേരെ പൊതുജനം പല വിധ സഹതാപ കമന്റുകൾ അടിച്ചു. സ്വന്തം മകളെക്കുറിച്ച് ഇങ്ങനെ യുള്ള വർണ്ണനകൾ കേട്ട് ഉമ്മാക്ക് ആകെ ആധിയായി. പിന്നെ അങ്കം എന്നോടായി.

''നീ തോട്ടിപോലെ പൊക്കം വെയ്ക്കുന്നതല്ലാതെ തടി വെയ്ക്കു ന്നില്ലല്ലോ... വെള്ളം കുടിച്ച് വയറു നിറയ്ക്കാതെ മര്യാദയ്ക്കു ഭക്ഷണം കഴിക്ക്! ഇങ്ങനെ മെലിഞ്ഞുണങ്ങി ഇരിക്കുന്നതുകൊണ്ട് ഒരു ഡ്രസ്സ് ഇട്ടാലും ചേരില്ല. തടി വെച്ചില്ലെങ്കിൽ ഇനി ഞാൻ നിനക്ക് ഒരു ഉടുപ്പും തയ്ച്ചുതരില്ല.''

ചെണ്ടപോലെ അപ്പുറത്തുനിന്നും ഇപ്പുറത്തുനിന്നും കിട്ടിയ കൊട്ടുകളേറ്റ്, ഞാൻ വളർച്ച മുരടിച്ചതു പോലെ ആകെ ആശയക്കുഴപ്പ ത്തിലായി. പത്താംക്ലാസിലെ വിടപറയൽ പാർട്ടിക്ക് എല്ലാവരും സാരിയുടുത്തപ്പോഴും മെലിഞ്ഞുണങ്ങിയിരിക്കുന്ന എനിക്കു സാരി

ചേരില്ലെന്ന അപകർഷതാബോധത്താൽ ഞാൻ പാവാടയും ബ്ലൗസും ഇട്ടാണ് പോയത്.

ഡിഗ്രിക്കു പഠിച്ച വിമല കോളേജിൽ സാരി ഉടുക്കണമെന്നു നിർബന്ധമായപ്പോൾ മടിച്ചുമടിച്ചാണ് ഞാൻ സാരിയുടുക്കാൻ തുടങ്ങിയത്. ഒരിക്കൽ കോളേജിൽ പോകുന്ന വഴി റോഡ് സൈഡിലെ കരിങ്കല്ലിലിരുന്ന് പൂവാലന്മാർ ''ഇതെന്താ വടിയിൽ തുണി ചുറ്റിയതോ...'' എന്ന കമന്റ് കൂടെ പറഞ്ഞതോടെ എന്റെ അപകർഷതാബോധം അതിന്റെ പാരമ്യത്തിൽ എത്തി.

ഒരു പ്രസവമൊക്കെ കഴിഞ്ഞതോടെ ഞാൻ അല്പം തടിവെച്ചു. അതോടെ ഉമ്മാടെ ഡയലോഗുകളും മാറാൻ തുടങ്ങി.

''ഇപ്പോൾ നീ കറക്റ്റ് തടിയാണ്. ഇനി തടിവെയ്ക്കണ്ട'' എന്നായി പിന്നെ പറച്ചിൽ.

നാട്ടുകാരുടെ കാര്യം പിന്നെ പറയണോ..! ''ഗൾഫിൽ പോയാൽ ഇങ്ങനെയും തടിക്കുമോ...'' എന്നു തുടങ്ങി ഞാൻ എന്തോ ഭീകര രൂപിയായി എന്ന മട്ടിലായി പിന്നെയുള്ള അഭിപ്രായങ്ങളും സംസാരങ്ങളും. അതോടെ ഞാൻ ജെയിൻ ഫോണ്ടയുടെ എയറോബിക്സ് കാസറ്റ് ഇട്ട്, വീട്ടിൽതന്നെ എല്ലാ ദിവസവും കസർത്തുകൾ കാണിച്ച് അംഗലാവണ്യം കൂട്ടാനുള്ള പരിപാടികൾ തുടങ്ങി.

ഓവറിയിലെ ചില പ്രശ്നങ്ങൾ കാരണം ചില മരുന്നുകൾ കഴിക്കാൻ തുടങ്ങിയതോടെ വീണ്ടും തടിവെച്ചു. അതോടെ ഉപദേശങ്ങളെ മുട്ടി എനിക്കു നടക്കാൻ വയ്യാത്ത അവസ്ഥയായി.

''ഇനി നീ തടിവെയ്ക്കണ്ട, ഭക്ഷണം കൺട്രോൾ ചെയ്യണം'', ഉമ്മാടെ വക കൽപ്പന വന്നപ്പോൾ എന്റെ മനസ്സ് വിങ്ങി.

''തിന്നു മോളെ.. ഒരുരുള ചോറുകൂടെ തിന്നാൽ മിഠായി വാങ്ങിത്തരാം. ഈ മുട്ട തിന്നാൽ രാത്രി ഉമ്മാടെ കൂടെ കിടത്താം...'' എന്നൊക്കെ പറഞ്ഞ് എന്നെ സ്നേഹത്തോടെ ഊട്ടിയിരുന്ന മാതാശ്രീ, എത്ര പെട്ടെന്നാണ് ചക്കരവാക്കുകളൊക്കെ പിൻവലിച്ച് ഓന്തിനെപ്പോലെ നിറംമാറിയത്. അപ്പോൾപിന്നെ നല്ലവരായ നാട്ടുകാരുടെ കാര്യം പറയണോ?

''ഗൾഫിൽ പോയാൽ മേലനങ്ങാതെ തീറ്റയും കുടിയും ഉറക്കവും മാത്രമല്ലേ പണി. പിന്നെങ്ങനെ തടിവെയ്ക്കാതിരിക്കും. അതൊക്കെയൊന്ന് കുറയ്ക്ക്.''

ഉപദേശകർ പലതും പറഞ്ഞു. വീട്ടുജോലിക്കുപോലും സഹായത്തിന് ഒരാളെ വെയ്ക്കാതെ ജോലിചെയ്തിരുന്ന ഞാൻ അവരുടെയൊക്കെ

മുന്നിൽ, ഉത്തരം പറഞ്ഞിട്ടും പ്രയോജനം ഇല്ലെന്നറിഞ്ഞ്, ഊമ യെപ്പോലെ നിന്നു.

എനിക്ക് തടി കൂടി എന്നും തടി കൂടിയാൽ വരുന്ന അസുഖ ങ്ങളെക്കുറിച്ചും ഘോരഘോരമായി പറഞ്ഞ, എന്നേക്കാൾ ഇരട്ടി ത്തടി ഉണ്ടായിരുന്ന ആളുടെ ഉപദേശം കേട്ട്, ഞാൻ ഒരു ദിവസം കൊണ്ടുതന്നെ സുമോ ഗുസ്തിക്കാരിയെപ്പോലെ തടിവെച്ചോ എന്ന സംശയത്താൽ അറിയാതെ കണ്ണാടിയിൽ നോക്കിപ്പോയി.

അതിനിടയിൽ നീന്തൽ പഠിക്കുക എന്ന എന്റെ ചിരകാല അഭിലാഷം ഞാൻ സാധിച്ചു. മോളുടെ സ്കൂൾ വേനലവധിക്കാലത്ത് ദുബായിലെ മുഷ്രിഫ് പാർക്കിലെ സ്വിമ്മിംഗ് പൂളിൽ കാലത്ത് പത്തു മണിക്കുതന്നെ നീന്തൽ പഠിക്കാനായി എത്തുമായിരുന്നു. അറബി കൾ അടക്കം വിവിധ രാജ്യക്കാർ അവിടെ നീന്തൽ പഠിക്കാൻ എത്തു ന്നുണ്ടായിരുന്നു. കുട്ടികളാണ് കൂടുതലുള്ളതെങ്കിലും എന്നെ പ്പോലത്തെ കുറച്ച് തള്ളമാരും ഉണ്ടായിരുന്നതുകൊണ്ട് എനിക്കു കൂട്ടുണ്ടായിരുന്നു. ഏകദേശം ഒന്നരമാസം കൊണ്ട് വെള്ളത്തിൽ വീണാൽ മുങ്ങിപ്പോകാതെ പൊങ്ങിക്കിടക്കാൻ പറ്റുന്ന വിധത്തിൽ തെറ്റില്ലാത്ത വിധം നീന്തൽ പഠിച്ചു ഞാൻ. നീന്തൽ കൊണ്ട് ഞാൻ നന്നായി മെലിഞ്ഞു. പക്ഷേ, പൊരിവെയിലത്തുള്ള പോക്കും വരവും നീന്തലുമൊക്കെ കാരണം കറുത്തു കരുവാളിച്ച എന്റെ മുഖം നോക്കി "എന്തെങ്കിലും അസുഖമുണ്ടോ.." എന്നുവരെ ചില സ്നേഹാന്വേ ഷണങ്ങൾ കേൾക്കേണ്ടിവന്നു. അപ്പോഴും ഞാൻ മെലിഞ്ഞത് ആ സ്നേഹാന്വേഷകർ കണ്ടില്ല.

രാവിലെയുള്ള നടക്കാൻ പോകലും ജിമ്മിൽ പോകലും ചെയ്യു ന്നുണ്ടായിരുന്നെങ്കിലും ഞാൻ ഒരു കാര്യത്തിലും റെഗുലർ ആയി രുന്നില്ല. നാലുവർഷംമുമ്പ് എന്റെ മകൾ നച്ചുവിന്റെ കൂട്ടുകാരി അമീന ഒരു ലേഡീസ് റണ്ണിന്റെ പ്രാക്ടീസ് സെഷനായി എന്നെയും വിളിച്ചു. ഓടുന്ന കാര്യം എനിക്കു ചിന്തിക്കാനേ പറ്റില്ലായിരുന്നു. എന്നാലും മോളുടെ നിർബന്ധംമൂലം എല്ലാ ദിവസവും രാവിലെ ഏഴുമണിക്ക് ജുമൈറ ബീച്ചിൽ പരിശീലനത്തിനായി പോകാൻ തുടങ്ങി. ഓടാൻ പറ്റില്ലെങ്കിലും വേഗത്തിൽ നടന്നാൽ മതിയല്ലോ എന്നായിരുന്നു എന്റെ ചിന്ത.

അങ്ങനെ എന്റെ മക്കളാവാൻ പ്രായമുള്ള ഏഴെട്ട് പെൺകുട്ടി കളുടെ കൂടെ ഞാനും രാവിലെതന്നെ പരിശീലനത്തിനായി റെഡി യായി.

നമ്മൾ വ്യായാമം ചെയ്തു തുടങ്ങുന്നതിനു മുൻപുതന്നെ വാമിംഗ് അപ്പും വ്യായാമം ചെയ്തതിനുശേഷം കൂൾ ഡൗണും

ചെയ്യണമെന്നത് അപ്പോഴാണ് മനസ്സിലാക്കിയത്. വാം അപ്പ് ചെയ്യുമ്പോൾ നമ്മുടെ ശരീര ഊഷ്മാവ് സാവധാനം ഉയർന്ന് മസിലുകളിലേക്കു കൂടുതൽ രക്തയോട്ടം ഉണ്ടാകും. വ്യായാമം ചെയ്യുമ്പോൾ ഇത് നമ്മുടെ ഹൃദയത്തിലെയും പേശികളിലെയും സമ്മർദ്ദം കുറയ്ക്കും. നമ്മുടെ മസിലുകൾക്കു പരിക്ക് പറ്റാതിരിക്കാൻ ഇതു സഹായിക്കും. പ്രധാന വ്യായാമങ്ങൾ ചെയ്യുന്നതിനു മുൻപായി ലഘുവ്യായാമങ്ങൾ ചെയ്ത് ശരീരത്തെ ചൂടാക്കാനും വ്യായാമങ്ങൾക്കുശേഷം ശരീരത്തെ തണുപ്പിക്കാനും നാം ശ്രദ്ധിക്കണം. ഇതൊക്കെ എനിക്കു പുതിയ അറിവായിരുന്നു.

ആദ്യമൊക്കെ ഞങ്ങൾ അല്പദൂരം നടന്നതിനുശേഷം 100 മീറ്റർ മാത്രം ഓടി, പരിശീലനം തുടങ്ങി. നച്ചുവിന്റെ കൂട്ടുകാരികളായ മാഹീൻ, മെഹനാസ്, നീനു തുടങ്ങിയവരെല്ലാം എന്നെ ഓടാനായി പ്രോത്സാഹിപ്പിച്ചു. അങ്ങനെ ഓടിത്തുടങ്ങിയപ്പോഴാണ് മനസ്സിലായത്, വിചാരിച്ചതുപോലെ അത്ര ബുദ്ധിമുട്ടുള്ള കാര്യമല്ല ഈ ഓട്ടം എന്നതെന്ന്. അങ്ങനെ മൂന്നാഴ്ച ഞങ്ങൾ എല്ലാ ദിവസവും ജുമൈറ ബീച്ചിലെ വോക്കിങ് ട്രാക്കിൽ, അഞ്ച് കിലോമീറ്റർ നടന്നും ഓടിയും പരിശീലിച്ചു. അപ്പോഴേക്കും ഏകദേശം രണ്ടര കിലോമീറ്റർ നിർത്താതെ ഓടാൻ സാധിക്കുന്നുണ്ടായിരുന്നു. 100 മീറ്റർ പോലും ഓടാൻ മടിച്ചുനിന്ന എന്റെ ഈ മാറ്റം പുതിയൊരു ഉണർവ് നൽകി.

'പരിശ്രമം ചെയ്യുകിലെന്തിനേയും വശത്തിൽ ആക്കാം...' എന്ന ചൊല്ല് അന്വർത്ഥമായി.

പിന്നീട് ദുബായിൽ നടന്ന ഒരുപാട് ദീർഘദൂര ഓട്ടങ്ങളിൽ പങ്കെടുത്തു. ഓരോ ഓട്ടങ്ങളിലും എന്റെ ഓട്ടസമയം മെച്ചപ്പെടുത്തിക്കൊണ്ടിരുന്നു. രാവിലെയുള്ള നടത്തവും എക്സർസൈസുകളും ജിമ്മിൽ പോയുള്ള പരിശീലനങ്ങളും എന്റെ ദിനചര്യകളിൽപെട്ട കാര്യമായി.

''രാവിലെ എക്സർസൈസ് ചെയ്യാൻ മടി തോന്നുമ്പോൾ, സജ്നത്ത ഇപ്പോൾ എക്സർസൈസ് ചെയ്യുന്നുണ്ടാകുമല്ലോ എന്നോർത്ത് ഞാൻ എന്റെ മടി മാറ്റിവെച്ച് എഴുന്നേൽക്കും.''

''ഈ പ്രായത്തിലും ഇതൊക്കെ ചെയ്യുന്ന സജ്നിത്താ നിങ്ങൾ ഞങ്ങൾക്ക് ഒരു പ്രചോദനമാണ്.'' എന്നൊക്കെ ഓരോരുത്തരും എന്നോടു പറയുമ്പോൾ, എന്റെ ആരോഗ്യത്തിനു മാത്രമല്ല മറ്റുള്ളവർക്കുകൂടി എന്റെ വ്യായാമങ്ങൾ ഉപകാരപ്രദമാകുന്നുണ്ടല്ലോ എന്നോർത്ത് ഞാൻ ഏറെ ആഹ്ലാദവതിയാകുന്നു.

ദുബായ് ഫിറ്റ്നസ് ചലഞ്ച് തുടങ്ങിയപ്പോൾ മുതൽ രാവിലത്തെ നടപ്പും വർക്കൗട്ടുകളുമൊക്കെ കുറച്ചുകൂടെ ഉഷാറാക്കി റെഗുലറായി ചെയ്യാൻ തുടങ്ങി. ഇതിനു മുൻപുള്ള വർഷങ്ങളിലൊക്കെ difc, kite beach... ഇവിടങ്ങളിലൊക്കെ നടക്കുന്ന യോഗ, എയറോബിക്സ്, ഒബ്സ്റ്റക്കിൾ ചാലഞ്ച് തുടങ്ങിയ പലതിലും സജീവമായി പങ്കെടുക്കാറുണ്ടായിരുന്നു.

പക്ഷേ, ഈ തവണത്തെ ഫിറ്റ്നസ് ചലഞ്ച് കോവിഡ് കാലത്തായതിനാൽ എല്ലാം ഒരു മന്ദഗതിയിലായിരുന്നു. കൈറ്റ് ബീച്ചിൽ പോയി ഏതെങ്കിലും ഒരു ചലഞ്ചിൽ പങ്കെടുക്കണമെന്ന് അതിയായ ആഗ്രഹമുണ്ടായിരുന്നെങ്കിലും ഒന്നിനും സാധിച്ചിരുന്നില്ല.

അപ്പോഴാണ് എന്റെ മകൾ ഒരു ദിവസം കൈറ്റ് ബീച്ചിലെ അക്വാ പാർക്കിൽ കുട്ടികൾക്കുവേണ്ടി അരമണിക്കൂർ നേരം ബുക്ക് ചെയ്തിട്ടുണ്ട്. നമുക്കും സ്വിം സ്യൂട്ട് ഒക്കെ ഇട്ടുപോകാം. പറ്റിയാൽ കുട്ടികളുടെ കൂടെ ഇറങ്ങാം എന്നു പറഞ്ഞത്. കേൾക്കേണ്ട താമസം 'രോഗി ഇച്ഛിച്ചതും വൈദ്യൻ കൽപ്പിച്ചതും പാല്' എന്ന മട്ടിൽ ഞാൻ ചാടിയിറങ്ങി.

ഉച്ചയ്ക്ക് 3.15 മുതൽ 3.45 വരെയുള്ള സമയമാണ് ഞങ്ങൾക്ക് ലഭിച്ചത്. അക്വാപാർക്കിന്റെ ഇൻചാർജ് ആയിരുന്ന ഇംഗ്ലീഷുകാരനോട് ഞങ്ങളെല്ലാവരും പൊയ്ക്കോട്ടെ എന്നു ചോദിച്ചപ്പോൾ, മൂപ്പര് ചോദിച്ചത് എല്ലാവർക്കും നീന്തൽ അറിയാമല്ലോ എന്നാണ്. വെള്ളത്തിൽ വീണാൽ മുങ്ങാതെ പൊങ്ങിക്കിടക്കാൻ അറിയാം എന്നുള്ള ധൈര്യത്തിൽ ഞാനും വേഗം തലയാട്ടി. ഞങ്ങൾക്കെല്ലാവർക്കും ലൈഫ് ജാക്കറ്റും എടുത്തുതന്നു. അതുവരെയും ഞാൻ വിചാരിച്ചത് കരയിലാണ് ഈ വാട്ടർ പാർക്ക് സെറ്റ് ചെയ്തിരിക്കുന്നതെന്നാണ്. പേരക്കുട്ടികൾ വെള്ളത്തിലേക്കിറങ്ങി നടക്കാൻ തുടങ്ങുന്നതു കണ്ടപ്പോഴാണ് സത്യത്തിൽ സംഭവം എന്താണെന്ന് ഞാൻ ശരിക്കും നോക്കിയത്.

കരയിൽനിന്നും ഏകദേശം ഒരു 300 മീറ്റർ ദൂരത്തിൽ കടലിൽ inflatable ആയ ഒരു ഫ്ളോട്ടിങ് പാർക്ക് ആയിരുന്നത്. ഞാനതും നോക്കി കണ്ണുമിഴിച്ചങ്ങനെ നിന്നപ്പോഴാണ് മോള് പറയുന്നത് ''ഉമ്മാ... ഞാൻ വരുന്നില്ല... എനിക്ക് നാലു മണിക്ക് ബോക്സിങ് challenge ഉണ്ട്. വെള്ളത്തിലിറങ്ങി എല്ലാം നനഞ്ഞാൽപിന്നെ ബോക്സിങ്ങിനു പോകാൻ ബുദ്ധിമുട്ടാകും എന്ന്. പോകണോ വേണ്ടയോ എന്ന ഒരു സംശയത്തിലായി ഞാൻ.

ഇതല്ല... ഇതിനപ്പുറം ചാടിക്കടന്നവനാണീ കെ. കെ. ജോസഫ്... എന്ന ഇന്നസെന്റ് ഡയലോഗ് മനസ്സിൽ പറഞ്ഞുകൊണ്ട് ഞാൻ

വെള്ളത്തിലൂടെ നടക്കാൻ തുടങ്ങി. സത്യത്തിൽ നടന്നുപോകാവുന്ന ദൂരമേ ഉള്ളൂ എന്നാണ് ഞാൻ കരുതിയത്. ഇച്ചിരി നടന്നപ്പോൾ നിലയില്ലാത്ത വെള്ളത്തിലായി. പിന്നെ രണ്ടും കൽപ്പിച്ച് ഒറ്റ നീന്തലായിരുന്നു. ഉപ്പുവെള്ളം കണ്ണിലും മൂക്കിലും വായിലും ഒക്കെ കേറി എനിക്കു ശ്വാസംമുട്ടുന്നുണ്ടായിരുന്നു. പടച്ചോനേ... ഉപ്പുവെള്ളം കുടിച്ചു ചാവാനാണോ എന്റെ വിധി എന്നുവരെ ഞാൻ സംശയിച്ചു.

തീരെ തയ്യാറെടുപ്പില്ലാത്ത ഒരു നീന്തൽ ആയതുകൊണ്ട് ഞാൻ അല്പം പേടിച്ചു എന്നുള്ളതായിരുന്നു സത്യം. വെള്ളത്തിൽ പൊങ്ങിക്കിടക്കുന്ന അക്വാ പാർക്കിന്റെ സൈഡിൽ പിടികിട്ടുന്നതുവരെ ജീവന്മരണപോരാട്ടം പോലെ ഞാൻ ആഞ്ഞുനീന്തി. കിതപ്പു മൂലം എനിക്ക് അതിനകത്തേക്കു ചാടിക്കയറാൻ പറ്റാതെ കുറച്ചുനേരം അതിന്റെ സൈഡിൽ തൂങ്ങിക്കിടന്നു. കുറച്ചുകഴിഞ്ഞ് ലൈഫ് ഗാർഡ് വന്ന് എന്റെ ലൈഫ് ജാക്കറ്റിൽ പിടിച്ച് തൂക്കിയെടുത്ത് അക്വാ പാർക്കിന്റെ അകത്തേക്കിട്ടു.

പിടിച്ചതിനെക്കാൾ വലുതാണ് മാളത്തിൽ എന്നു പറഞ്ഞ മാതിരിയായി അതിനകത്തെ സ്ഥിതി. വെറുതെ ഊതിവീർപ്പിച്ച നിലത്തു നിൽക്കാൻതന്നെ ബാലൻസ് കിട്ടില്ല. ഇതാണെങ്കിലോ ഇളകിയാടുന്ന കടലിലും. പോരേ പൂരം... എണീറ്റുനിൽക്കാൻ നോക്കിയപ്പോൾ വീണ്ടും കടലിലേക്കു വീഴാൻ പോയി. പിന്നെയും ഉപ്പുവെള്ളം കുടിക്കാൻ ത്രാണി ഇല്ലാത്തതിനാൽ തവള കിടക്കണ പോലെ ഒറ്റ കിടപ്പായിരുന്നു കുറച്ചുനേരം. പിന്നെ പതുക്കെ നിരങ്ങിനിരങ്ങി അതിന്റെ ഒത്ത നടുക്ക് എത്തി സുരക്ഷിതമാണെന്ന് തോന്നിയപ്പോൾ എണീറ്റുനിന്ന് നാലു ചാട്ടംചാടി എന്റെ പൂതിയൊന്നു തീർത്തു.

പേരക്കുട്ടികൾ അർമാദിക്കുന്നുണ്ടായിരുന്നു. വലിയ സ്ലൈഡിന്റെ മുകളിൽ കയറിനിന്ന് വെള്ളത്തിലേക്ക് ചാടാനായി അവർ എന്നെയും വിളിച്ചു. എന്റെ ഉള്ളിലെ തീ എനിക്കല്ലേ അറിയൂ. ഞാൻ ഒരു വളിച്ച ചിരിയുമായി അവരെ പ്രോത്സാഹിപ്പിക്കാനായി കൈയടിച്ചുകൊണ്ടിരുന്നു. ഇനി തിരിച്ച് കരയിലേക്ക് എത്താനും ഈ ഉപ്പുവെള്ളത്തിൽ നീന്തണമല്ലോ എന്നതായിരുന്നു എന്റെ അപ്പോഴത്തെ ചിന്ത. തിരിച്ചുനീന്തുമ്പോഴും ഉപ്പുവെള്ളത്തിന്റെ നീറ്റലിൽ ഞാൻ ഇച്ചിരി ഡാൻസ് കളിച്ചു. അപ്പോഴും ലൈഫ് ഗാർഡ് എന്നെ സഹായിച്ചു.

തിരിച്ചു കരയിലെത്തിയപ്പോൾ ആ ഇംഗ്ലീഷുകാരൻ ഗൗരവത്തിൽ എന്നോടു ചോദിച്ചു ''നിങ്ങളല്ലേ നീന്താനറിയാം എന്നു

പറഞ്ഞത്..?'' എന്റെ സാഹസങ്ങൾ എല്ലാം അയാൾ കരയിൽനിന്ന് വീക്ഷിച്ചിരുന്നു എന്ന് എനിക്കു മനസ്സിലായി.

''അത്... അതേയ്... ഉപ്പുവെള്ളം മൂക്കിൽ കയറിയിട്ട് എനിക്കിത്തിരി ശ്വാസംമുട്ടി. അല്ലാതെ നീന്തൽ അറിയാഞ്ഞിട്ടൊന്നുമല്ല.'' ഞാനൊരു ചമ്മലോടെ വിക്കിവിക്കി പറഞ്ഞു.

''മേലാൽ ഈ വഴിക്ക് വന്നുപോകരുത്.'' അല്പം പരുഷമായി അയാളെന്നോടു പറഞ്ഞു.

''അതു ശരി... ഞങ്ങടെ നാട്ടീന്ന് നിങ്ങൾ എടുത്തോണ്ടുപോയ കോഹിനൂർ രത്നം തിരിച്ചുതന്നിട്ട് വലിയ വർത്താനം പറഞ്ഞാൽ മതി'' എന്നു മനസ്സിൽ പറഞ്ഞുകൊണ്ട് നനഞ്ഞ വസ്ത്രങ്ങൾ മാറ്റാനായി ചെയ്ഞ്ചിങ് റൂം തപ്പിനടന്നു. ഹും നമ്മളോടാ കളി...

പിന്നീട് മൂന്നാല് ദിവസത്തേക്ക് ദേഹം മുഴുവൻ വേദനയായിരുന്നു. ''അവനോന് പറ്റുന്ന പണി ചെയ്താൽ പോരെ'' എന്ന, ഉളുക്കിയ കൈയിൽ വോൾടാറിൻ പുരട്ടിത്തന്നുകൊണ്ടുള്ള കണവന്റെ ചോദ്യം ഞാൻ കേൾക്കാത്തതുപോലെയിരുന്നു...

ഇനിയും ഇങ്ങനെ എത്രയെത്ര സാഹസങ്ങൾ ചെയ്യാൻ ബാക്കി കിടക്കുന്നു...

■

ഒരു ചിക് ചിക് ചിക് ചിറകിൽ മഴവില്ലു വിരിക്കും മനസ്സേ ശുക്രിയാ...

ജീവിതത്തിൽ സുഹൃദ്ബന്ധങ്ങൾ ഇല്ലാത്തവർ ആരും ഉണ്ടാവില്ല. ആജീവനാന്ത സുഹൃത്തുക്കളും ഹ്രസ്വകാല സുഹൃത്തുക്കളുമായി പലരും ഉണ്ടാവും. മനസ്സറിയുന്ന, മനസ്സിനോടു ചേർന്നുനിൽക്കുന്ന നല്ല സുഹൃത്തുക്കളെ ലഭിക്കുന്നത് വലിയൊരു ഭാഗ്യംതന്നെയാണ്.

ചിലരൊക്കെ ഒന്നാം ക്ലാസിൽ തുടങ്ങിയ കൂട്ടുകെട്ട് ജീവിതകാലം മുഴുവൻ സൂക്ഷിക്കുന്നതു കണ്ട് എനിക്ക് എന്നും അത്ഭുതമാണ്. എനിക്കങ്ങനെ ആജീവനാന്ത കൂട്ടുകാരായി ആരുമില്ലല്ലോ എന്നൊരു നഷ്ടബോധവും തോന്നും.

എനിക്കാണെങ്കിൽ ഒന്നാം ക്ലാസിൽ എന്റെ കൂടെ പഠിച്ച ഒരു കുട്ടിയുടെ മുഖംപോലും ഓർമ്മ വരുന്നില്ല. മൂന്നാം ക്ലാസിൽ കൂടെ പഠിച്ചിരുന്ന ജിജി ആയിരുന്നു എന്റെ ഓർമ്മയിലെ ആദ്യത്തെ കൂട്ടുകാരി. കൂടെ പഠിച്ചിരുന്ന ജയറാണി തിലക്, ജെസ്സി പോൾ, ജാസ്മിൻ ജെ., ജോളി കെ.ജോർജ്, ഷേർളി ജോൺ... ഇവരുടെയൊക്കെ ക്ലാസ്സിലെ വിശേഷങ്ങൾ വീട്ടിലെത്തിയാൽ ഞാൻ എന്നും ഉമ്മാനോട് പറയുമായിരുന്നു. എല്ലാവരുടെയും ഇനിഷ്യൽ അടക്കമുള്ള മുഴുവൻ പേര് പറഞ്ഞാണ് ഞാൻ എപ്പോഴും വിശേഷങ്ങൾ പറഞ്ഞിരുന്നത്.

അതു പറഞ്ഞ് ഉമ്മ ഇടയ്ക്കിടെ എന്നെ കളിയാക്കുമായിരുന്നു. എന്റെ മോൾ സ്കൂളിൽ പോയി വന്നിട്ട് വിശേഷങ്ങൾ പറയുമ്പോൾ എന്റെ ചെറുപ്പത്തിലെ അതേ ശൈലിയിൽ കൂട്ടുകാരുടെ മുഴുവൻ പേരും പറയുമ്പോൾ, ഉമ്മ എന്നെ കളിയാക്കിയിരുന്ന കുട്ടിക്കാലം ഓർത്ത് ഞാൻ എന്നെത്തന്നെ അവളിൽ കാണുമായിരുന്നു.

അഞ്ചാം ക്ലാസിൽ എത്തിയപ്പോൾ ജിജി വേറെ ഡിവിഷനിലേക്ക് മാറിപ്പോയതോടെ അവളുമായുള്ള സൗഹൃദം നിലച്ചു. പിന്നീട് മറിയാമ്മയായിരുന്നു എന്റെ ആത്മമിത്രം. ചക്ക ഇഷ്ടമുള്ള എനിക്കവൾ ഇടയ്ക്കിടെ വീട്ടിൽനിന്ന് കുറെയധികം ചക്കച്ചുളകൾ പ്ലാസ്റ്റിക്

കവറിൽ ഇട്ട് കൊണ്ടുതരുമായിരുന്നു. അന്ന് ക്ലാസ്സിൽ മുഴുവൻ ചക്കമണമായിരിക്കും. ചില ടീച്ചർമാർ അതു ചോദിക്കുകയും ചെയ്യുമായിരുന്നു.

ക്ലാസ്സിലെ മറ്റൊരു കുട്ടിക്കും ചോദിച്ചാൽപോലും മറിയാമ്മ ഒരു ചക്കച്ചുള നൽകില്ലായിരുന്നു. ഞങ്ങളുടെ ഈ സൗഹൃദത്തെ ക്ലാസ്സിലെ മറ്റു കുട്ടികൾ അസൂയയോടെയാണ് നോക്കിക്കണ്ടിരുന്നത്.

മറിയാമ്മ കുടുംബത്തോടൊപ്പം കന്യാകുമാരിയിൽ വിനോദയാത്ര പോയപ്പോൾ അനിയത്തിയെ കാണാതെ പോയതും പിന്നീട് കിട്ടിയ കഥകളുമൊക്കെ പൊടിപ്പും തൊങ്ങലുംവെച്ച് വിവരിച്ചു പറഞ്ഞു. കേട്ടിരുന്ന മറ്റ് ചില കൂട്ടുകാർ അവരുടെ യാത്രയിലെ സമാനമായ ചില സംഭവങ്ങൾ പറഞ്ഞപ്പോൾ, അങ്ങനത്തെ യാതൊരു അനുഭവങ്ങളും ഇല്ലാത്ത ഞാൻ ഒറ്റപ്പെടുന്നതുപോലെ തോന്നി.

അങ്ങനെ വിട്ടുകൊടുത്താൽ പറ്റില്ലല്ലോ... പിന്നൊന്നും നോക്കിയില്ല. ഞാനും ഒരു സ്റ്റൈലൻ നുണക്കഥ അങ്ങ് കാച്ചി. ഞങ്ങൾ ആലുവയിൽ ശിവരാത്രി കാണാൻ പോയപ്പോൾ എല്ലാവരുടെയും കൂടെ വെള്ളത്തിലിറങ്ങിയ ആങ്ങളയെ കാണാതായി. എല്ലാവരും വെള്ളത്തിലും വഞ്ചിയിലുമൊക്കെയായി നാലുപാടും തിരഞ്ഞിട്ടും മൂപ്പരെ എവിടെയും കണ്ടില്ല. ഞങ്ങളൊക്കെ കരച്ചിലായി. അപ്പോഴുണ്ട് ആങ്ങള വെള്ളത്തിനു മുകളിലൂടെ അങ്ങനെ ഒഴുകിവരുന്നു. അപ്പോഴാണ് ഞങ്ങൾക്ക് ആശ്വാസമായത്.

ആയിടയ്ക്കു കണ്ട ഏതോ സിനിമയിലെ ഭാഗങ്ങളൊക്കെ കൂട്ടിച്ചേർത്ത് ഞാൻ കഥ പറഞ്ഞുനിർത്തി.

കൂട്ടുകാരികളുടെ മുഖത്ത് അവിശ്വസനീയഭാവം ഉണ്ടോ എന്നൊരു സംശയത്താൽ എന്നിലെ കഥാകാരി ഉണർന്നു. ഞാൻ കഥ കുറച്ചു കൂടെ പൊലിപ്പിച്ചു പറഞ്ഞവരെ വിശ്വസിപ്പിച്ചു.

പക്ഷേ, വേനലവധിക്കു സ്കൂൾ അടയ്ക്കുന്ന ദിവസം മറിയാമ്മ, ''നീയന്ന് ആങ്ങള ഒഴുകിവന്നു എന്നു പറഞ്ഞത് നുണക്കഥയല്ലേ'' എന്ന് എന്റെ ചെവിയിൽ ചോദിച്ചപ്പോൾ, എന്റെ കള്ളത്തരം കണ്ടുപിടിച്ചതറിഞ്ഞു ഞാനാകെ വിളറിവെളുത്തു.

മറ്റാരും കേട്ടില്ലല്ലോ എന്ന് ചുറ്റുംനോക്കി ഉറപ്പുവരുത്തിയതിനു ശേഷം അവളെ നോക്കി ഒരു ചമ്മിയ ചിരി ചിരിച്ചുകൊണ്ട് ഞാൻ തലയാട്ടി.

ഒരു ഞായറാഴ്ച, നേരത്തേ പറഞ്ഞുറപ്പിച്ചതിനനുസരിച്ച് മറിയാമ്മയും ചെറിയ ആങ്ങളയും കൂടി, എന്നെ അവളുടെ വീട്ടിലേക്കു കൂട്ടിക്കൊണ്ടു പോകാനായി വന്നു.

വൈകുന്നേരം അഞ്ചുമണിക്കു മുൻപ് വീട്ടിലേക്കു തിരിച്ചെത്തണമെന്ന നിബന്ധനയിൽ പുതുപ്പള്ളിയിലുള്ള അവളുടെ വീട്ടിലേക്ക് ഉമ്മയെന്നെ പോകാൻ അനുവദിച്ചു. മറിയാമ്മയുടെ മമ്മി നൽകിയ വിഭവസമൃദ്ധമായ ഭക്ഷണത്തിനുശേഷം അവളുടെ വീടിനു പുറകിലെ കപ്പത്തോട്ടത്തിലും കശുമാവിൻതോപ്പിലുമൊക്കെ, കപ്പ മൂടോടെ പറിച്ചും കശുമാങ്ങ പറിച്ചുമൊക്കെ ഞങ്ങൾ രസിച്ചു.

മേലപ്പടി മണ്ണും കശുമാങ്ങയുടെ കറയുമൊക്കെയായ എന്നോട്, മറിയാമ്മയുടെ മമ്മി അവളുടെ ഡ്രസ്സ് എടുത്തുതന്നിട്ട് പോയി കുളിക്കാൻ പറഞ്ഞു. എന്നിട്ട് എന്റെ ചളിയായ ഡ്രസ്സെല്ലാം കഴുകി ഉണക്കാനിട്ടു.

കളിച്ചു മതിയാവാത്ത ഞങ്ങൾക്ക് വൈകുന്നേരം ആയിട്ടും പിരിയാൻ മനസ്സ് വന്നില്ല.

''നീ ഇന്ന് പോകേണ്ട.. നാളെ നമുക്ക് ഇവിടെ നിന്നുതന്നെ സ്കൂളിൽ പോകാം. എന്റെ യൂണിഫോം ഇട്ട് പോയാൽ മതിയല്ലോ..'' കൂടുതൽ കളിക്കാനുള്ള ആവേശത്തിൽ വരുംവരായ്കകളെക്കുറിച്ച് ഒന്നും ചിന്തിക്കാതെ ഞാൻ വേഗമവളുടെ നിർദ്ദേശം സമ്മതിച്ചു. സ്കൂൾ ബാഗ് ഇല്ലാത്തതോ വീട്ടുകാർ വിഷമിക്കും എന്നതോ ഒന്നും ആ സമയത്തു ചിന്തിച്ചില്ല.

വിവരമറിഞ്ഞപ്പോൾ മറിയാമ്മയുടെ മമ്മി ''അയ്യോ...കൊച്ചിന്റെ വീട്ടുകാർ പേടിക്കും'' എന്നു പറഞ്ഞ് നിർബന്ധമായി എന്നെ പറഞ്ഞുവിട്ടു. നേരം ഇരുട്ടിത്തുടങ്ങിയപ്പോൾ മനസ്സില്ലാമനസ്സോടെ മറിയാമ്മയുടെ കൂടെ എന്റെ വീട്ടിലേക്കു തിരിച്ചുനടന്ന ഞാൻ, പാതിവഴിയായപ്പോൾ എന്നെ തേടിവരുന്ന എന്റെ ഇക്കാമാരെയാണ് കണ്ടത്. അത്രയും നേരം വൈകിയതിന് ഉമ്മാടെ കൈയിൽനിന്ന് നല്ല വഴക്കും കിട്ടി. എങ്കിലും ആ ഒരു ദിവസം മധുര ഓർമ്മയായി മനസ്സിൽ ഇപ്പോഴുമുണ്ട്.

എട്ടാം ക്ലാസിൽ എത്തിയപ്പോൾ മറിയാമ്മ പുതുപ്പള്ളി സ്കൂളിൽ ചേർന്നതോടെ ആ കൂട്ടുകെട്ടും നിലച്ചു.

പിന്നീട് ഓരോ ക്ലാസിലും സൂസൻ, ഷീല, മിനി, മോളിക്കുട്ടി, സാലി, ആശ... അങ്ങനെ പല കൂട്ടുകാരും ഉണ്ടായിരുന്നു. പക്ഷേ അവരൊന്നും ആത്മമിത്രങ്ങൾ ആയിരുന്നില്ല.

പിന്നീട് പ്രീഡിഗ്രിക്കു പഠിക്കുമ്പോഴാണ് സിസി, സുമ എന്ന എന്റെ പ്രിയപ്പെട്ട കൂട്ടുകാരികളെ കിട്ടിയത്. മൂന്നുപേരുടെയും പേരിന്റെ തുടക്കം 'എസി'ൽ ആയതുകൊണ്ട് 'എസ്' ത്രയങ്ങൾ എന്നാണ് ഞങ്ങൾ കോളേജിൽ അറിയപ്പെട്ടിരുന്നത്. ഞങ്ങൾ മൂന്നുപേരും ഒന്നിച്ചാണ് ആദ്യമായി ക്ലാസ്സ് കട്ട് ചെയ്ത് സിനിമയ്ക്കു പോയത്.

തൃശ്ശൂർക്കാരിയായ എനിക്ക് റബ്ബർ ബോർഡ് വിട്ടാൽ പിന്നെ അധികം പരിചയക്കാരെ ഒന്നും കാണേണ്ടിവരാറില്ല. പക്ഷേ, കോട്ടയത്തുകാരായ സിസിയുടെയും സുമയുടെയും സ്ഥിതി അതായിരുന്നില്ല. ക്ലാസ്സ് കട്ട് ചെയ്ത് സിനിമയ്ക്കു പോകുന്നത് പരിചയക്കാർ ആരെങ്കിലും കണ്ട് വീട്ടിൽ അറിയിച്ചാൽ പ്രശ്നമാകും എന്ന ഭയത്താൽ മടിച്ചുനിന്ന അവർ, എന്റെ ധൈര്യപൂർവമായ പ്രേരണ മൂലം ആ സാഹസത്തിനു തയ്യാറായി.

സിനിമ കാണാൻ പുറപ്പെട്ടതുമുതൽ എല്ലാത്തിനും നേതാവായി ഞാൻ മുന്നിൽതന്നെ നിന്നു. സിസിയും സുമയും പരിചയക്കാർ ആരെങ്കിലും കാണുമോ എന്ന ഭയത്താൽ നിഴലുപോലെ എന്റെ പുറകിലും നിന്നു. മോണിംഗ് ഷോ കഴിഞ്ഞ് തിയേറ്ററിൽ നിന്ന് ഇറങ്ങി, എന്നും പോകുന്ന ബസ്സിൽ കയറുന്നതുവരെ രണ്ടെണ്ണത്തിന്റെയും ചങ്കിൽ തീയായിരുന്നു. ആദ്യശ്രമം വലിയ കുഴപ്പങ്ങളൊന്നുമില്ലാതെ വിജയിച്ചപ്പോൾ പിന്നെ ഞങ്ങൾക്കു ധൈര്യമായി. പിന്നെയും ഒന്നുരണ്ട് സിനിമകൾ ഞങ്ങൾ അങ്ങനെ ക്ലാസ് കട്ട് ചെയ്ത് പോയി കണ്ടു. കട്ടുതിന്നുന്നതുപോലെ കട്ടു സിനിമ കാണുന്നതും ഒരു പ്രത്യേക രസംതന്നെയായിരുന്നു.

പ്രീഡിഗ്രി കഴിഞ്ഞതോടെ വാപ്പ റബ്ബർ ബോർഡിൽനിന്ന് റിട്ടയർ ആയതുകൊണ്ട് ഞങ്ങൾ കോട്ടയം വിട്ടു. കത്തുകളിലൂടെ കുറേക്കാലം ഇവരുമായുള്ള സൗഹൃദം നിലനിന്നെങ്കിലും, അതിനും അധികം ആയുസ്സ് ഉണ്ടായില്ല.

ചെറുപ്പം മുതൽ കളിച്ചുവളർന്ന ക്വാർട്ടേഴ്സിലെ കൂട്ടുകാരികളായ ഷീല, രശ്മി, ദീപ, മിനിക്കുട്ടി എന്നിവരുമായുള്ള സൗഹൃദത്തിന്റെ നിറം ഒന്നുവേറെയായിരുന്നു. എല്ലാ ദിവസവും രാവിലെയും വൈകുന്നേരവും വിശേഷങ്ങൾ പങ്കുവെച്ച് സ്കൂളിലേക്കുള്ള യാത്ര, സ്കൂൾ വിട്ടു വന്ന് വൈകുന്നേരം ഒന്നിച്ചു പലവിധത്തിലുള്ള കളികൾ, ഇണക്കങ്ങൾ, പിണക്കങ്ങൾ... അതൊക്കെ ഓർത്തിരിക്കാൻതന്നെ എന്തു രസമാണ്.

വിവാഹശേഷം ദുബായിൽ എത്തിയപ്പോൾ ആദ്യം എനിക്കു കിട്ടിയ കൂട്ടുകാരിയാണ് സീനത്ത്. എന്നും ഏതു നേരവും സ്വാതന്ത്ര്യത്തോടെ ഞങ്ങൾക്കു കയറിച്ചെല്ലാൻ പറ്റുന്ന ഒരു വീടായിരുന്നു സീനയുടേത്. പിന്നീട് ഷാർജയിൽനിന്നും ദുബായിലേക്ക് താമസം മാറിയപ്പോൾ അടുത്തുള്ള ഫ്ളാറ്റിൽ താമസിച്ചിരുന്ന മറിയുവുമായി ഏറെ അടുപ്പമായി. നന്നായി ഡ്രസ്സ് ഡിസൈനിങ് ചെയ്തിരുന്ന മറിയുവായിരുന്നു അന്നെന്റെ ഫാഷന്റെ അവസാന വാക്ക്. അവരുടെ മക്കളായ അസീജയും സനനാസും എന്റെ മോളുടെയും കളിക്കൂട്ടുകാരായതു ഞങ്ങളുടെ സൗഹൃദത്തിനു കൂടുതൽ മിഴിവേകി.

ഞങ്ങൾ മൂന്നു പേരും നൈഫ് മാർക്കറ്റിലും റോള മാർക്കറ്റിലുമൊക്കെ ഷോപ്പിങ്ങിനായി ഇടയ്ക്കിടെ ചുറ്റിക്കറങ്ങും. ഷോപ്പിംഗ് തുടങ്ങുന്നതിനു മുൻപു തന്നെ ചായയും സമൂസയും നിർബന്ധമുള്ള കാര്യമായിരുന്നു. ഷോപ്പിങ്ങിനെക്കാൾ കൂടുതൽ വർത്തമാനവും തീറ്റയുമാണ് ഉണ്ടാവുന്നത്. പിന്നീട് രണ്ടുപേരും നാട്ടിലേക്കു സ്ഥിരതാമസത്തിനു പോയതോടെ, സൗഹൃദത്തിനു കുറവൊന്നും ഇല്ലെങ്കിലും 'മിഴിയകന്നാൽ മനമകുന്നു' എന്ന നിലയിലായി ഞങ്ങൾ.

നസി, ഫാത്തിമ, ബഷീറ, റൂബി ഇവരൊക്കെ എന്റെ സൗഹൃദ വലയത്തിൽ പെട്ടവരായിരുന്നു.

2003 ലാണ് ബന്ധുവായ സുബിത്ത, ദുബായിലും ഷാർജയിലും അജ്മാനിലുമുള്ള ഒരു കൂട്ടം കൂട്ടുകാരികളുടെ ഇടയിലേക്ക് കൂട്ടുകൂടാനായി എന്നെയും ക്ഷണിച്ചത്. അന്ന് ആ കൂട്ടത്തിൽ എനിക്കു പരിചയമുള്ളവർ വിരലിലെണ്ണാവുന്നവർ മാത്രമായിരുന്നു. പക്ഷേ, ഇന്നവരെല്ലാം എന്റെ ആത്മമിത്രങ്ങളാണ്.

''കിറ്റി ഫ്രണ്ട്സ്' എന്ന ഈ ഗ്രൂപ്പ് എല്ലാ മാസവും ഒരു ദിവസം ആരുടെയെങ്കിലും വീട്ടിൽ ഒന്നിച്ചുകൂടും. ഭക്ഷണവും കളിയും ചിരിയും മത്സരങ്ങളും സമ്മാനവും കുറിയും ഒക്കെയായി നാലു മണിക്കൂർ നാലു നിമിഷങ്ങളാക്കും ഞങ്ങളുടെ ഈ സൗഹൃദക്കൂട്ടം.

ഒരു മാസത്തേക്കുള്ള മാനസികോല്ലാസം മുഴുവൻ ഞങ്ങൾ ആ ഒരു ദിവസം കൊണ്ട് മനസ്സിൽ നിറയ്ക്കും. ഈ കൂട്ടുകെട്ടിൽ ആദ്യമുണ്ടായിരുന്ന സുബിത്ത അടക്കം ചിലർ പല കാരണങ്ങളാൽ കൊഴിഞ്ഞുപോയപ്പോൾ പുതിയ പുതിയ കൂട്ടുകാർ വന്നുചേർന്നു. കൂട്ടത്തിൽ ചില പഴയ മുഖങ്ങൾ മാറി പുതിയ മുഖങ്ങൾ വന്നെങ്കിലും ഞങ്ങൾ തമ്മിലുള്ള സ്നേഹത്തിന് ഒരു കുറവും വന്നില്ല.

ജാതിമത ചിന്തകളോ ദേശഭേദങ്ങളോ ഇല്ലാതെ കേരളത്തിലെ ഏകദേശം എല്ലാ ജില്ലകളിലും ഉള്ള കൂട്ടുകാരികളുമായി ഈ അറബി നാട്ടിൽ നിർലോഭ സ്നേഹവും കളിചിരികളും തമാശകളും വീട്ടുവിശേഷങ്ങളും പ്രശ്ന പരിഹാരങ്ങളുമായി ഇന്നും നിലനിൽക്കുന്ന ഈ സ്നേഹക്കൂട്ടിലെ ഒത്തുചേരലുകൾ ഒന്നുപോലും പാഴാക്കാൻ ഞങ്ങൾക്കാർക്കും ഇഷ്ടമല്ല.

ഷഹനിത്ത, സ്മിത, സാജിത, സോഫി, സബിത, നിമ്മിത്ത, ഫാത്തിമത്ത, സന്ധ്യ, ജോളി, ആശ, ശോഭ, നസറത്ത്, സൈറ, ജാസ്മിൻ, ഷൈജ, പർവീൻ, സൂബി... അങ്ങനെ പഴയതും പുതിയതുമായ ഒരുപാട് കൂട്ടുകാരെ ഈ സൗഹൃദക്കൂട്ടത്തിലൂടെ എനിക്കു ലഭിച്ചു. ഞങ്ങളുടെ ഈ പെൺപട ഹൈദരാബാദ്, ജയ്പൂർ തുടങ്ങിയ ഇടങ്ങളിലേക്ക് യാത്രചെയ്തു. യാതൊരു വിലക്കുകളും ഇല്ലാതെ

ഞങ്ങൾ ഞങ്ങളുടെ മാത്രമായ ഒരു ലോകം സൃഷ്ടിച്ചുകൊണ്ട് ഇവിടങ്ങളിലൊക്കെ ചുറ്റിക്കറങ്ങി. ഇന്നും കൂടുതൽ കരുത്തോടെ തുടരുന്ന ഈ സൗഹൃദക്കൂട്ടമാണ് എന്റെ വലിയൊരു മുതൽക്കൂട്ട്.

ഖുർആൻ ക്ലാസ്സിലെ യാസ്മിൻ, സജ്ന, സുഹറ, ബൽകീസ്, ഷബ്നം, സെന്നിഫർ എന്നിവർ മാത്രമല്ല ടീച്ചർ ജസീറ പോലും എന്റെ കൂട്ടുകാരികളാണ്.

ചെടികളെ ഏറെ ഇഷ്ടപ്പെടുന്ന എനിക്ക് ഇവയെ നട്ടുവളർത്താനും പരിപാലിക്കാനും ഏറെ ഉത്സാഹമാണ്. മോശമല്ലാത്ത ഒരു ബാൽക്കണി ഗാർഡൻ എനിക്കുണ്ട്. ഒരേ ഇഷ്ടങ്ങളും താല്പര്യങ്ങളും ഉള്ളവരുടെ സൗഹൃദത്തിന്, പ്രായം ഒരു പ്രശ്നമല്ല എന്നതിനു തെളിവാണ് ലീനയുമായുള്ള എന്റെ കൂട്ടുകെട്ട്. ഞങ്ങൾ ഫോണിലൂടെ കുറെ അധികം നേരം ചെടികളെക്കുറിച്ച് സംസാരിച്ചു തുടങ്ങിയ ആ ബന്ധം ഒരു ആത്മബന്ധമായി മാറിക്കഴിഞ്ഞു. എഴുത്തിലൂടെ എനിക്കു ലഭിച്ച മറ്റൊരു ഉറ്റമിത്രമാണ് മഞ്ജു. അധികകാലമായിട്ടില്ല ഞങ്ങളുടെ സൗഹൃദത്തിന് എങ്കിലും ഒരു നല്ല സുഹൃത്തിനു വേണ്ട ഗുണങ്ങൾ മഞ്ജുവിൽ ഉള്ളതിനാലാവാം ഞങ്ങൾ പെട്ടെന്നു കൂട്ടുകാരായി. ഡയറിക്കുറിപ്പ് എഴുതുന്നതുപോലെ ഒരു ദിവസത്തിൽ സംഭവിക്കുന്നതൊക്കെയും പരസ്പരം പറയുന്നത് ഞങ്ങൾക്ക് ഇപ്പോൾ ഒരു ശീലമായിരിക്കുകയാണ്.

പെൻക്യൂൻസ് ക്രിയേറ്റേഴ്സ് എന്ന സ്വപ്ന, ലേഖ, മഞ്ജു, ബിന്ദു എന്നിവരടങ്ങിയ ഞങ്ങളുടെ എഴുത്തുകൂട്ടം, ഫിറ്റ്നസ് ഗ്രൂപ്പിലൂടെ ലഭിച്ച ഷബ്നം, അക്ഷരക്കൂട്ടത്തിലെ പ്രീതി, റാബിയ, വനിത, ബബിത... അങ്ങനെ അങ്ങനെ എന്റെ സൗഹൃദങ്ങൾ പടർന്നു പന്തലിക്കുകയാണ്.

സുഹൃത്തുക്കൾ എന്നും എനിക്ക് വിലമതിക്കാനാവാത്ത ഒരു സ്വത്താണ്. എന്റെ ജീവിതത്തിൽ പല പ്രതിസന്ധിഘട്ടങ്ങളിലും സന്തോഷത്തിലും സങ്കടത്തിലുമെല്ലാം താങ്ങും തണലുമായി നിന്നിരുന്നത് എന്റെ സുഹൃദ്‌വലയം തന്നെയാണ്.

കൂട്ടുകാരികളേ, നിങ്ങളെല്ലാം എനിക്ക് ഏറെ പ്രിയപ്പെട്ടവർ... എന്റെ ഹൃദയത്തോടു ചേർന്നുനിൽക്കുന്ന എന്റെ പ്രിയ സഖികൾ. ■

www.ingramcontent.com/pod-product-compliance
Lightning Source LLC
LaVergne TN
LVHW100307051026
849517LV00006B/2214